PAMANA NG KRISIS AT KABIGUAN

(Binagong Edisyon 2025)

JAMES J. MAIWURM

Paperback: 978-1-969919-72-5
Hardcover: 978-1-969919-74-9
eBook: 978-1-969919-73-2
Library of Congress Control Number: 2025924328

This is a work of fiction.

Ordering Information:

Prime Seven Media
518 Landmann St.
Tomah City, WI 54660

Printed in the United States of America

Ang "Inheritance of Crises and Dysfunction" ni James J. Maiwurm ay nagsasalaysay ng kwento ng Amerika na naghihintay sa hinaharap at kung ano ang humantong sa bitak na pundasyon nito.

D.C.- Ang mga Face Mask ay nagpapatuloy bilang bahagi ng pang-araw-araw na buhay, at isang bagong administrasyon ang inatasan sa WASHINGTON na muling itayo ang isang sirang bansa. Ang "Inheritance of Crises and Dysfunction" ni James J. Maiwurm ay isang kathang-isip na pampulitika na naglulunsad sa mga mambabasa sa Araw ng Inagurasyon 2021 sa kanayunan ng Virginia, kung saan ang pandemya ng COVID-19 at isang resesyon ay naglagay sa mga magsasaka at maliliit na may-ari ng negosyo sa isang buhay ng kawalang-tatag at kaguluhan sa pananalapi. May mga ugat sa kasaysayan, kasalukuyang mga kaganapan, at kalikasan ng tao, ang nobela ay nagbibigay ng mahalagang pananaw sa dayuhan at lokal na politika. Kasabay nito, itinatampok din ng personal na kwento ng bida ang sakit ng pagkawala ng asawa at paglipat, ang magkahalong emosyon na nauugnay sa pagmumuni-muni sa pagreretiro, at ang sikolohikal na pangangailangan na manatiling may kaugnayan at konektado habang tumatanda ang isang tao.

Sinusundan ng libro si Salt, isang kamakailang biyudo at retiradong abogado na ang karera ay kinabibilangan ng mga panunungkulan sa Pamahalaan ng Estados Unidos. Nang magsimulang mamuhay si Salt nang malayo sa ingay ng D.C., tinawag siya pabalik ng isang dating kakilala na malapit nang maging Kalihim ng Estado sa linya ng putukan sa White House, kung saan siya ay nahikayat na gampanan ang isang palihim na diplomatikong papel.

Ang pag-aatubili ni Salt na tanggapin ang lahat ay nag-udyok sa buong mundo na maghanap ng pagkakasundo—o kahit man lang isang pag-unawa sa lalim ng pagkasira ng relasyon sa mga kaalyado. Nangailangan ba ng ilang benda ang Trump 1.0. Mangangailangan ba ng mga tahi ang Trump 2.0? Maaari ba nating simulan ang muling pagpoposisyon sa Amerika para sa produktibong pamumuno?

"Ang balangkas na ito ay isang pagkakataon kung saan ang kathang-isip ay tunay na hindi na bago sa realidad," sabi ni Maiwurm. "Ang aklat ay dinisenyo upang magbigay ng madaling maunawaang pananaw ng mambabasa sa parehong mga agarang isyu sa loob ng bansa at sa mga bunga ng lumiliit na impluwensya ng Amerika sa mundo."

"[Ang] sukdulang mensahe ng [libro] ay pag-asa. Ipinahihiwatig nito na, kapag inalis ang politika, ang mga Amerikano ay may malaking pagkakatulad, at sa pamamagitan ng pagtitiis at tapat na komunikasyon, ang mga sugat ng bansa ay maaaring gumaling upang ang isang mas malakas na bansa ay lumitaw," isinulat ng isang tagasuri ng Clarion tungkol sa libro.

Tiyak na maaakit ng nobelang "Inheritance of Crises and Dysfunction" ang mga mambabasa tungkol sa kasalukuyang kalagayan ng Amerika dahil itinatampok ng nobela ang mga pakikibakang naghihintay sa hinaharap habang tinuturuan din ang mga mambabasa tungkol sa mga paksang tulad ng mga subsidiya ng gobyerno, ang kilusang Black Lives Matter, Coronavirus, at kawalang-tatag ng ekonomiya upang mas maging handa silang bumoto at harapin ang pinaniniwalaan ni Maiwurm na paparating.

Tungkol sa May-akda

Si James J. Maiwurm ay Chairman Emeritus. Retirado na siya sa isa sa pinakamalaking pandaigdigang law firm sa mundo na noong 2012 ay pinangalanang isa sa nangungunang sampung pinaka-makabagong managing partner ng law firm ng Law 360. Lumaki si Maiwurm sa maliit na bayan ng Amerika, kung saan niya nakilala ang kanyang kasintahan noong high school na kalaunan ay pinakasalan niya, nakakuha ng degree sa kasaysayan sa College of Wooster sa Ohio, nag-aral sa University of Michigan Law School, at ilang taon ang lumipas ay nagkaroon ng dalawang anak. Sa nakalipas na 30 taon, nanirahan si Maiwurm sa lugar ng Washington D.C.

Contact:

LAVIDGE - Phoenix

Kayla Rutledge 480-648-7450 krutledw@lavidge.com

Pasasalamat

Para sa pinakamagandang kabiyak at asawa, isang malaki at masayang pamilya, ang mga unang tagatugon at iba pa na nakasuot ng uniporme, Ukraine, at mahal na Joe at Tex, at mga miyembrong minorya ng espesyal na komite ng kongreso ng US sa Enero 6.

Pagmana ng mga MGA KRISIS AT DISKUNSYON;
Mga Pangunahing Tauhan
(wala sa mga pangalan ang nilayong maging totoo).

Talaan ng mga Tauhan

Salt	Staunton Pepper
Margie Hatcher	Kaibigan ni Salt sa Carterville
(Marie) Louise Roseaux	CIA - pansamantalang nakatalaga sa proyekto
Eleanor Holmes	Punong Ministro ng UK
John Watson	Kalihim ng Ugnayang Panlabas ng UK
Peter Banks	Kontak sa UK
Ray (Rene) Marchand	Kaibigan ni Salt sa Canada
Gretchen Grant	Kagawaran ng Estado ng Amerika
Anthony Pope	Dating Pangulo ng Amerika
Walter Williams	Kagawaran ng Estado sa Washington, D.C.
President Evans	Bagong Pangulo
Ed Jordan	Embahada ng Amerika sa London
Carterville	Isang munting bayan malapit sa sakahan ni Salt
Martin Weber	Kagawaran ng Ugnayang Panlabas ng Alemanya
Yoder family	Mga dating nangungupahan sa sakahan
Johann Wadephul	Kalihim ng Ugnayang Panlabas ng Alemanya
Jack Davis	Kasalukuyang nangungupahan sa sakahan ni Stone
Ashkan Gilani	Pinuno ng negosasyon ng Iran
Georgie	Barbero #1 — may-ari ng shop

Mary and George Anderson	Mary — Pangulo ng Bangko; George — negosyante at guro
Alan Greene and partner Angelo	Pangulo ng Pamantasan
Bob and Betty Reardon	GM Dealer — may apat na anak
Homer	Barbero #2
Ellen	Barbero #3
Steve	Magsasaka
Roy	May-ari ng tindahan ng damit
Warren	Nagtatrabaho sa tindahan ng hardware
Don	Retirado at kasapi ng NRA
Helen's Place	Lokal na Kainan
Stuart Bacon	Kandidato para sa Kalihim ng Estado (asst. Alex)
Max	Madaldal na tagapagsalita sa Palaro

MGA PALATANDAAN NG PANAHON: BOKABULARYO PAGSASANAY PARA SA TRUMP 3.0

IMPRARASTRUKTURA
EMPATIYA
SILANGANG EUROPA; MAGING ALERTO
PRO BONO (BOLUNTARYONG SERBISYONG LEGAL)
MGA AUTOKRATA
DEI (DIBERSIDAD, PAGKAKAPANTAY-PANTAY, AT INKLUSYON)
PAGPAPANATILI NG MGA DEMOKRASYANG PINAPATAKBO NG
PAMILIHAN
GINTO
BITCOIN
AGHAM
PANANALIKSIK
PAMAMAHALA SA MGA EPIDEMYA
MGA OLIGARKA
TAGGUTOM
MALAYANG PANANALITA / PAMAMAHAYAG
TAGAPAMANIULA NG MGA BAGAY NA LEGAL
MAHALAGA ANG LAHAT NG LAHI
NATO
GREENLAND
KATOTOHANAN
VENEZUELA
CANADA
MALALAKI AT MAGAGANDANG REGALONG BOEING

Nilalaman

BOKABULARYO

Liar → Sinungaling

Mendacity → Kasinungalingan / Kasinungalingan sa asal

Normal → Karaniwan

Golden shower

Not my type → Hindi angkop sa kagustohan

Idiot → Tanga / Hangal

Gumba → *Gumba*

Whole truth → Buong katotohanan

Felony → Mabigat na krimen

Not guilty → Hindi nagkasala

Duty → Tungkulin / Obligasyon

Dumb → Bobo / Hangal

Fake News → Pekeng Balita

Traitor → Taksil

Ego → Pagmamataas

Paunang Salita

Ito ay isang akdang kathang-isip. Hindi ito produkto ng akademikong pananaliksik. Ang libro ay hindi nakabatay sa malalim na kaalaman o ekspertong opinyon ng iba. Nakatuon ito pangunahing sa personal na pananaw ng isang mamamayan tungkol sa mga balita at pangyayari sa paligid ng halalan para sa pagkapangulo noong 2016 at 2000, sa mid-term elections noong 2022, ilang halalan sa estado, at haka-haka kung paano maaaring makaapekto ang 2024 sa kabutihan ng ating mga anak at apo. Para itong pagtingin sa kasaysayan sa pamamagitan ng rearview mirror, alam nating darating din ito sa ating harapan.

Hindi ako isang futurista, ngunit naniniwala ako na—kahit man lang sa ating magagandang araw—maaari tayong matuto mula sa nakaraan kapag nagtatakda ng landas para sa ating sariling kinabukasan, kahit na ang pagsusuri sa nakaraan ay nagpapakita ng hindi katanggap-tanggap na mga hindi pagkakapantay-pantay at ilang talagang kabaliwan. Maaaring gamitin ng ilan ang aklat na ito bilang isang pagkakataon upang tingnan ang hinaharap gamit ang kanilang sariling lente, ibig sabihin, isang anyo ng personal na proyektong kathang-isip, gamit ang kanilang sariling mga ipinapalagay na kondisyon. At pagkatapos, kapag nasa isang ligtas na lugar (ibig sabihin, isang lugar na hindi pa umunlad mula sa realidad), nagsisimulang mag-isip tungkol sa kung kinakailangan ba ang higit pa at iba't ibang mga resulta at kung maaari nating tipunin ang agarang pag-aalala at malaking kolektibong kalipunan ng trabaho at – oo, kompromiso – na kinakailangan upang magdulot ng mga kinakailangang pagbabago sa mga saloobin at resulta.

Para maiwasan ang pagdududa, ang aklat na ito ay tungkol sa pangangailangan para sa "mas maraming kapangyarihan sa gitna," isang panibagong pagbabahagi ng mga pagpapahalaga na, maliban marahil sa Digmaang Sibil at sa Panahon ng Muling Pagtatayo, ay nagbigay-daan sa atin na mas magsumikap upang makamit ang maraming layunin na ating pinagsasaluhan, kahit na ang pagbabahaging iyon ay hindi pa patas o ganap na sinasang-ayunan ng napakaraming bilang ng ating mga kapwa mamamayan. Ang ating eksperimento sa pamamahala ay nagpapatuloy sa pamamagitan ng mga pagsisikap ng nakararami—ngunit aminadong hindi lahat—ng ating mga mamamayan sa loob ng mahigit 200 taon. Ang iba ay nanonood, at wala na tayong oras para isipin na tayo ay nag-eeksperimento.

Naririnig at nakikita mo ba sila? Kung hindi man ang pulitika, sa mga bagay tulad ng klima, kumikislap ang mga pulang ilaw, malakas ang tunog ng busina, at isang boses na gawa sa computer ang nagsasabi sa atin, "PAKINGGAN NINYO ITO, PAKINGGAN NINYO ITO, isa itong tunay na emergency, hindi isang pagsasanay. Sumakay na kayo sa mga lifeboat. Humihingi kami ng paumanhin kung walang mga lifeboat o lugar na mapupuntahan, ngunit umaasa ang ating mga nakatatanda na henerasyon na nasiyahan kayo sa inyong pagbisita sa Daigdig; tiyak na nasiyahan sila."

Ang unang bersyon ng aklat na ito ay "nagsimula" noong Araw ng Inagurasyon 2021 at nagpatuloy hanggang 2022. Ang panahong iyon ay pinangunahan sa maraming aspeto ng isang dalubhasang puppeteer, si Pangulong Donald Trump, na mahalagang naging, at sa maraming aspeto ay hanggang ngayon, ang balita sa mga tuntunin ng patakarang panlabas at panloob, diplomasya, relasyong cross-border, litigasyon at pagtugon sa mga pandaigdigang/politikal na kaibigan, kaaway, at mga banta. Tandaan ang Helsinki at ang pagtanggi ni Pangulong Trump na magkaroon ng iba sa silid nang makausap niya si G. Putin sa mahabang panahon at kalaunan ay napahiya ang ating mga matataas na opisyal ng paniktik sa pamamagitan ng pagmumungkahi na si G. Putin ay mas kapani-paniwala kaysa sa ating sariling mga eksperto. Kabilang sa iba pang mga lugar na pinagtutuunan ng pansin ang mga bawas sa buwis para sa mga hindi nangangailangan, pagbabago ng klima, Black Lives Matter, mga isyu sa supply chain, taggutom, ang pag-unlad ng mga tagasunod na parang kulto ng ilang mga awtoritaryan (bakit ang "1984" ni Orwell ay isang best seller?, at saang awtoritaryan na estado mo gustong manirahan?). Imigrasyon, aborsyon, Hilagang Korea, Korte Suprema, ang paghawak ng mga lihim na materyales ng paniktik sa isang resort, isang naantalang at politikal na reaksyon sa COVID-19 at mga variant nito, kung paano natin iniwan ang Afghanistan, Iran, Russia, Saudi Arabia/Yemen, China/Taiwan, mga alalahanin tungkol sa pananatili ng demokrasyang istilo-US, Venezuela, implasyon, mga pamamaril sa masa, institusyonalisadong rasismo, krimen, mga awtomatikong armas, malinis na enerhiya at kakulangan ng malalakas at karismatikong mga pinuno ng lahat ng kulay, hugis, at laki.

Batay sa ganitong mga isyu, mas nakatuon ba ang ating gobyerno sa bansa o sa mga partido (o sa muling pagkahalal)? Paano nagkaroon ng napakaraming nagkakaisang boto mula sa iisang partido sa mga mahahalagang isyu kung saan wala, o isang maliit na bilang lamang, ang bumoboto kasama ang kabilang partido (ibig sabihin, ng, ni, at para sa mga tao)? Marahil ang problema ay kumikilos tayo na parang isang aristokrasya, natutulog tulad ni Rip Van Winkle, na sinasabing natulog sa buong Rebolusyong Amerikano, naghihintay ng ilang magandang balita tungkol sa ating bagong republika upang gisingin siya.

Siguro kailangan nating bumoto para sa mabubuting tao na gagamit ng sarili nilang pagpapasya. At hindi gaanong katulad ng sa ating mga Rip Van Winkles.

Hindi ito isang balitang nagbabagabag, ngunit ang pagsasama-sama ng mga bagay na ito ay lumilikha ng pamana ng mga krisis at disfunction—sa loob at labas ng bansa, at sa mga estado at rehiyon na pula at asul, na nararapat sa isang pananaw na may perspektibo. Sa sarili nitong kakaibang paraan, umaasa kami na ang aklat na ito ay magbibigay ng ilang perspektibo at lilikha ng ilang mga kaisipan tungkol sa kung paano at bakit ang iba (sa loob ng iba't ibang rehiyon at kultura ng US, kapwa dayuhan at lokal, ang ilan ay may matinding pananaw) ay tumutugon nang ganito sa ating mga pamumuno at mga tagasunod. Kailangan nating gumawa ng higit pa sa pagtayo sa kalagayan ng iba.

Sa kabila ng kaguluhan, lahat ng mabubuting tao sa mundo ay naghahangad ng halos parehong mga bagay: pisikal na seguridad; katatagan sa pananalapi; mabuting kalusugan; at na ang ating mga anak ay kasinghusay o mas mahusay (sa malawak na kahulugan) kaysa sa atin. Para sa layuning ito, lahat tayo ay naghahangad na gumawa ng pagbabago sa mundong ito. Tiyak na ganoon din ang nais ni Pangulong Trump at ng ilan pang mga pinuno sa loob at labas ng bansa. Panahon na para sa ating lahat na maglagay ng ating marka—ang marka ng mga katamtaman na may lakas ng loob na manindigan at ang diwa na lumipat at manguna—sa ikabubuti ng mundong ito. At maging komportable na karamihan sa ating mga kapwa mamamayan ay sasali sa pagsisikap na ito—dahil kahit na maaaring hindi tayo magkasundo, makikinig, igagalang, at makikipagkompromiso tayo.

Para humiram ng ilang parirala mula kay James Carville, "mga apo, tanga". Ang ating mga anak at apo ay nararapat sa mas mabuti kaysa sa mana ng mga krisis at disrupsyon. Kaugnay nito, ito ang mainam na panahon upang baguhin ang ating mga kagustuhang pampulitika.

Paunang Salita

Posible na nilalabag ng liham na ito ang halos lahat ng mga tuntuning matatagpuan sa literatura ng "kung paano mailathala ang iyong libro."

Iba ang aklat na ito - medyo isang anomalya na maaaring tawaging "predictive political history." Nakatuon ang aklat sa mga pangyayaring pampulitika at iba pa at kung ano ang kahulugan ng mga ito sa buong mundo, lokal, sa maliit na bayan ng USA at sa mga tao, negosyo at bukid nito, ang pangangailangan para sa mas epektibong pamamahala ng pagbabago para sa USA at sa mga tao, negosyo at bukid nito, pag-aalis ng poot sa lahi, seryosong atensyon sa pagkasira ng kapaligiran (huwag hayaang mapunta sa iyong mga mata ang usok), pag-iwas sa lingguhan kung hindi man araw-araw na mass shooting at, sa madaling salita, ang pangangailangan para sa isang ibang-ibang USA na hindi nasisiyahan sa paglalagay ng takot sa Diyos sa ibang bahagi ng mundo.

Sa personal na antas, sa aking sariling pananaw, mas lalong naging nakakatakot ang ating sama-samang pagharap sa pinakamatinding sitwasyon dahil sa COVID-19, na nagpabago nang malaki sa ating mga buhay. Mula noon, naganap ang Enero 6 sa Ukraine, isang pangyayaring tiyak na magpapaisip sa atin, ano ba talaga ang nangyayari?

Napatunayan natin na tama si Churchill sa kanyang pagtatasa na ang mga Amerikano ay nakakakuha ng tama sa halos lahat ng oras, ngunit kapag wala nang ibang alternatibo. Ang nakapangingilabot na lohika ng tugon sa mga mahimalang bakuna ay tiyak na naging dahilan upang gumulong sa kanyang libingan si Mother, isang nars ng Hukbo sa Asya noong Ikalawang Digmaang Pandaigdig, bago pa man tayo nagkaroon ng penicillin. At marami sa atin ang naaalala ang polio. Ang mga kahihiyang ito ay pinatindi pa ng mga panloob na pagpupulong at iba pang komunikasyon na halos nagdulot ng mga nakamamatay na kaso ng pagkamot ng ulo. Mabuti na lang at hindi marami ang sineryoso ang mga inirerekomendang lunas sa bahay ng Pangulo para sa COVID.

Ang kahulugan ng lahat ng ito? Simple lang: walang sinuman ang maaaring hindi sumali sa susunod na halalan. Isinulat ko ang aklat na ito hindi bilang isang hangal na pagtatangka na makipagkumpitensya sa mga pangkat ng tunay na mahuhusay na mamamahayag na naging mas epektibo simula noong Enero 6 at mga kaugnay na kaganapan. Karamihan sa kanila ay naglalayong iulat ang katotohanan, ngunit ang kanilang inaalala ay ang mga anak at apo – tayo nga. Hinihimok ko tayong lahat na isipin ang ating mga anak at apo. Ang layunin ko ay para sa mga tulad ko, na nakakaramdam ng obligasyon na maging mas aktibo sa paghahangad ng kahusayan sa Pandaigdigan at Amerika, hindi sa paghahanap ng isang asno na nangangailangan ng buntot.

Kailangan nating kumbinsihin ang mga kapwa Amerikano at mamamayan ng mundo na mahalaga ito, na lahat tayo ay nagmamalasakit, at maging mas kasangkot. Maaaring sabihin ng isa na kailangan nating malampasan ang mga hindi magtutuon ng pansin sa kinabukasan ng ating mga anak, apo, pamangkin at, oo, mga imigrante na sumusunod sa atin. Gusto mo bang ipaliwanag kung ano ang ginawa natin noong 2025 habang nakasuot ng maskara o nakangiti? Mas masaya ka ba sa pagiging Amerikano noong panahon ni Trump 2.1 o 2.5?

Paunang Kabanata

Noong 1765, nagkaroon ng isang lihim na grupo ng mga probokador sa mga kolonya ng Amerika, na labis na naapektuhan ng Massachusetts, na nasaktan sa mga buwis ng Britanya ("pagbubuwis nang walang representasyon") at iba pang mga patakaran. Si Haring George III ay maaaring maging disente o walang humor, ngunit hindi siya maaaring nasiyahan sa kanyang malalayong mga kolonista. Hindi niya kailanman binisita ang mga kolonya. At ang mga komunikasyon ay lalong naging mahirap dahil sa kawalan ng sasakyan tulad ng telegrama, lalo na ang primera klaseng koreo, telepono, fax, o Internet. Ang dalawampu't apat na oras na siklo ng balita ay nakakagambala; ang 30-araw na siklo ng balita ay higit pa sa isang abala. Nagtataka ang isa, kung mayroon tayong mga tagapagbalita ngayon, nangangahulugan ba ito ng isang tagapagbalita ng balita sa Fox at isa para sa MSNBC at bawat isa sa ilang iba pang mga network? Ang ating maikling siklo ng balita ay isang magkahalong biyaya, sigurado, ngunit kahit papaano sa kaso ng United Kingdom at mga kolonistang Amerikano, maaaring nakatulong ang mas mahusay na komunikasyon. (Gayunpaman, isipin ang mga kolum sa pahayagan na maaaring nalikha ng mga tagapagbalita tulad nina Thomas Paine, Alexander Hamilton, at Benjamin Franklin. Kahit ang dakilang si Rush Limbaugh ay maaaring nagalit.)

Ang mga miyembro ng grupong ito ng mga kolonista, na kilala bilang mga Anak ng Kalayaan, ay limitado lamang sa mga mapagkakatiwalaan at iginagalang dahil sa kanilang pangangalaga, mga kaisipan, mga talakayan, at mga kilos. Ngunit ngayon, tatawagin silang partisan; mayroon silang sariling mga isip. Kabilang sa mga miyembro ang mga tulad ng magpinsang sina Samuel at John Adams, Paul Revere, John Hancock, Joseph Warren, Benjamin Rush, Charles Wilson Peale, Alexander Hamilton, Hayn Salomon, Benedict Arnold, at Samuel Chase. Hindi sila nahiwalay sa iisang tela o iisang kaisipan sa politika, kung saan ang ilan ay mga "Federalista" na nagnanais ng isang malakas na sentral na pamahalaan at ang iba ay mas gusto ang isang mas malawak na pamamahagi ng kapangyarihan.

Mula sa pananaw ng mga Briton, sila ay katumbas ng ating mga walang utang na loob na puting terorista sa loob ng bansa. Para sa marami sa mga kolonista, sila ay mga bayani. Ang iba ay hindi gaanong natuwa sa lubos na progresibong grupong ito. Isang nakapagpasiklab na pangyayari ang naganap noong Disyembre 17, 1763, nang ang isang grupo ng mga Sons of Liberty na nakadamit bilang mga Mohawk Indian ay naglipat ng tsaa mula sa isa sa ilang barko sa Boston Harbor na pagmamay-ari ng East India Tea Company (ang tsaa nito ay isang lokal at paborito ng UK) at walang seremonyang itinapon ito sa daungan.

Isang maagang kaso ng pakikialam sa ebidensya? Matapos ipataw ang English Stamp Tax sa mga kolonya noong 1765, ang grupo ay naging matatag at lalong naging determinado. Natututo ang mga kolonista kung paano gamitin ang katumbas ng kolonyal na mga taripa sa pagtatanggol at mga parusa sa kalakalan bilang armas.

Patuloy na lumala ang mga ugnayan, kung saan ang kaguluhan ay nagdulot ng Boston Massacre noong Marso 5, 1769, nang isang grupo ng siyam na sundalong British ang nagpaputok sa isang pulutong ng 300-400 kolonista. Ang mga grupo ay malamang na gumamit ng mga one-shot musket, hindi assault rifle. Marami sa mga lokal ang nasugatan. Ironiko na si John Adams ay nagpumilit na ipagtanggol (nang matagumpay) ang mga sundalong British. Ito ba ay isa sa mga ninuno ng mga kaso ng kalupitan ng pulisya?

Isa sa maraming petsang maaaring gamitin bilang hudyat ng pagsisimula ng Digmaang Rebolusyonaryo ay Abril 18, 1775, ang umaga pagkatapos sumakay si Paul Revere mula Boston patungong Lexington at Concord—mas mabilis pa sa pinakamabilis na tagapagbalita ng bayan—- babala, "paparating na ang mga Briton." Ang Deklarasyon ng Kalayaan ay nilagdaan noong Hulyo 4, 1776.

Pagkatapos ng ilang taon ng negosasyon at kalituhan, ang Mga Artikulo ng Kompederasyon ay pinagtibay noong 1781. Ngunit ang mga Artikulo ay ginawa upang protektahan ang kalayaan at soberanya ng mga estado. (Medyo katulad ng ilan sa mga argumento na ginawa ngayon tungkol sa mga bagay tulad ng aborsyon at kapangyarihan ng mga estado.) Ang pagbubuwis ay hindi kabilang sa mga kapangyarihan ng bagong pamahalaan. Sa paglipas ng panahon, napagtanto ng mga estado na kailangan nila ng mas maraming imprastraktura ng pamahalaan. Ang Kumbensyong Konstitusyonal ay nagpulong mula Mayo 25 hanggang Setyembre 17, 1787, nang pumayag ang mga kinakailangang estado sa draft. Ang Konstitusyon ay pinagtibay na epektibo noong Marso 4, 1789. Hindi lahat ng elemento ng modelong Pederal ay itinapon. Nang tanungin si Benjamin Franklin tungkol sa kung anong anyo ng pamahalaan ang mayroon tayo pagkatapos ng Kumbensyon, sinasabing sumagot siya ng, "isang Republika Madame, kung mapapanatili natin ito."

Dapat na umuugong sa ating mga tainga ang tanong na iyan ngayon. Sa katunayan, ang Enero 6, kasama ang pakikilahok ng mga grupong tulad ng Oath Takers, Proud Boys, at marahil ang mga bersyon ngayon ng Sons of Liberty (may ilan) na nagpakita sa US Capitol noong Enero 6, 2022, ay isang positibong patunay na sa ilan sa ating mga mamamayan, ang mga tanong na pinag-usapan noong 1787 ay buhay pa rin. Gayundin, tingnan ang ilan sa mga kamakailang desisyon ng ating muling itinatag na Korte Suprema.

Ang Rebolusyong Amerikano at ang nagresultang pamamahala nito sa konstitusyon ay tunay ngang rebolusyonaryo sa diwa na humantong ang mga ito sa isang demokratikong istrukturang walang katulad ngunit mga di-perpektong produkto rin ng mga kompromiso. Ipinapalagay ng demokrasya ang mga karapatan sa pagboto. Gaya ng orihinal na pinagtibay, ang mga puting lalaki ay pumapayag sa ilalim ng Konstitusyon. Ang mga babae at alipin, hindi gaanong. Paano naman ang kapangyarihang bumoto? Isang lalaki, isang boto, para sa mga puti. Ngunit paano matutukoy ang bilang ng mga miyembro ng US House of Representatives? Orihinal na kasama sa bilang na iyon ang dalawang-katlo ng mga lalaking alipin sa estado—kahit na ang boto ay hindi naipasa sa mga alipin. Ang bilang ng mga senador? Dalawa bawat estado, gaano man kalaki ang pagkakaiba ng populasyon. At karamihan sa mga bagay ay kailangang maipasa ng Senado at ng House, kaya nagbibigay ng hindi proporsyonal na boto sa mga estadong mas maliit ang populasyon. Walang alinlangan na nagsilbi ito ng praktikal na layuning pampulitika noong 1787, ngunit ngayon ay nagbibigay ng kapangyarihang "hadlang" sa isang minorya. Malaki ang naitulong ng Proklamasyon ng Emansipasyon ni Lincoln (Enero 1, 1863) sa pagpapatupad ng pagbabago rito, ngunit ang pormal na pag-aalis ng dalawang-katlo ng probisyon para sa mga alipin ay dumating kasabay ng ika-14 na Susog noong 1868.

Malayo rin sa perpekto ang kasalukuyang mga probisyon ng Electoral College. Sa ilalim ng kasalukuyang batas, ang mga estado ang nagpapasiya kung paano boboto ang kanilang mga botante. Ang kapangyarihan ng mga estado tungkol sa Electoral College ay kinumpirma sa ilalim ng ika-15 Susog (1870). Ang bilang ng mga botante para sa bawat estado ay katumbas ng bilang ng mga miyembro ng Kamara kasama ang mga Senador. Aba, mas maliliit na estado ang populasyon. Makatarungang tapusin na ang orihinal na Konstitusyon ay nagdiskrimina laban sa mga lalaking at babaeng hindi puti at higit pa sa patas sa mga estadong mas maliit ang populasyon. Marami nang nagbago, ngunit ang ilan sa mga pinagdadaanan natin ngayon ay nagmula sa kung saan tayo nagsimula sa ating Konstitusyon at sa mga kompromisong kinakailangan upang makamit ang pag-aampon. Kaya, ang mas maliliit na estado (sa mga tuntunin ng populasyon ng mga puting lalaki) ay protektado ng ubod ng istruktura ng Konstitusyon.

Ito ay bahagi ng pinagmulan (kinikilala man o hindi) ng mga awiting puti ng mga lalaki sa Charlottesville ("hindi ninyo kami papalitan"). Nawalan ng kapangyarihang bumoto ang mga puting lalaki, at walang duda na nararamdaman ng ilan ang hindi maiiwasang pagkakaroon ng mas kayumanggi, mas itim, at mas Asyanong Amerika, ngunit iyon ay isang pangunahing elemento ng isang demokrasya. May panahon na natalo ang mga puting lalaking Amerikano sa mga Irish, Italyano, Hudyo, at kababaihan. Hindi lubos na maayos ang mga bagay-bagay, ngunit walang digmaang sibil. At alam ng Diyos na ang institusyonalisadong rasismo ay nagsilbi—at patuloy na nagsisilbi—bilang isang pangit na preno sa bilis at nilalaman ng lohikal at kinakailangang pagbabago. Hindi nakakagulat na maraming miyembro ng ating organisadong mga grupo ng terorista sa loob ng bansa ang may puting balat at buhok na mas maputi at mas maputi, o, mangahas nating sabihin, maputi.

Ang Estados Unidos ay kinailangang harapin ang mga krisis at disfunction na kinasasangkutan ng mga panloob at panlabas na puwersa mula pa noong ito ay itinatag. Ang ilan sa atin ay naaalala ang dekada 1960, ang Vietnam, at ang kakila-kilabot na mga pagpatay kina Martin Luther King, Jr. at Bobby Kennedy, at mga kaguluhan sa mga kampus, sa mga pangunahing lungsod, at sa mga pambansang kombensiyon ng mga partidong pampulitika.

Muling naglalayag tayo sa magulong katubigan. Nawa'y patuloy tayong makamit ang mas makatarungang mga resolusyon at, kung kinakailangan, magkaroon ng lakas ng loob na bumuo, protektahan at pangalagaan ang isang maingat at tunay na makatarungang gitnang landas.

KABANATA 1

Mga Pagbabago

Disyembre 2020

Noong kalagitnaan ng Disyembre 2020, si Staunton Pepper, o "Salt" gaya ng tawag sa kanya ng sinumang nakakakilala sa kanya, ay naghakot ng isa pang kargang gamit mula sa kanyang townhouse sa District of Columbia (hindi naman Georgetown, pero malapit lang) at ibinababa na niya ang mga ito sa bahay sa bukid ng kanilang pamilya sa Northern Virginia, malapit sa paanan ng mga bundok ng Blue Ridge. Ang pagbaba lang ang tanging ginagawa niya. Ang tanging magagawa niya ay ang pag-alam kung kaya niyang isalansan ang isa pang kahon sa isang tumpok na mukhang nakahilig na. Ipinaalala nito sa kanya ang mga araw na ang kanyang batang pamangkin ay nagpapatong-patong ng mga bloke ng kahoy hanggang sa mahulog ang mga ito. Plano ni Salt na manatili sa bukid nang isang gabi at pagkatapos ay umalis kinabukasan ng hapon upang bisitahin ang ilang mga kaibigan at ilang kamag-anak sa panahon ng bakasyon, at sasalubungin niya ang van na magdadala sa kanya sa farmhouse sa hapon ng Enero 2. Nahuli sila (hindi naman malaking sorpresa) ngunit natapos nila ang pagbaba ng mga dala pagsapit ng susunod na araw, isang Linggo. Ngunit ang mga araw ay sabay-sabay na nagbabago. Walang ideya si Salt kung ano ang paparating sa kanya.

Ang panahon? —halos katulad ng inaasahan mo sa panahong iyon ng taon at malapit sa mga bundok: makulimlim, mamasa-masa, at malamig. Ang tanging bagay na hindi nakapanlulumo sa umaga ay ang malapit nang umalis sa pwesto ni Pangulong Anthony Pope. Matapos ang isang mahigpit, mapanghati, at hindi nakaka-inspire ngunit medyo nakakatakot na halalan, si Pangulong Evans ang lumabas na panalo. Nanalo nga siya—tama ba? Si Evans ay nagpakita bilang sapat na progresibo upang makaakit ng sapat na bilang ng mga millennial at minoryang botante ngunit hindi gaanong progresibo upang ilayo ang karamihan sa mga moderate at suburbanite.

Tinanggap at itinaguyod niya ang pangangailangan para sa iba't ibang pamamaraan sa mga hamong tulad ng nagbabagong pandemya ng COVID-19 at ang kaugnay na paghina ng ekonomiya na tila resesyon na nanatiling salot, nanalo sa boto ng publiko, at nagawang hindi matalo sa mga lugar kung saan maaaring—muli—nalampasan ng Electoral College ang mga resulta ng boto ng publiko. Mula sa pananaw ni Evans, maaaring mabago ang mga bagay-bagay sa pamamagitan ng Internet, at ginamit niya ang ilan sa mga materyal na iyon sa kanyang mga pahayag.

Hindi lamang si Pangulong Evans at ang kanyang pangkat ang naghanda para sa inagurasyon sa kalagitnaan ng Disyembre 2020.

KABANATA 2

Panimula ng Sons of Liberty

Enero 5, 2021

Sa isang malamig, madilim, at maaliwalas na mabituing gabi noong ika-5 ng Disyembre, sa isang luma at walang bintana na kamalig na hindi kalayuan sa bukid ni Salt—kasama ang natira sa isa sa mga pamilyar na patalastas na "Chew Mail Pouch" na nakapinta sa isang gilid ng gusali—malapit nang magsimula ang isa pang pagpupulong. Pinangunahan at binuksan ni "Samuel" ang isang panalangin, at ang grupo ay sumali sa isang masigla, kung hindi man dala ng talento, na pag-awit ng Battle Hymn of the Republic. Tinawag ni "Samuel" ang pagpupulong ng mga Anak ng Kalayaan ng Northern Virginia, hiniling sa ilang mga batang lalaki na maglagay pa ng kahoy sa kalan, at pagkatapos ay sinimulan ang mga bagay-bagay. Maraming dumalo sa pagpupulong, at wala sa mga pinuno (na lahat, tulad ni Samuel, ay gumamit ng unang pangalan na hinango mula sa isa sa mga orihinal na Anak ng Kalayaan) ang lumiban. Alam ng lahat na ito ay isang malaking bagay... . ... Marami ang nakasuot ng mga bersyon ng kolonyal na sumbrerong tri-corner, ilang sumbrerong coonskin, at pulang sumbrerong MAGA. Maraming watawat, kabilang ang dilaw na "Huwag Mo Akong Yapakan."

Ang grupo ay pinaghalong ilang Baby Boomers at mas maraming Gen X at Gen Y na tipo. May ilang babae, pero karamihan ay lalaki. Mahaba at mamantika ang buhok, iba't ibang klase (hindi kikita ang mga barbero sa grupong ito), maraming uban at puting buhok, walang slacks, pero maraming naka-maong at ilang bib overall, may mga may baril, may mga may kutsilyo, at may ilan na malinaw na hindi nangangailangan ng armas. Maikli lang ang atensyon ng grupo, kaya mapilit si Samuel na magsimula bago pa man magsimula ang mga beer keg. Kailangang magdesisyon ang Sons—nang paisa-isa at bilang isang grupo—kung magtatampo o aalis na.

Ipinaliwanag ni Samuel na, alinsunod sa naunang pinagkasunduan ng grupo, nakipag-ugnayan siya kay Hamilton at sa iba pang katulad na mga grupo sa paligid ng mga kolonya na nagpaplanong tanggapin ang imbitasyon ni Pangulong Pope (o isa ba itong "utos"?) na lumahok sa demonstrasyon sa Enero 6 sa U.S. Capitol complex kasunod ng isang talumpati ni Pangulong Pope. Tiyak na magpapasigla ito sa lahat. Tila alam na alam ni Samuel ang ilan sa mga madilim na sulok ng Internet at ginamit niya ang ilan sa mga materyal na iyon sa kanyang mga pahayag.

Napuno ng kasabikan ang kapaligiran, at ang pulong ay nagkaroon ng lasa ng isang pep rally, na may mga high five sa paligid at maraming hiyawan. Nagbabala si Samuel na ang mga detalyadong plano ay hindi ipinamamahagi dahil sa panganib ng mga tagas, bagama't puno ng mga usap-usapan sa Internet tungkol sa kaganapan na malinaw na papalapit nang papalapit. Sinabi niya na magiging malinaw kung ano ang dapat nilang gawin pagdating nila sa Kapitolyo. Dapat silang magbihis ayon sa temperatura, dumating na may anumang armas na komportable silang gamitin, mas mahaba, mas mabuti, at kung sakaling kailanganin nila, dapat silang bumuo ng isang pananggalang na cocoon sa paligid ni Pangulong Pope. "Magdala ng larawan ng iyong ID kung sakaling ikaw ay arestuhin, hindi anumang bagay na hindi mo maaaring sunugin, at magsuot ng sumbrero na maaari mong hilahin pababa na may malawak na gilid na magpapahirap sa pagkuha ng iyong larawan mula sa tuktok ng isang gusali." Tila si Samuel ay may degree sa "naranasan na, nagawa na iyon."

Sumang-ayon ang lahat ("pusta ka na") na nanalo nga si Pangulong Pope sa eleksyon ngunit nadaya sa mas maraming paraan na hindi kayang ilarawan ng mga tao. Ang mga hukom sa mga kasong may kaugnayan sa botohan ay mga talunan at puro pag-iingat lang, at hindi masunod ang mga karaniwang proseso. Idinetalye ni Samuel ang kanyang mga tawag at pagpupulong (maingat na inayos para walang—at ang ibig niyang sabihin ay "wala"—elektronikong ebidensya) kasama ang mga pinuno ng mga katulad na grupo tungkol sa kung ano ang balak nilang gawin bilang tugon sa panawagan ni Pangulong Pope para sa isang malaking pulutong na magtutulak sa mga ultra-progresibo na tumakbo sa mga bundok at magreresulta sa pagbaligtad ng mga resulta ng eleksyon ("tama talaga"). Sa unang pagkakataon, nakaisip ang mga abogado ng isang walang kahirap-hirap na paraan para maayos ang mga bagay-bagay at sabay na harapin ang Pangalawang Pangulo. Ang kailangan lang gawin ng mga Anak at iba pa, tulad ng mga Tagapangalaga ng Panunumpa at ng mga Proud Boys, ay magpakita, magpakita ng tapat na tibay ng loob para sa pagbabago, at harapin ang sinumang manggugulo. Wala nang kalokohan at tama na ang mabilis na pagsasalita, huwag nang gumawa ng kahit ano sa mga abogado, na tila pinagpapawisan lang sa kanilang makeup, pinapatalsik sa korte nang walang pakundangan, at pagkatapos ay sisigaw ng, "hintayin natin silang mahuli sa korte ng apela." . . . "Tama na."

Pagkatapos ng kaunting diskusyon, may naglabas ng isang bariles ng serbesa at nagsabing, "Sa tingin ko panahon na para bumoto para iligtas ang ating bansa at ang Pangulo bukas at simulan na natin ang pagninilay-nilay ngayong gabi." May tumutugong koro ng magkahalong pagmumura na ang ibig sabihin ay oo. Sinabi ni John na dapat silang magkita muli sa kamalig sa umaga ng 6:00 ng umaga at magkasamang pumunta sa DC. Dagdag ni Samuel, "bawal ang mga kasintahan; kung may kailangan kayo, makipagtalik kayo ngayong gabi."

KABANATA 3

Pagkilala kay Margie

Enero 4, 2021

Ang pagbisita ni Walt sa mga kamag-anak at kaibigan ay nakapagpapagaling kahit papaano, dahil nagsaya ang lahat: maliban sa mga labis na nangungulila sa kanilang nawalang asawa.

Posibleng ibahagi ang kaligayahan at kasiyahan ng iba at maging masaya para sa kanila nang hindi nakikiramay sa kawalan.

Si Pepper ay isang abogado, hindi gaanong mahusay sa larangan, kulang sa praktikal na kasanayan sa pag-oorganisa, at nag-aadjust pa rin sa pagkamatay ng kanyang asawa anim na buwan na ang nakalilipas, noong mga unang yugto ng krisis ng COVID-19. Inilipat pa niya ang ilan sa mga gamit ng kanyang asawa—ang ilan ay hindi niya namamalayan. Ang mas malala pa, hindi siya isang taong may tatak. Gayundin ang kanyang mga tagalipat ng mga discount. Habang iniisip ang kanyang kapalaran, hinila niya ang isang malaking kahon mula sa sopa sa tila kanyang sala, para may mauupuan. Para lang mapangiti, sinubukan niyang alamin kung saan maaaring mapunta ang laman ng kahon na iyon. Mabigat at malaki ito, ngunit wala siyang ideya kung ano ang laman nito. Tila sa kanya ay maiisip ng sinumang bumibisita na wala siyang kaalam-alam. Bakit lilipat ang isang taong walang praktikal na karanasan sa pagsasaka, at isang bagong biyudo na walang mga kaibigan sa lugar, sa gitna ng kawalan malapit sa gilid ng Blue Ridge Mountains tuwing Enero?

Gabi nang umalis ang moving van noong nakaraang araw. Medyo normal (latish) na oras ang gising ni Salt para sa kanya, at naisip niya ang Plan A para sa almusal. Wala siyang ideya kung nasaan ang kanyang cereal (o kung ano pa man). Habang nakaupo siya at ipinatong ang kanyang mga binti sa isang kahon, pinag-isipan ni Pepper kung ano ang naisip niya noong nagdesisyon siyang lumipat. Naupo siya roon nang hindi gumagalaw at malungkot nang ilang sandali. At saka lumala ang sitwasyon: nakarinig siya ng tunog na maaaring doorbell lamang.

Tunay nga, totoo nga. Isang babaeng may dalang maliit na kahon ng kung ano ang biglang lumitaw sa kanyang beranda nang hindi niya inanyayahan. Iniisip pa rin niya kung ano ang ibig sabihin ng pagkakaroon ng isang bagay na maituturing mong beranda; hindi pa siya nakatira kahit saan na may ganoong bagay simula nang umalis siya sa bukid para mag-aral sa kolehiyo sa Midwest. Habang nakatingin siya sa bintana ng pinto, napansin niyang nagsimula nang umulan at napansin niyang pinoprotektahan ng beranda ang mga hindi inanyayahang bisita mula sa mga elemento. Saang direksyon iyon humahatak?

Dahil sa takot, tumingin si Pepper sa ibaba para ipaalala sa sarili ang suot niya. Isang sweatpants, isang lumang hoodie na minsan niyang suot habang nagpipinta ng isang silid sa kanyang lumang apartment, at mga lumang sapatos pang-tennis na kitang-kita ang kalumaan nito. Hindi pa siya nakakapag-ahit, at gusgusin ang kanyang buhok. Sa kabaligtaran, nahalata niya na ang kanyang matangkad na bisita ay nakasuot ng damit sa ilalim ng kanyang raincoat at may katamtamang haba o medyo mas mahaba na maayos na buhok na kulay auburn at flat black na sapatos na hindi nagpapakita ng senyales ng edad. Payat siya at tila may ngiti sa ilalim ng kanyang maskara.

Nawala ni Pepper ang kanyang pagiging introvert, inipon ang lahat ng kanyang lakas ng loob, at binuksan ang pinto. Sa masayang tingin nito na parang sinasabing "Maligayang pagdating sa kapitbahayan," napagtanto niyang hindi sila magkakasundo.

Nagpakilala siya bilang si Margaret Hatcher. "Hindi si Thatcher," sabi niya. "Tawagin mo akong Margie. Lahat naman ay ganoon. Nakatira ako mga kalahating milya ang layo mula sa kalsada at napansin kong papalayo na ang umaandar na trak. Nagbe-bake ako ng chocolate chip cookies ngayon at naisip kong baka puwede kang gumamit ng sugary energy booster."

Nakatayo si Pepper sa may pintuan, nakasara nang bahagya ang pinto, nang sa wakas ay naisip niya na bastos pala siya at wala siyang ibang magawa kundi papasokin ito. At nariyan pa ang chocolate chip cookie—malalaking puntos ang mga homemade chocolate chip cookies.

Medyo natisod si Pepper pero nagawa niyang sabihin, "Nahihiya ako sa sitwasyon dito, pero tumira kayo rito at hayaan niyong maghanap ako ng lugar kung saan kayo ligtas na makakaupo nang may wastong social distancing, at hayaan niyong hanapin ko ang isa sa mga bagong maskara ko. Sigurado akong mayroon ako nito kung saan."

"Huwag kang mag-alala," sabi niya. "Magdidistansya ako, at walang madali at maayos na paglipat. Tinatanggap namin ang mga boluntaryo ng Wagon na nakakakita ng lahat ng uri ng sakuna."

"Maligayang Pagdating sa Wagon?" tanong ni Pepper. "Hindi ko alam na mayroon pa pala ito." "Sa totoo lang, wala na pala—kahit papaano hindi rito sa pormal na paraan," paliwanag ni Margie. "Pero ilan sa amin sa isang book club ay sinisikap na gawin ang aming makakaya para matulungan ang mga bagong dating na maka-adjust sa Carterville at maramdaman ang pagtanggap dito. Ito ang tamang gawin, at nakakakilala kami ng ilang kawili-wiling tao sa ganitong paraan. Sasamahan ka ba ng pamilya mo ngayon?"

"Pasensya na po sa aking sinabi na wala akong pamilya," paliwanag ni Pepper. "Namatay ang aking asawa noong nakaraang taon, at wala kaming mga anak. Kaya, bukod sa isang nakababatang kapatid na babae, ako na lang ang nag-iisa."

"Pasensya na talaga. Hindi ko sinasadyang magbukas ng sugat," taos-puso niyang sabi. "Natural lang ang tanong mo—at walang nangyaring masama."

"Salamat," sabi ni Margie. "Kung ayos lang sa iyo ang isa pang mapanganib na tanong, ano ang nagdala sa iyo rito?"

"Hindi ko dapat aminin ito, pero sa totoo lang, nakaupo lang ako rito at iniisip iyon," naisip ni Pepper. "Ano ang ginagawa ko rito? Ang malinaw na sagot ay lumaki ako rito sa bukid na ito hanggang sa ako ay nag-aral sa kolehiyo. Kahit hindi na ako bumalik, maliban sa mga bakasyon, naging akin ito nang pumanaw ang mga magulang ko. Ayaw ito ng kapatid ko, at handa akong kunin ang bukid bilang bahagi ko sa ari-arian. Noong panahong iyon, ang pamilyang Yoder ay nagsasaka rito, at nang pumanaw ang mga magulang ko, lumipat ang mga Yoder sa bahay. Hindi nila kayang bilhin ang bukid, at ayaw kong ibenta ito mula sa ilalim nila, kahit na sinabihan ako na ang 150 ektarya ay hindi sapat ang laki para magtrabaho sa pananalapi. Sila ay mabubuti at masisipag na mga tao na itinuring ito na parang kanila. Hindi ako kumikita nang malaki sa kasunduan, pero hindi ko naman kailangan nang marami."

"Hindi ko masyadong kilala ang mga Yoder," sabi ni Margie, "pero mukhang mababait naman sila."

"Oo nga," sabi ni Pepper. "Nagpasya silang magretiro sa pagsasaka noong bandang katapusan ng 2018. Si Jack Davis, na nag-aral kasama ang aking kapatid na babae at mas bata sa akin, ay tumawag at sinabing gusto niyang paupahan ang lupa at kamalig para maging bahagi ng kanyang mga operasyon sa pagsasaka, ngunit hindi siya interesado na bumili. Kaya, habang patapos na ang aking trabaho sa aking law firm sa DC kasunod ng pagkamatay ng aking asawa at ang dislokasyon na dulot ng

COVID-19 virus, tila ang pag-uwi ay maaaring maging isang maganda at panibagong simula para sa natitirang bahagi ng aking buhay." Tumigil siya, tumingin sa bintana patungo sa mga bundok ngunit hindi talaga nakatuon sa anumang bagay, at pagkatapos ay nagkomento sa kanyang sarili at kay Margie, "Susmaryosep. Pasensya na kung nabibigatan ka sa aking kasaysayan ng buhay. Kailangan kong bantayan iyon."

"Ayos lang 'yan. Ako ang nagtanong," sagot niya.

"Sige, Margie. Patas lang ang pagbabago," sabi ni Pepper. "Ikaw, ano naman ang kwento mo? Taga-rito ka ba?"

"Oo at hindi," sabi niya. "Nag-aral ako sa James Madison University, mga apatnapung milya sa timog ng lugar na ito. Noon ay nakikipag-date ako sa magiging asawa ko, at pareho kaming nag-aaral ng edukasyon sa Madison. Taga-Carterville siya, at taga-Suburb ako ng Philadelphia. Pareho kaming student-teach dito sa bayan at nauwi sa mga alok sa lugar na hindi magandang merkado para sa mga guro. Pagkatapos naming magtapos, nagpakasal kami at lumipat dito. Isa siyang guro at coach ng basketball. Nag-coach siya ng junior high, pagkatapos ay freshmen, at kalaunan ay sa varsity basketball team ng mga lalaki. Nagturo ako ng English sa high school at naging assistant principal sa high school." "May anak ba?" tanong ni Pepper.

"Hindi," sagot niya. "Siguro masyado kaming nalantad sa mga bata sa paaralan, kaya hindi kami nagkaroon ng sarili naming anak. Pumanaw ang asawa ko sa isang aksidente sa sasakyan ilang taon na ang nakalilipas, pero wala akong lakas ng loob na lumipat. Isa pa, sa mabuti man o masama, halos kilala namin ang lahat ng tao sa mga lugar na ito, at nandito lahat ang mga kaibigan ko at ang mga imprastraktura ng suporta. Sa ganoong diwa, taga-rito na ako ngayon." "Pasensya na," sabi ni Pepper. "Ako na ngayon ang nag-aalis ng mga langib." "Huwag kang mag-alala," sabi niya. "May mga peklat ako pero walang bukas na sugat. Balik tayo. Kailangan mo ba ng tulong dito? Paano mo planong mag-ayos ng gamit at manirahan nang mag-isa? Masaya akong pumunta rito na naka-maong bukas at tutulong."

"Naiintindihan mo na ang problema," sagot niya. "Wala akong ideya kung paano ko aayusin ang mga gamit ko. Ang iniisip ko ngayon ay hahanapin at aayusin ko muna ang pinakamababang kailangan ko at saka ko ipagpapaliban ang iba para makita kung paano gagana ang paglipat na ito para sa akin. Walang masama, pero maaaring malaking pagkakamali ang paglipat ko rito. Hindi ko alam at hindi ko pa malalaman sa loob ng ilang panahon. Sa anumang kaso, salamat, pero sa tingin ko kaya ko na ang mga pangunahing kailangan."

"Sige." Ngumiti siya. "Naiintindihan ko. Pero tawagin mo ako kung may maitutulong ang mga bagong kapitbahay mo. Nasa baba lang ako ng kalsada mga kalahating milya papuntang bayan."

"May ilang bagay kang maitutulong," sabi ni Pepper. "Maaari akong humingi ng ilang rekomendasyon. Walang partikular na pagkakasunod-sunod, kailangan kong magpagupit, magpa-dry cleaning, at maghanap ng isang impormal na kainan na bukas para sa indoor dining at hindi sa isang fast-food restaurant."

"Madali lang naman 'yan," natatawang sabi niya. "Ang dry cleaner ay nasa gilid ng bayan sa kaliwa. Tungkol naman sa gupit, gusto mo ba ng stylist o barber?"

"Barber."

"Kung gayon, subukan mo ang Georgie's sa plasa sa bayan," sabi niya. "Magugustuhan mo ito o hindi."

"OMG, ito ba ang parehong Georgie's na nagnenegosyo noong umalis ako ng bahay para mag-kolehiyo?"

"Pareho," nakangiting sabi ni Margie. "At mayroong isang magandang kainan sa maliit na bayan na tinatawag na Helen's Place sa tapat ng kalye mula sa Georgie's malapit sa korte ng county sa gitna ng bayan."

"Wow. Ito ay magiging isang seryosong pagbabalik-tanaw sa mga alaala."

"Wow," tugon ni Margie, "muntik mo na silang hindi maalala. Sila ay maliliit na negosyo na isinara nang mahigit tatlong buwan noong nakaraang taon dahil sa pandemya ng COVID-19. Nanatiling mabagal ang mga bagay-bagay kahit na matapos lumuwag ang lockdown, at sa palagay ko ay hanggang ngayon ay ganoon pa rin. Hindi ako sigurado kung alin sa maliliit na negosyo ang makakaligtas sa pangmatagalan. Matagal nang mahirap ang mga bagay-bagay."

"Mahirap talaga ang mga panahong ito," sabi ni Pepper. "Alam ng langit kung kailan tayo babalik sa normal, kahit ano pa man iyon."

"Sige, good luck sa pagdedesisyon kung ano ang gagawin mo," sabi ni Margie habang tumatayo at patungo sa pinto, "at ipaalam mo sa akin kung may maitutulong ako. Nasa card na ito ang numero ko."

Habang papalapit si Margie sa pinto, sumigaw si Salt: "Uy, nakalimutan kong magtanong kung may kakilala kang may murang bayad para sa pagtatapon ng mga sikretong dokumento." Natigilan si Margie sa kanyang ginagawa, at saka niya napagtanto na nagbibiro lang pala si Salt. Pareho silang nagtawanan. Naisip ni Salt na laging mabuti na malaman kung may sense of humor ang iyong kapitbahay.

Pagkaalis ni Margie, bumalik si Pepper sa kanyang pagmumuni-muni at pagkolekta ng mga kahon. Napagpasyahan niya na ang unang araw sa isang bagong lugar ay palaging magiging miserable. Sa malapit na hinaharap, kailangan niyang pumunta kay Georgie para tingnan kung maaari siyang magpagupit, hindi dahil plano niyang dumalo sa Inagurasyon o anumang katulad nito.

KABANATA 4

Pagbalik sa Tahanan ni Georgie 35

Enero 4, 2021

Pagkatapos umalis ni Margie, naramdaman ni Pepper na wala siyang ibang ginawa kundi mag-ayos ng sarili. Napagpasyahan niyang mag-ahit at maligo. Habang nag-aahit sa harap ng salamin, sinuri niya ang kanyang 6'1" na pangangatawan. Tumaba siya simula nang mamatay ang kanyang asawa at nakaraos sa sobrang junk food. Mukhang maayos pa rin ang kanyang pangangatawan. Gayunpaman, hindi siya regular na nag-eehersisyo. Kailangan niyang itama iyon bago pa man maging magulo ang sitwasyon. Ang kanyang maitim na buhok, na may bahid ng pagputi-puti habang lumilipas ang mga buwan, ay nagiging magulo ayon sa kanyang pamantayan. At habang humahaba ang kanyang buhok, lalong lumalabas ang pagputi-puti nito.

May coverage pa rin ang cellphone ni Pepper, kaya hinanap niya ang numero ni Georgie at tumawag para malaman kung makakakuha siya ng appointment para sa pagpapagupit. Si Georgie mismo ang sumagot sa telepono. Malamang may caller ID si Georgie, at tumatawag si Pepper gamit ang cellphone niya, na may 202 (DC) area code. Bago pa man makapagsalita si Pepper, sumigaw na si Georgie sa telepono: "Uy, babe, walang tumatawag sa akin mula sa 202 area code. Hindi ako interesado sa survey mo; wala akong bibilhin, hindi ko kailangan ng car warranty o health insurance, at wala akong dini-donate kahit kanino. Huwag ka nang tumawag ulit."

Muntik nang sumigaw si Pepper sa telepono niya nang ibaba ni Georgie ang telepono, "Uy, gusto ko lang magpagupit." Pakiramdam ni Pepper ay narinig siya ni Georgie, pero mukhang nasobrahan siya sa momentum kaya ibinaba niya nang malakas ang telepono kaya hindi siya nakapagpigil. Kaya tumawag ulit si Pepper.

Muntik nang sumigaw si Pepper sa telepono niya nang ibaba ni Georgie ang telepono, "Uy, gusto ko lang magpagupit." Pakiramdam ni Pepper ay narinig siya ni Georgie, pero mukhang nasobrahan siya sa momentum kaya ibinaba niya nang malakas ang telepono kaya hindi siya nakapagpigil. Kaya tumawag ulit si Pepper.

"Pasensya na," sabi ni Pepper. "Bago lang ako sa bayan at hindi ko alam ang mga patakaran."

"Naku, mga baguhan," reklamo ni Georgie. "Dahil bago pa lang kayo, ibibigay ko sa inyo ang numerong dalawampu't siyam kung gusto niyong magpagupit ngayon. Sa tantiya ko, aabot sa dalawang oras ang bilang na iyan sa pagtatapos ng araw. Kumusta? Huwag kayong magpahuli. Ano ang pangalan ninyo?"

"Ang pangalan ko ay Pepper."

"Iyan ang una o huling pangalan ninyo?" tanong ni Georgie. "Ah, sige," patuloy niya, "hindi mahalaga. Ang mga sili lang na meron tayo rito ay itinatanim sa mga hardin. Sasama ba kayo o hindi?"

"Magkikita tayo muli. Salamat," tugon ni Pepper.

Naglakad-lakad sandali si Pepper at saka sumakay sa kanyang medyo luma nang Volvo para magmaneho papunta sa bayan. Habang nagmamaneho, nadaanan niya ang isang karatula na may palaso na nakaturo diretso sa "makasaysayang lugar." Ang Carterville ay isang maliit na bayan at kabisera ng county na may kakaibang downtown na kinabibilangan ng maraming dalawang-palapag na gusaling ladrilyo na itinayo bago ang Ikalawang Digmaang Pandaigdig, mga bangketa na ladrilyo, isang tunay na plasa ng bayan na may paradahan, mga puno, at ang prototipikal na korte, at maraming tindahan na dating may mga bintana na nagbibigay ng tanawin sa dating mataong mga tindahan. Nakalulungkot, hindi na sila gaanong mataong ngayon.

Madilim na sa labas nang pumasok si Pepper sa barbershop. Sa dingding ay may tatlong set ng kawit na may mga numero, iba't ibang kulay para sa bawat barber chair. Hindi gaanong nagbago sa barbershop ni Georgie simula nang magpagupit si Pepper papuntang kolehiyo. Mayroon pa ring pula, puti, at asul na barber pole sa labas. Sa loob, ang kisame na gawa sa yero ay naninilaw pa rin mula noong mga panahong naninigarilyo ang mga parokyano. Ang sahig na linoleum, mga castiron barber chair, malalaking strap na katad na ginagamit sa paghahasa ng mga pang-ahit na nakasabit sa gilid ng mga barber chair, mga shave cream dispenser, at mga towel heater ay pawang walang nakikitang pagbabago. Ang shop ay mas malaki kaysa sa kailangan para sa tatlong barber, at maraming upuan, ngunit marami sa mga ito ay nakasalansan sa isang sulok para sa social distancing. Makikita ang iba't ibang lumang pahayagan at magasin, at maraming kwentuhan. Malapit na ang Araw ng Inagurasyon.

Isang bagong tampok ay ang malaking smart TV na nakasabit sa dingding, na nakatutok sa Fox News; ang isa pa ay ang mga maskara ng mga barbero. Hindi gaanong pare-pareho ang paggamit ng mga maskara ng mga customer, ngunit isinuot ni Pepper ang sa kanya.

Ang pinakamalaking pagkakaiba sa tindahan ay ang mismong mga barbero. Si Georgie ay si Georgie, na tinutukoy ng maraming kostumer bilang "matandang puting lalaki." Ngunit sa halip na tatlong Caucasian, ang pangalawang barbero ay isang lalaking itim, at ang pangatlo ay isang babaeng kayumanggi ang balat. Iba-iba ang mga kostumer, bagama't karamihan, tulad ni Georgie, ay mga matandang puting lalaki. Tila lahat ng tao sa tindahan ay tinatrato nang may pantay na kabaitan at kawalang-galang pagdating sa mga reaksyon sa kanilang mga review tungkol sa halalan—o anumang bagay. Ngunit tila iniiwasan din ng kwentuhan ang mga pinakakontrobersyal na isyu. Sa ganitong diwa, medyo katulad ito ng diskusyon noong Thanksgiving kung saan bumibisita ang mga tiyuhin, tiya, at pinsan, at iniiwasan ng lahat ang pag-uusap tungkol sa politika.

"Ikaw siguro ang numero bente nuwebe," sabi ni Georgie kay Pepper. "Maupo ka."

Mukhang nagpagupit na ang ilan sa mga parokyano, pero nanatili pa rin sila, gaya ng ipinaliwanag ni Georgie kalaunan, "para magpaputok ng baril." Karamihan sa kanila ay magkakilala, at karamihan ay may mga opinyon tungkol sa halalan at kung ano ang magiging talumpati ng Pangulo. Ang "Blah, blah, blah" ang nakakuha ng pinakamaraming boto. Matalino si Pepper para hindi maging aktibong kalahok sa biruan. Dahil doon ay nakaiwas siyang maging target. Bukod pa riyan, malalaman din ng mga tao sa barberya na taga-DC siya at isa ring abogado.

Pagkatapos makaupo ni Pepper, inikot ni Georgie ang barber chair, para makita ni Pepper ang sarili sa malaking salamin. Hindi na siya bumabata. Bukod sa ubanin niyang buhok, may mga linya rin sa mukha niya at medyo mapula-pula ang kutis. Kasama ng lahat ng nangyayari sa buhay niya, medyo namangha si Pepper sa hitsura niya. Hindi lang niya iniisip na matanda na siya. Siguro dahil sa ilaw sa barbershop. Pero may kalkulasyon pa.

Pinutol ni Georgie ang pag-iisip na ito sa pamamagitan ng pagtatanong, "Ano ang pangalan mo, numero dalawampu't siyam?" "Pepper," sabi niya.

"Iyan ang una o huling pangalan mo?" "Apelyido."

"Anong pangalan ang ginagamit mo?" "Hmm. Mahabang kwento."

"Ayos lang," sabi ni Georgie. "Tatawagin na lang kitang Pepper."

"Sige—subukan kong ibigay sa iyo ang maikling bersyon," alok ni Pepper. "Ang tunay kong unang pangalan ay Staunton, siguro hango sa isang kamag-anak o sa maliit na bayan sa downstate kung saan ginaganap ang Shakespeare Festival. Pinaikli iyon sa Stan sa mga miyembro ng pamilya. Noong nasa high school ako, naaalala pa rin ng mga tao ang Beatles at sinimulan akong tawaging Sarge mula sa kantang 'Sergeant Pepper's Lonely Hearts Club Band.' Hindi iyon nagtagal, at naisip ng mga tao na ang Salt N. Pepper ay isang normal na progresiyon mula sa Staunton Pepper. Pagkatapos ay sinimulan nilang gamitin ang halatang pinaikling pangalan sa pamamagitan ng pagtawag sa akin na Salt. Kaya maraming tao sa pamilya ang tumatawag sa akin na Stan at ang iba na lubos na nakakakilala sa akin ay tinatawag akong Salt."

"Nakuha ko," sabi ni Georgie. "Sa susunod na pagpunta mo, pag-iisipan namin kung ano ang itatawag sa iyo. Ngayon, ikaw ang numero twenty-night. Bago ka ba sa bayan?"

"Oo at hindi," sagot ni Salt. "Lumaki ako at nanirahan dito hanggang sa ako ay nag-kolehiyo. Ginupitan mo ang buhok ko noong ako ay nasa hayskul. Tinawag ng mga tao rito ang aming bukid na Pepper Place. Matagal nang nanirahan doon ang mga Yoder, at ngayong retirado na ako, iniisip ko na ang paglipat pabalik dito."

"Nabalitaan naming may van na naglilipat doon," sabi ni Georgie. "Nagtataka ang mga tao kung ano ang nangyayari. Saan ka lilipat?

Nagiging seryoso na ito, at mahinahong sinabi ni Salt, "Washington, DC."

"Anak, ano ang ginagawa mo sa barberya ngayon?" tanong ni Georgie. "Bakit hindi ka naghahanda para sa isang demonstrasyon o isang inaugural party? Isa ka siguro sa mga matulis ang ulong miyembro ng Deep State. O bahagi ng tinatawag nating Trilateral Commission noon."

"Hindi," tugon ni Salt. "Ang katotohanan ay halos mas malala pa riyan. Sa nakalipas na limang taon, nagtrabaho ako sa isang law firm sa DC; bago iyon, nagtrabaho ako sa Treasury Department at State Department. Pero nakakalimutan ko na ang lahat ng iyon."

"Mabuti naman at maligayang pagbabalik," sabi ni Georgie. "Siguro kailangan ko lang malaman kung paano magpagupit nang matulis."

"Alam mo," sabi ni Salt, "nakakatuwa na hindi ko pa naririnig ang mga salitang Trilateral Commission simula noong high school. May tiyuhin ako na naghihinala na may ganoong bagay at palihim nilang pinapatakbo ang gobyerno ng US, kung hindi man ang mundo. Iyon ang dahilan kung bakit lagi siyang nagtatago ng ginto at pilak bilang bakod laban sa kung sino man. Laking gulat ko nang nalaman ko kalaunan na mayroong tinatawag na Trilateral Commission, na kinabibilangan ng ilang makapangyarihang tao. Ngayon, sa palagay ko ay tatawagin mo silang mga hedge fund manager, bilyonaryo, lider ng negosyo, retiradong pulitiko, mga taong namamahala ng malalaking political action committee, at iba pang matatalinong tao. Marami ang dumadalo sa World Economic Forum na ginaganap sa Davos, Switzerland, minsan sa isang taon o kaugnay ng mga pagpupulong ng Group of Seven o G-7; hindi marami ang nahalal. Hindi ako sigurado kung nakagawa sila ng anumang pinsala noong unang panahon. Hindi pa rin ako sigurado kung hindi sila isang positibong puwersa."

"Ayan na nga," sabi ni Georgie. "Mukhang halos tama ang tiyuhin mo." "Sa tingin mo ba talaga ay umiiral ito at may mga ginagawa?" tanong ni Pepper.

"Taya ka," sabi ni Georgie nang walang pag-aatubili. "Tingnan ko nga," sabi ni Georgie, "isang grupo ng mga oquf na sobrang mayaman, medyo kakaunti sa kanila ang nakukulong dahil kay Pangulong Pope, kontrolado nila ang mga negosyo tulad ng Russia na kumokontrol sa mga oligarkong iyon o kahit ano pa ang tawag mo sa kanila, hindi nila kayang masangkot sa droga, nakikipaglaro sila sa mga tao na parang mga poker chips, sulit na maging malapit sila sa mga Kongresista at miyembro ng administrasyon, at hindi talaga sila nag-iiski maliban na lang kung talagang sekswal. Yung mga 'yun?" "Pasensya na, medyo naantig ang loob ko."

"Bueno," sabi ni Georgie, "isa sa mga lalaking iyon ang tumawag sa radyo noong dekada 1950 at sinabihan ang lahat na dapat silang bumili ng ginto dahil paparating na ang implasyon at kailangan nila ng proteksyon. Tama siya tungkol diyan, at ang Tatay ko ay naglagay ng malaking bahagi ng kanyang pera sa ginto at pilak. Hindi iyon gaanong kalakihan, pero iyon lang ang mayroon siya. Gumana ito, talagang epektibo, sa loob ng mga 5 buwan. Pagkatapos ay inanunsyo ng taga-radyo na bumababa ang implasyon at dapat itapon ng lahat ang ginto at pilak. Siyempre, ang Tatay ko ay hindi isang broker, kaya kinailangan niyang pumila para matapos ang isang kalakalan. Malaking F . . . sorpresa. Napahamak ang mga maliliit na lalaki dahil lang sa kung kailan napunan ang kanilang mga order sa pagbebenta. Halos mawala lahat kay Tatay, muntik na naming mawala ang bahay, at halos magpakamatay na siya sa loob ng isang buwan. Oo, kinasusuklaman ko ang mga walanghiya na iyon, tulad ng mga bitcoin jerk na ito."

"Siya nga pala," patuloy ni Georgie habang umaayos ng upo, "Huwag kang mag-alala. Hindi ko aahitin ang likod ng buhok mo hangga't hindi ako kuntento."

Hindi sigurado si Salt kung sapat na ba itong babala, kaya tumingin siya sa paligid ng tindahan at nagpasyang subukang bawasan ang pagkiling ng mga tagalabas at magpakilala habang inaayos ni Georgie ang kanyang gunting at suklay. Tumayo siya at nagsimulang maglakad-lakad para makipag-usap, nang hindi nakikipagkamay, siyempre.

Ang unang tao ay nagpakilala bilang si Steve. "Dito ako nagsasaka," paliwanag niya. "Anong uri ng pagsasaka?" tanong ni Salt.

"Magandang tanong," sagot ni Steve. "Dati akong magsasaka ng butil at soybean. Pero bago pa man tayo niloko ni Pangulong Pope at gumamit ng mga taripa para salakayin ang Tsina. Labis na naapektuhan ang tiket pabalik mula sa Tsina. Nariyan din ang COVID-19 at ang kasalukuyang resesyon natin. Hindi ko alam kung ano ang itatanim ko ngayong tagsibol kung mayroon man. Magulo ang merkado ng butil. Pasensya na, pero nagtanong ka."

"Walang problema," sabi ni Salt. "Pasensya na sa gulo. Sa kabila ng sinabi ni Pangulong Pope, alam kong matagal nang nagtagal ang pagkagambala sa taripa. At napakasama ng resesyon."

"Tama ka nang 100 porsyento," sabi ni Steve. "Pagkatapos kong malaman ang tungkol sa mga taripa, kinailangan kong matutunan kung gaano kahirap baguhin ang tinatawag nilang supply chain, at pagkatapos ay sumiklab ang lahat kasabay ng pandemya at resesyon. Alam mo, may mga taong nagsasabing wala tayo sa resesyon; sinasabi kong kalokohan. Walang sinuman ang tatawag dito na normal. Siguro dapat kong gawin ang tila ginagawa ng iba rito at magtanim ng ubas at kumuha ng isa sa mga "pautang na ibinibigay ng gobyerno," ngunit hindi ako sigurado kung bumibili pa nga ba ng alak ang mga tao nitong mga araw. At mahirap matuwa sa pagbutas ng tapon para sa mga taga-lungsod at paghigop ng alak kasama nito buong araw. Walang masama, siyempre."

"Walang kinuha." Sunod na ipinakilala ni Salt ang sarili kay Roy. "Ano ang trabaho mo, Roy?"

"Ako ang namamahala sa tindahan ng damit panlalaki sa kalye na ito—ang tipikal mong maliit na negosyo na nagsisikap na mabuhay laban sa Target, Walmart, Internet, at sa resesyon."

"Masayang makilala ka," sabi ni Salt. "Pagkatapos kong makapag-unpack ng mga gamit, baka kailanganin kitang puntahan."

"Maganda iyon," alok ni Roy. "Aalagaan ka naming mabuti."

Sumunod ay si Warren, isa sa mga itim na parokyano. "Nagtatrabaho ako sa hardware store," paliwanag ni Warren. "Dahil nasa lumang tindahan ka ng Pepper, kakailanganin mo ang mayroon kami paminsan-minsan. Karamihan sa aming mga gamit ay gawa sa Amerika. Kung naghahanap ka ng serbisyo, subukan mo kami. Maaaring kailanganin mo ng tulong ng handyman, at maaari kaming magrekomenda ng ilan. Kailangan mong malaman kung sino ang mga tao rito. Dahil bumagsak ang negosyo noong nakaraang taon, lahat at ang kanyang kapatid ay sinasabing handyman. Ang ilan ay hindi marunong magpako nang diretso."

"Salamat," sabi ni Salt. "Sa palagay ko ay magiging regular na kostumer ako nang ilang panahon. At hindi ako ang pinakamahinang tao sa mundo. Sakit ng abogado iyan."

Sa wakas, naroon si Don. "Wala akong gaanong ginagawa simula nang magretiro ako," alok ni Don. "Umaasa lang ako na hindi tuluyang babagsak ang gobyerno at aalisin ang aking social security at Medicare."

"Nasa parehong sitwasyon tayo, Don," sabi ni Salt. "Dahil kareretiro ko lang at umaasa sa social security at Medicare, umaasa rin ako na mag-ingat ang gobyerno."

"At nga pala," boluntaryo ni Don, "Isa akong mangangaso, isang taong sakop ng Second Amendment, at isang miyembro ng National Rifle Association na may hawak ng card. Kung sakaling magtaka ka, at pumupunta ako sa DC paminsan-minsan para sa malalaking kaganapan."

"Mabuti naman at alam mo na. Salamat," sagot ni Salt. "Miyembro ng NRA ang tatay ko, at natatandaan ko pa noong nag-aaral ako rito, at walang pasok sa unang araw ng panahon ng pangangaso. Ginagawa pa rin ba nila iyon?"

"Hindi opisyal." Ngumiti si Don. "Hindi naman iyon tama sa politika, hindi ba? Pero kahit papaano bago ang COVID-19, nagkaroon kami ng trangkaso na tumatagal ng dalawampu't apat na oras dito sa ilang partikular na oras ng taon, kung naiintindihan mo ang ibig kong sabihin. Hindi ko alam kung ano ang gagawin namin ngayon. Sa palagay ko ang magandang balita ay hindi mo kailangang mag-alala tungkol sa pagiging anim na talampakan ang layo kapag naglalakad sa kakahuyan na nakasuot ng matingkad na orange na jacket." Habang paalis si Don, inabot niya kay Salt ang isang card na may pangalan at numero ng telepono niya. "Kung gusto mo ng alternatibong pananaw sa mga bagay-bagay dito, tawagan mo ako, at mag-kakape tayo."

"'Salamat,' sabi ni Salt, habang isinusulat ang kanyang numero ng mobile (at tanging numero lamang) sa isang kard para kay Don.

Nang mga oras na ito, malapit na mag-alas-5:45 ng hapon, at ang iba pang mga parokyano, na nakapagpagupit na at nalaman ang tungkol kay Salt, ay nagsimulang umalis. Gayundin ang iba pang mga barbero.

Pagkalabas ni Don ng pinto, kinuha niya ang isang itinapong cellphone mula sa bulsa ng kanyang dyaket at nag-dial. Nang sumagot ang kabilang panig, sinabi ni Don, "Mukhang may isang retiradong pederal na lilipat sa bahay ng pamilyang Yoder. Mukhang sibilyan siya at nasa State Department. Mayroon siyang law degree ngunit tila hindi siya FBI o Justice Department. Naisip kong baka gusto mong malaman."

Simpleng sabi ng nasa kabilang linya ng tawag, "Salamat. Parang hindi naman nakakapinsala, pero sabihin mo lang sa akin kung may natutunan kang interesante. At itapon mo na itong telepono." Pagkatapos ay wala nang narinig si Don kundi ang dial tone.

Bumalik si Salt sa barber chair; sina Salt at Georgie na lang ang natira sa barber shop. Sa mga tahimik na sandaling ito, nagtanong si Salt, "Georgie, magandang lugar ito para magpagupit, pero malinaw na maaga ang mga tao at nagtatambay bago at pagkatapos magpagupit. Bakit mo tinitiis 'yan?"

"Bahagi ito ng kung sino tayo. Karamihan sa mga taong tumatambay dito ay nagtatrabaho sa bayan o retirado na, medyo retirado na, o walang trabaho; may oras sila, hindi sila kabilang sa mga book club, limitado lang ang mga balita sa cable na maaari mong matanggap, at maganda ang interaksyon ng tao. Hindi mo iyon nakita ngayon, pero mahilig silang makipagtalo. Gusto rin nilang magpaahit at magpa-hot towel. Marami sa mga taong ito ay sadyang nalulungkot. At ang ilan ay desperado. Desperado ka na; dapat ay nandito ka noong nakaraang tag-araw nang maging malinaw na ang COVID-19 ay tatagal nang mas matagal at mas malakas kaysa sa inaasahan. Naku. Ang tindahan na ito ay nakatayo lang, at kinailangan kong kumuha ng ilang IOU para sa gupit. Nakakalungkot talaga—ganyan pa rin sa maraming kaso."

"Gayunpaman, malugod kayong tinatanggap na tumambay hangga't kaya kong tumayo sa aking masakit na mga paa. At alam nila ang mga patakaran—ang pinakamahahabang umaalis dito kapag puno na ang mga upuan at may dumating na bagong kostumer."

Pagkatapos ay nagtanong si Salt, "Gaano na kalala ang COVID-19 dito? Marami ba ang nagkaroon nito?"

"Sa tingin ko ay wala pang isang daan ang nagkaroon nito noong nakaraang taon at naospital," tugon ni Georgie. "Hindi nila nakuha nang tama ang pagsusuri, kaya walang nakakaalam nang sigurado. Mga labinlima ang namatay dahil dito. Karamihan ay mga matatanda o mga taong may ibang kondisyon. Ngunit ang virus na iyon ay nananatili na parang aso na may paboritong buto, at nasa hangin pa rin ito rito, at patuloy pa rin ang mga tao na nagkakasakit nito. Nakakalungkot ang panganib sa kalusugan. Nagpapasalamat ako sa Diyos para sa bakuna. Iba-iba ang pananaw ng iba.

"Alam mo, napakasama ng sakit, pero ang lockdown na kinailangan ng mga tao ay talagang nakakalungkot din, at nabubuhay pa rin tayo na may mga limitasyon sa kung ano ang dapat nating gawin. Dahil sa pagsasara o pagbabawas ng mga negosyo, marami ang tuluyang nagising sa katotohanan na maraming trabaho ang tuluyang nawala. Alam mo, nawalan tayo ng maraming tindahan dito sa downtown area. Maswerte ako. Nawalan ako ng maraming negosyo, pero sa isang punto, karamihan sa mga tao ay nagpapasya na kailangan nilang magpagupit."

Sinimulan na ni Georgie ang paggupit sa buhok ni Salt, ngunit nagpasya si Salt na subukan ang kanyang swerte. "Wala akong pakialam, pero marami ka bang babaeng kliyente?"

"Wala," sabi ni Georgie, "pero ang ibang mga barbero ay mayroon. Kung naghahanap ka ng magandang gupit at hindi dalawang daang dolyar na halaga ng kulay at marangyang estilo, magandang lugar ito para sa isang babae. Wala kang nakitang babae rito ngayong hapon dahil madalas silang pumapasok nang mas maaga at ayaw nila ng mga pagmumura na nangyayari pagkatapos. Ngayon, paano mo gustong gupitin ang iyong buhok?" "Katamtaman, siguro," sagot ni Salt.

"Oo nga, mukha kang tipo ng lalaking katamtaman lang ang laki ng ulo," natatawang sabi ni Georgie.

"Isa pang tanong?" tanong ni Salt.

"Sige, isa pa," sagot ni Georgie. "Ano'ng meron sa karatulang Hair-i-Care sa likod mo?"

Tumawa si Georgie at inabot kay Salt ang isang piraso ng papel na may nakasulat sa itaas, "Hair-i-Care Application." Tumayo si Georgie sa kanyang soapbox: "Lahat ng usapan tungkol sa green new deal at Medicare for all at pagpapatawad ng mga pautang sa kolehiyo, at wala, at wala akong ibig sabihin, tungkol sa pagkontrol o pagsubsidyo sa gastos ng mga gupit. Kaya, nagtayo kami ng sarili naming 10 porsyentong diskwento. Pero kailangan mong mag-apply at maging kwalipikado."

Nagtuon si Salt sa iba pang mga patakaran sa bahay pagkatapos ay tahimik na tumawa, pagkatapos ay tinanong ang iba pang mga patakaran at kung sino ang magpapasya kung sino ang kwalipikado para sa diskwento..

"Well," sabi ni Georgie, "Kumokonsulta ako sa ibang mga barbero, at sila ang botohan, pero ako ang gumagawa ng mga desisyon kung naiintindihan mo ang ibig kong sabihin."

"Nakuha ko," tugon ni Salt, "isa itong aristokrasya. Pero paano ang tanong bilang pito? Totoo ba iyan?"

"Oo naman," sabi ni Georgie, habang tumatawa. "Iyan ang tanong tungkol sa polygraph."

"Ha?"

"Buweno, ang ating mga customer ay araw-araw na humahaba ang ngipin at umiikli ang panunaw, kung naiintindihan mo ang ibig kong sabihin. Sinumang sumagot ng oo sa tanong na iyan ay sinungaling at hindi makakakuha ng diskwento."

"Sige." Tumawa si Salt. "Pero paano ang numero uno? Parang may bahid ng affirmative action."

"Siguro," sabi ni Georgie. "Wala tayong sapat na oras ngayong gabi para pag-usapan iyan. Tandaan mo lang na ito ay isang kaso kung saan ginawa ng isang tao ang sa tingin nila ay tama sa pangkalahatan at para sa kanilang negosyo, nang walang anumang pagtutulak o pagtulak mula sa gobyerno."

Dahil papalapit na sila sa paksa, nagtanong si Salt, "Kumusta na ang kilusan para sa Black Lives Matter?"

Nag-isip si Georgie nang ilang sandali at sumagot, "Ang dami mong tanong, tapos ngayon ay nakikialam ka na sa mga mapang-akit na bagay. Ang totoo, hindi gaanong nagagamit ang kilusan para sa Black Lives Matter dito. May ilang banayad na demonstrasyon kasunod ng pagpatay kay George Floyd sa Minnesota pero walang karahasan. Wala naman tayong mga estatwa na maaaring gibain, kahit pa gustong gawin iyon ng maraming tao. Maliit lang ang bayan na ito kaya hindi nagkikita-kita ang malalaking tao. Walang naniniwala sa karahasan o kaguluhan, pero maraming tao—lahat ng uri—ang nagsisimula nang makaintindi na may mali sa relasyon natin sa lahi. Karamihan ay hindi lang masyadong pinag-uusapan ito kapag may mga estranghero o mga taong hindi nakakaintindi. Sa susunod na pumunta ka rito, tanungin mo si Homer tungkol dito. Iyon ang karatula niya tungkol sa Black Lives Matter doon sa sulok. Pumunta siya sa ilang demonstrasyon."

"Hmm," bulong ni Salt. "Siguro isa itong kontrobersyal na karagdagan sa barbershop."

"Hindi naman talaga," sabi ni Georgie. "Hindi lang basta itim si Homer; siya si Homer. Isang tao. Kilala siya ng mga tao bilang isang tao at gusto nila siya, kahit na hindi sila sumasang-ayon sa kanya tungkol sa mga bagay tulad ng kalupitan ng pulisya. Mas madaling maginhawa ang pakiramdam kapag alam na ang alam kaysa sa hindi alam. Hindi ba't isang Kalihim ng Depensa ang dating nagsasalita tungkol sa mga alam na alam, mga alam na hindi alam, at iba pa? Isa pa, maganda ang gupit ni Homer."

Nagpasya si Salt na manahimik na lang at inamnam ang mainit na tuwalya sa kanyang mukha pagkatapos gupitin ni Georgie. Ang karunungan ay matatagpuan sa mga kakaibang lugar. Mabuti na lang na maalala iyon.

KABANATA 5

Pagtatatatag sa Gitna ng Gumugulong na Alon

Enero 5-6, 2021

Kinabukasan, Enero 5, mas maganda ang simula—kahit papaano ay naisip iyon ni Salt. Parang mas mainit sa labas. Humina ang hamog, at nakita ni Salt ang mga bundok. Bakit tinawag silang Blue Ridge? naisip niya. Medyo asul ang mga ito kapag tinamaan ng sikat ng araw—o niloloko lang niya ang sarili niya? Nabasa niya sa kung saan na naapektuhan ng kemistri ng lupa ang mga dahon ng puno. Pero karamihan sa mga dahon ay wala na. Buweno, hindi ang isyu ngayon. Ang mga bundok ay tahimik, nakakarelaks, at marilag sa kanilang sarili, at iyon ay malugod na tinatanggap. Para mas maging maganda ang mga bagay-bagay, sumikat ang araw. Hindi umuulan. Hindi ito ang Rocky Mountains kung titingnan mula sa Denver o Boulder, pero napakaganda nito.

Ilan lang sa chocolate chip cookies ni Margie ang natira. Ang cookies lang ang nakita niyang almusal (pero sa totoo lang, hindi na siya masyadong naghanap pagkatapos mahanap ang cookies), kaya kumain siya ng ilan kasama ang dalawang tasa ng kape. Kaya lang, may mga kahon pa rin, at inatake niya ang mga ito.

Pagsapit ng katapusan ng araw noong Enero 5, na-unpack na ni Salt ang mga late Christmas card at naipadala na sa piling mga miyembro ng pamilya. Talaga bang nagpapadala pa rin ng mga card ang mga tao, naisip niya, pero sigurado siyang hindi siya magpapadala ng mga email. Isa pa, wala pa siyang internet service. Nagawa na niya ang mandatory na pagbisita ng pamilya sa Pasko. Marami siyang utang na loob sa mga taong iyon, isang holiday card at pasasalamat, kaya para sa ilan, parang isang malaking hamon ito. Hindi naman siya masyadong nag-aalala, pero parang mahirap na trabaho na wala si Meredith sa tabi niya para ipaalala sa kanya kung sino si "Uncle Bob". Hindi magaling si Salt sa mga pangalan; ganoon din sa mga maliliit na kwentuhan. Mahirap ang mga pagpupulong ng pamilya. Mahilig siyang magkwento at hindi magaling sa pag-alala ng mga birong narinig niya. Hindi siya nagluluto, kaya isa siya sa tatlong itinalagang dishwasher. Kahit na ganoon, hindi naman masama dahil napunta siya malapit sa refrigerator sa kusina, kung saan paminsan-minsan ay maaari siyang kumuha ng isang baso ng eggnog at sumulyap sa laro ng football sa TV.

Nanirahan si Salt sa Distrito ng Columbia sa buong buhay niya bilang adulto pagkatapos ng abogasya, ngunit hindi siya aktibo sa politika ng partido. Iniwasan niya ang anumang bagay na mukhang, parang, o may lasang partisanship. Naligtas siya sa pamamagitan ng pagiging neutral at mahusay sa kanyang ginagawa. Naglingkod siya sa ilalim ng limang pangulo, at habang tinatapos niya ang kanyang karera sa gobyerno sa Kagawaran ng Estado, naging isang dalubhasa siya sa lahat ng uri ng trabaho, humahawak ng mahihirap na isyu sa likuran at bumuo ng mga mapagkakatiwalaang relasyon. Nakipagtulungan siya sa mga mas partisan na kalahok sa Estados Unidos at mga pangunahing diplomat sa ibang bansa. Hinanap siya ng mga tao hindi para sa pabor kundi para sa pananaw at paghatol. Hindi siya isang taong gustong marinig ang kanyang sarili na nagsasalita. Ngunit kapag nagsasalita siya, nakikinig ang mga tao—kahit papaano paminsan-minsan.

Likas kay Salt ang pagiging katamtaman sa istilo at pag-iisip, isang taong komportable sa kalabuan ng pagiging nasa gitna kahit na mapilitan kang mag-isip. Siya ay alinman sa isang katamtamang Republikano o isang katamtamang Demokrata; walang nakakaalam. Bumoto siya sa pinakahuling (halalan sa 2020) at para sa bagong pangulo. Iyon ang unang pagkakataon na bumoto siya sa napakatagal na panahon. Nanatili siyang neutral habang nasa law firm. Ngunit hindi niya itinuring ang pinakahuling halalan bilang isang mahigpit na desisyon; ito ay mas maituturing na isang emergency response.

Dumaan siya sa isang malaking pagbabago nang umalis siya sa Gobyerno at sumali sa law firm limang taon na ang nakalilipas. Muli siyang itinuring na isang tagakita, ngunit kinailangan niyang matutong maging mabilis tumugon sa mga kliyente—at maging sa paggawa ng ilang "marketing." Noong unang taon niya sa Gobyerno, pinagbawalan siyang direktang mag-lobby, at iyon ang naglagay ng hadlang sa kanyang istilo. Hinanap siya sa lahat ng bagay na may kinalaman sa internasyonal, inimbitahan na sumali sa isang lupon ng kumpanya (tumigil siya, sinabing mas gusto niyang kumatawan sa kanila, at ginawa niya iyon), at naging katamtamang matagumpay sa paglipas ng panahon. Ngunit siya ay isang introvert, hindi kailanman marunong magbenta, at sa panimula ay nanatiling isang policy wonk.

Tulad ng maraming law firm, ang firm ni Salt ay nagdusa noong 2020 dahil sa mas malala na resesyon pagkatapos ng COVID-19. May mga pagbawas. Kakatwa, ang mga pagsisikap na makabalik sa inaasahang normal sa taglagas ng 2020 ay hindi eksaktong tumungo sa isang pamilyar na normal.

Ang virus ay hindi nawawala, at noong taglagas ng 2021, nagtatrabaho pa rin sila sa mga bakuna, na may ilan na pinoproseso at walang ganap na naaprubahan at malawakang ibinibigay.

Nagpasya si Salt—malamang na nagkamali—matapos mamatay ang kanyang asawang si Meredith, na kailangan niyang magpatuloy at malugod na aalis sa law firm patungo sa pagreretiro sa katapusan ng taon. Paminsan-minsan ay iniisip niya kung, sa kabila ng pagkamatay ni Meredith, hihilingin ba sa kanya na magretiro kahit na hindi niya ito planong gawin. Ngunit hindi niya kailangang alamin. Marahil ay ayos lang din.

Habang nagpapalipat-lipat si Salt sa mga channel ng balita nang gabing iyon, interesado siya sa iba't iba at hindi pare-parehong mga pananaw sa sasabihin ng bagong Pangulo sa kanyang talumpati sa inagurasyon. Dahil alam niyang mahalaga ang mga salita ng Pangulo, ngunit kung minsan ay nangingibabaw ang persepsyong iyon kaysa sa katotohanan, nagbigay-pansin siya sa malawak na saklaw ng mga komentarista.

KABANATA 6

Enero 6

Enero 6, 2021

Kinabukasan ng umaga, Enero 6, natapos ni Salt ang pag-uuri ng mga kahon ayon sa sahig—na nangangahulugan ng pagdadala ng lahat ng uri ng kargamento paakyat sa isang luma at langitngit na hagdanan na may sinaunang wallpaper sa mga dingding at kisame.

Sa katunayan, sa kanyang pagsisikap, napansin ni Salt na tila maraming wallpaper sa buong bahay. Luma na ito at halos may iba't ibang kulay berde—sa madaling salita, pangit. Napagpasyahan ni Salt na ang pag-alis ng wallpaper at pag-aayos ng mga problema sa plaster na halos tiyak na matutuklasan kung aalisin ang wallpaper ay isang malaking pamumuhunan. Gayundin ang mga tubo. Hindi niya maisip ang tungkol dito.

Pagkalipas ng ilang sandali ng tanghali, nasiyahan na si Salt. Nang mapagtanto niya na hindi pa gaanong nakapag-empake ang mga nag-iimpake ng kanyang pagkain, nagmaneho si Salt papunta sa bayan at huminto sa drive-in sa unang fast-food joint na napuntahan niya. Umorder siya ng masarap na cheeseburger at fries at binuksan ang radyo sa kotse.

Ang plano ni Salt ay umuwi at gugulin ang hapon sa panonood ng isang lumang pelikulang cowboy sa isang cable channel na hindi niya alam na umiiral. Mahilig siya sa mga pelikulang cowboy. Hindi ka nila pinipilit na mag-isip; ang mabubuting tao ay nakasuot ng puting sombrero at palaging nananalo at nakukuha ang babae, at ang mga kontrabida ay nakasuot ng maitim na sombrero at palaging natatalo. Ang mga pelikulang cowboy ay hindi masyadong politically correct, lalo na sa mga isyu ng kasarian at mga Katutubong Amerikano, ngunit higit pa iyon sa kayang ayusin ni Salt nang hapong iyon. Mahirap isipin ang pag-alis ng mga pelikulang cowboy sa kanyang buhay. Sapat na ang ginawa niya noon sa nakaraang taon.

Habang pauwi siya dala ang kanyang cheeseburger, binuksan ni Salt ang radyo. Batay sa mga ibinabalita ng radyo, nagmamadali siyang umuwi, binuksan ang kanyang mini TV, at nanood ng mga nagbabagang balita.

Habang nakatuon ang Salt sa kakila-kilabot na tanawin na sumasakop sa mga kalsada at gitnang lugar sa pagitan ng Pennsylvania at Constitution Avenues patungo sa Capitol, naging totoo ang tanong kung gaano kalayo ang gagawin ng ating mga mamamayan bilang tugon sa isang pekeng panawagan para sa aksyon. Pagkatapos ng kick-off rally sa Ellipse sa harap ng White House, na hinimok ni Pangulong Pope, isang grupo ng libu-libo ang naging galit na grupo na sumalakay sa Capitol complex sa Washington, DC, at pulisya. Sa hindi malamang dahilan, hindi talaga nakarating si Pangulong Pope sa Capitol, ngunit alam ng mga miyembro ng karamihan kung ano ang mangyayari. Ito ay naging isang masungit at mapanganib na pangit na karamihan, at sa kabila ng lahat ng pagsisikap, agad na nawalan ng kontrol ang pulisya kumpara sa mga mas kamakailang engkwentro ng ganitong uri. Ang grupong ito ng mga bisita ay wala roon upang tingnan ang mga monumento, kumuha ng litrato at pagkatapos ay umalis. Mayroon silang misyon, at anuman ang mangyari, ito ay naging masungit at pangit. Wala sila roon upang tingnan ang mga estatwa; naroon sila upang gawing armas ang mga ito.

Napanganga si Salt. Nawala ang modernong pagkabirhen ng ating Demokrasya noong hapon at unang bahagi ng gabing iyon sa isang mas malapit at mas organisadong pag-atake kaysa sa inaasahan o naunawaan ninuman--maliban sa mga nangungunang kalahok. Habang natututo si Salt sa paglipas ng panahon, sa pamamagitan ng dalawang proseso ng impeachment, patuloy na pagsisikap ng press, at ang imbestigasyon ng napakahusay na espesyal na komite ng bahay na binuo upang imbestigahan ang mga pangyayari noong Enero 6, nagsimula siyang magtaka kung sapat na ba ang mga mekanismo ng Bansa para sa mapayapang paglilipat ng kapangyarihan. Ito ay isang nakakagulat na malapit na desisyon. Kung magtatagumpay ba ang mga grupong tulad ng Sons of Liberty, paano mangyayari ang Enero 6?

Habang pinapanood niya ang eksena ng mga mandurumog sa isang istasyon ng cable nang hapong iyon, binati ni Salt ang kanyang sarili sa matagumpay na pag-alis sa kanyang sarili mula sa Gobyerno bago pa maganap ang mga pangyayaring ito at mabilis na binago ang napakaraming bagay. Ngunit nayanig din siya nito. Talaga bang nangyari iyon?

Lumalabas na nangyari nga.

KABANATA 7

Unang Tawag ng Kliyente

Enero 6-7, 2021

Sawa na si Salt sa mga kaguluhan at kaugnay na komentaryo at akmang babalik na sana siya nang tumunog ang kanyang telepono. Nag-aalangan siyang kinuha ang telepono nang may pag-iingat, ngunit narinig niya ang boses ni Don—ang lalaking nasa barberya. Sumisigaw siya gamit ang kanyang cellphone nang may ingay sa paligid. "Salt, Salt, kailangan na kailangan namin ang tulong mo. Wala kaming kilalang abogado sa DC, at mga walo sa Sons of Liberty, na tinatawag namin ang aming mga sarili, ay malapit nang ikulong at ilagay sa isang selda sa DC. Nasa isang pasilyo kami ngayon na "pinoproseso," ngunit maaari nila kaming ikulong magdamag. Dapat tratuhin ang aming mga tao na parang mga bayani, at narito kami, nakatayo sa mga tambak ng dumi at mga lawa ng ihi at suka (para sa ilan ay gamit at kalahating gamit na alak). Ang ginawa lang namin ay gamitin ang aming mga karapatan, manakit ng ilang tao, at huwag gumamit ng anumang armas. Kailangan mo kaming ilabas dito—o baka nandito kami buong gabi. Isa itong tunay na kalokohan. Ang aming tunay na pinuno, si "Alexander Hamilton," ay magiging isang mabuting kaibigan kung mapapaalis mo kami rito ngayong gabi." Binigyan niya si Salt ng case reference number. Sabi ni Salt, "Don, hatinggabi na rito; 60 milya ang layo ko at hindi ako abogado para sa mga kriminal. Pero may kilala ako, at tatawag ako. Iyon lang ang magagawa ko. May pera ba ang kaibigan mong si Alexander kung saan niya ito makukuha mamayang gabi?" At kailangan ko ng address para sa lahat at ang pangalan at address ng isang malapit na kamag-anak. At, oo nga, kumpirmahin na wala sa mga taong ito ang may planong umalis ng US. Kaya hindi sila dapat magdala ng mga tiket sa eroplano na magagamit sa susunod na buwan. Gusto ng Gobyerno na makuha ang pasaporte ng lahat. Kung mayroon silang mga tiket, kailangan nilang tawagan ang mga airline, kanselahin ang tiket, at kumuha ng refund sa lalong madaling panahon. Hindi ito magiging mabilis maliban kung nakuha na ito ng Gobyerno mula sa airline—ngunit kung mayroon nang tiket ang Gobyerno o may kahilingan para dito, huwag nang magpakita pa ng interes dito sa tamang paraan. Maghintay hanggang sa magkaroon ka ng iyong unang tunay na panayam.

"Tingnan mo, Salt, kailangan mong malaman na si Alexander ay may kakayahan," sabi ni Don, "inimbitahan pa nga siya sa White House. Hindi magiging problema ang pagpiyansa. Maniwala ka sa akin."

Pagod na pagod si Salt; mga alas-10:30 na ng gabi, at nilalamig siya sa malamig at mahangin na banyo na basang tuwalya lang ang nakapalibot sa kanya. At may iba pa siyang naiintindihan: hindi ito ang normal niyang trabaho; walang paraan para mahanap niya ang kanyang DC bar card, lalo na ang inisyu ni Virginia, sa mga kahon sa farmhouse kahit na ang buhay niya ang nakasalalay dito, at maaaring mangyari iyon. Wala siyang gaanong magagawa sa DC, kung saan ang mga abogado ng depensa sa kriminal ay nag-uunahan na parang isang grupo ng mga pating; ang kailangan niya ay isang matalinong "tagapag-ayos" na nakakaalam ng mga korte at mga malikhaing tagapagbigay ng piyansa, at sana, makahanap siya ng isang taong malapit sa kulungan na nagpipiyansa na. Isang taong nakakaintindi kung gaano kahalaga ang mailabas ang mga tauhan ni Don sa DC. Nakakuha siya ng magandang resulta sa unang tawag—ang lalaking gusto niyang makausap. Ang isang dating kasosyo niya sa law firm ay nasa kulungan at kumukuha ng mga kliyente na parang namimitas ng hinog na mansanas mula sa isang mababang sanga. Malapit nang mapalaya ang Sons of Liberty—sa ngayon. Mas mabuti nang maging mapalad kaysa maging mabuti.

At nakuha ni Salt ang kanyang unang legal na bayad—maganda iyon.

KABANATA 8

Kilalanin ang Iyong mga Kliyente (Sons of Liberty) at Kanilang mga Layunin

Enero 15, 2021

Bagama't medyo partikular ang mga law firm tungkol sa kung sino ang kanilang kinakatawan at ang mga implikasyon ng - at ang mga potensyal na epekto mula sa - relasyon sa kliyente. Kailangang maging ganoon. Alam na alam ni Salt na walang sinuman sa matinong pag-iisip ang tatanggap sa Sons of Liberty bilang kliyente. Ang kailangan lang niyang gawin ay maghanap sa Internet para maunawaan na mayroon nang magkakaibang grupo ng mga underground at underworked na organisasyon na alam na magkakaroon sila ng ibang layunin kaysa kay Alexander - isang bilang ng mga "pumipigil" na pagkakaiba. Pagtatawanan siya ng kanyang dating firm. Ngunit pangunahing interesado si Salt kay "Alexander," na tila siyang makikita mo kung susundan mo ang pera sa likod ng Sons of Liberty. Sino ang mga taong ito? At ano ang kanilang tunay na mga layunin? Ngunit hindi iyon para sa ngayon.

Ngunit nagkita sila pagkalipas ng ilang araw. Si Alexander Hamilton ay muling lumabas na isang tahimik na tagapakinig: mahinhin, mataas ang pinag-aralan, at isang matagumpay na pribadong mamumuhunan.

Siya ay pinuno ng isang napakayamang tanggapan ng pamilya o pribadong pondo ng pamumuhunan. Marahil isang napakaliit na bersyon ng Warren Buffet at Berkshire Hathaway, Bill Gates, Battelle, o isang uri ng non-governmental organization ("NGO"). Kapag ito ay bumangon na, maaari itong makaakit ng ilang uri ng mga ugnayan sa trabaho sa mga negosyong kailangang pahusayin ang kanilang profile at kredibilidad sa ESG (energy, social, and governance), bagama't ang ESG ay nagiging isang mainit na paksa sa mga mamumuhunan at mga pampublikong kumpanya.

Hindi lalampas si Hamilton sa puntong ito nang walang karagdagang gabay. Ngunit kumbinsido siya na maaaring posible na maglunsad ng isang pondo o mga pondo na nakatuon sa pagtukoy o pagbuo ng mga mapagkukunan ng pondo–malamang sa mga pribadong transaksyon ng ilang uri—na tutugon sa presyon sa mga korporasyong Amerikano (at sa iba pang lugar) na seryosohin ang ESG.

Hindi siya magdedetalye nang walang kasunduan sa pagiging kompidensiyal.

Pinigilan siya ni Salt doon. "Sa totoo lang, hindi natin dapat ituloy ang talakayang ito nang hindi napagdedesisyonan kung ako ang kakatawan sa iyo. Kung walang relasyong abogado-kliyente, walang magiging pribilehiyo. Gaya ng natuklasan ni Pangulong Pope, ang pribilehiyong abogado-kliyente ay hindi sagot sa lahat, ngunit ito ay isang magandang simula. Hindi natin alam kung may katuturan ba sa ating dalawa ang aking pagrerepresenta sa iyo."

Mabilis na nagsalita si Hamilton. "Sige, naiintindihan ko at pinahahalagahan ko ang pagbanggit mo. Paano kung bigyan kita ng $750 kapalit ng isang oras na konsultasyon tungkol sa iba't ibang legal at kaugnay na mga bagay, na may kasunduang ang nilalaman ng talakayang iyon ay may pribilehiyo at wala sa amin ang may obligasyon na magpatuloy pa?" Tinawag ni Hamilton ang kanyang assistant at hiniling dito na magdala ng $750 na cash. Habang hinihintay nila ang pera, nagkomento si Salt na hindi kapani-paniwala ang sitwasyong ito. Mabilis na nagsalita si Hamilton: "Gayundin ang ating huling pangulo, kaya kalimutan mo na lang. Medyo natagalan, pero napupunta na ako sa puntong sa tingin ko ay may magagawa tayong positibo sa larangang ito. Bukod pa riyan, nagastos na natin ang 30% ng bayad sa pagkonsulta, kaya simulan na natin."

Ang sumunod ay isang malawak na talakayan tungkol sa iba't ibang tungkulin ng gobyerno na nasa laylayan ng pribadong sektor at mga halimbawa ng mga permanenteng kawani na matalino at dedikado, may wastong pag-iisip, at epektibo sa pakikitungo sa Kongreso at iba pang antas ng gobyerno. Ganito ang pagkakasabi ni Hamilton: "Ang kailangan ko ay ang katumbas ng isang treatise ni Margaret Mead at isang 500-level na kurso kung paano magtagumpay sa gobyerno nang walang anumang problema, isang epektibong moral na kompas, at isang pakiramdam ng tagumpay na higit pa sa iyong pagtitiis sa pagkabigo. Mabuting tandaan na maraming Miyembro ang kasing-dismaya mo. Iyan ay isang asset na dapat pag-isipan. Ngunit kailangan nating malampasan ang centrifugal force.

Ang isa pang episode noong Enero 6 ay eksakto kung ano ang hindi kailangan. "Ano ba ang iniisip ko?" tanong niya sa sarili habang tinatapik ang kanyang noo gamit ang kanyang palad. "Oo, ang isang malaking bahagi ng gawain ay ang mahuli ako bago pa ako makarating sa labas ng Jerksville."

Marami sa grupo ang nagsabing kailangan nila ng mas maraming pagsisikap.

"Sige," sabi ni Hamilton. "Nakaka-relate ako diyan, pero wala akong organisadong presentasyon dito. Una sa lahat, gusto kong gumawa ng pangmatagalang kabutihan para sa bansa at gawin ito nang epektibo sa aspeto ng gastos at kalidad. Gusto kong maging replikado ito.

Kung magaling tayo at magtatagumpay, kakatok ang mga tao sa ating pintuan. Ayos lang iyon, pero ang layunin dito ay hindi ang kumita ng pera. Kailangan kong malaman kung saan maaaring pagsamahin ang kapital sa pangangailangan at magkaroon ng mga matatalinong tao na mahirap hanapin. Alam kong may ilang mabubuting tao sa larangang ito. Kailangan natin ng mga taong nagsisimula sa sarili natin—lumago na tayo at may kilala tayong mabubuting tao sa Gobyerno na alam kung paano gawin ang mga bagay-bagay, kung paano talaga gumagana ang Kongreso at ang mga pinagmumulan ng pondo ng maraming panig—o hindi gumagana—at malamang na maging maimpluwensya sa bagong administrasyon. Sa panahon ng talakayang ito, gumawa si Hamilton ng ilang kawili-wiling obserbasyon. Ang ilan ay hindi gaanong handa, ngunit mabilis siyang nag-aral. At kahit tila hindi siya handa sa ilang aspeto, malinaw na seryoso siya sa iba.

Hindi niya ibibigay ang anumang detalye kay Salt nang walang pormal na kasunduan sa pagiging kumpidensyal, ngunit sa napakataas na antas, nais niyang (1) makipagtulungan sa gobyerno upang magbigay ng pamamahala at kapital sa mas mababang halaga at (2) pagsama-samahin ang mga talento ng pribado at pampublikong sektor sa mapanghamon ngunit potensyal na makabuluhang mga pagsisikap. Mas magiging simple ang lahat ng ito kung makakahanap si Hamilton, sa katunayan, ng iba na walang pakialam kung kumita ang joint venture. Kung kumita man ito, mas mapapadali nito ang pag-akit ng pribadong pera. Kung hindi posible ang kita, kakailanganin ang isang makatwirang bawas sa buwis.

Kahanga-hanga ang pangkalahatang paglalarawan ni Hamilton, ngunit kailangan itong gawing hindi tinatablan ng bala at tagas hangga't maaari, kabilang ang para sa Gobyerno, kung saan madalas na kinakailangan ang mga sikretong clearance. Kailangan nilang makinig nang mabuti sa nalalapit na talumpati sa Inagurasyon. Ang iniisip nila ay hindi naman kalayuan sa nangyayari sa ilang sulok ng mundo ng mga kontrata ng gobyerno, ngunit kailangang lampasan ang ilang mga T. Ang aktibidad ng pribadong sektor ay pangunahing gagawin sa mga sibilyang ahensya ng gobyerno, nang walang gaanong pakikipag-ugnayan sa Department of Defense, bagaman maaari itong magbago sa paglipas ng panahon. "Tandaan," sabi ni Hamilton, "hindi ito isang baliw na pamamaraan. Tutal, nasa proseso tayo ng pagsasapribado ng paggalugad sa kalawakan."

Kabilang sa mga halimbawa ng iba pang aktibidad na maaaring maging interesante ang pagtatayo at pamamahala ng mas maliliit, mas matipid, at ligtas na mga planta ng kuryenteng nukleyar, malakihang mabilis na paglipat ng butil bilang tugon sa taggutom, at mga mahahalagang produkto at serbisyo mula sa formula ng sanggol hanggang sa mga elektroniko at mga pangkalahatang serbisyo ng gobyerno.

Madaling inamin ni Hamilton na maraming bagay ang kailangang ayusin, ngunit sawang-sawa na siya sa unti-unting pagbagsak ng bansa at pagiging isang hindi epektibong higante: parang ang USSR, halimbawa, 65 taon na ang nakalilipas, bago ang pagkabuwag ng Unyong Sobyet, o nanganganib na kagatin ng mga Tsino. Natagpuan niya ang politika, lalo na sa Senado, na walang tigil pagdating sa mga bagay-bagay—kaya hindi siya isang kilalang donor. Ang tanging magagawa ng mga mambabatas ay magsalita, mang-insulto sa isa't isa, at makisali sa pag-promote sa kanilang mga nakakahiyang distrito na may gerrymander.

Mayroon ding ilang kawili-wiling obserbasyon si Hamilton tungkol sa Ukraine, kabilang ang pagsasabing ang pagkapanalo sa nalalapit na digmaan ay kalahati lamang ng laban. Pinag-aralan niya ang mga rekomendasyon ng militar ng US para sa muling pagtatayo ng Europa pagkatapos ng Ikalawang Digmaang Pandaigdig. May ibinulong siya tungkol kay Heneral George Marshall at sa Marshall Plan. Naintindihan ni Salt ang ibig sabihin. Ang pananaw ni Salt ay ang mga darating na kaganapan sa Ukraine ay, sa katunayan, isang potensyal na unang module ng Ikatlong Digmaang Pandaigdig, isang seryosong digmaan na maaaring lumawak pa ngunit hindi mangangailangan ng paggamit ng armas.

Nang tanungin, sinabi ni Hamilton na tumulong siya sa pagbuo ng Sons of Liberty dahil wala siyang sasakyan upang tugunan ang kanyang mga alalahanin. Naisip niya na maaaring naiiba si Pangulong Pope—isang sariwang hangin mula sa pribadong sektor—sapat na pagkakaiba upang makagawa ng pagbabago. Totoong naiiba siya, ngunit hindi ang eksaktong pagkakaibang hinahanap ni Hamilton. Sa pagbabalik-tanaw, sinabi niya na si Pangulong Pope ay isang malaking pagkakamali. Nahiya siya sa pagsuporta kay Pope. Mabuhay at matuto. Ngunit ang kanyang mga motibo rito ay hindi pampulitika.

Ang muling pagbuo ng pamahalaan ay isang napakalaking layunin na hindi makakamit, ayon kay Hamilton. Hindi makakagalaw ang pribadong kapital nang walang makatwirang imprastraktura ng gobyerno o labis na kalakihan nito, ngunit mas marami kang magagawang kabutihan sa pamamagitan ng malaki at makabuluhang mga proyekto na hindi kasinglaki ng isang bansa.

Isaalang-alang ang nangyari sa Vietnam at Silangang Europa matapos pahintulutang pumasok ang mga unang lokal at cross-border na pinagmumulan ng kapital. Isa lamang itong maliit na himala.

Hindi natakot si Hamilton na matuto mula sa kanyang mga pagkakamali—tulad ng pagiging nasa maling lugar sa maling oras noong gabi ng Enero 6. Ang pagsusuri ni Salt tungkol doon: "napakalaking bagay." Maaari at babaguhin ni Hamilton ang kanyang pagpaplano ng portfolio na "gumawa ng mabuti" nang naaayon. Ibubuo at pananatilihin niya ang mga pangmatagalang matibay na asset ngunit ipuhunan ang balanse sa katumbas ng pribadong equity sa pag-unlad, at susubukan niyang makipagsosyo sa iba pang mga mamumuhunan na may parehong pag-iisip: mga negosyong dating kailangang maging pangunahing manlalaro sa pag-renew at iba pang mga proyekto at sa mga apektadong lokal na pamahalaan. Hindi ito magiging simple, ngunit may mga modelo na naroon, at ang agarang reaksyon ni Salt ay ang mga kasangkot ay magkakaroon ng malamig na tubig sa kanilang mga ugat, pasensya, kakayahang makuha ang tiwala ng mga lokal at rehiyonal na pamahalaan pati na rin ang mga pambansa at pandaigdigang pamahalaan at mamumuhunan (kabilang ang mga multilateral na ahensya tulad ng World Bank at European Development Bank at mga non-governmental organization, o NGO), at magkaroon ng isang tao sa mga kawani na maaaring magbigay ng lokal na presensya, lokal na pamamahala, at pagkatapos ay palaguin ang mga negosyo.

Maaaring kailanganin din niyang ilipat ang ilang mahahalagang tao at ilipat ang iba na hindi akma sa bagong modelo ng negosyo habang umuunlad ito. Ayaw niya ng malaking organisasyon. Ang dramatikong gawain ay hindi kadalasang nakakamit ng mga mapagpakumbaba o mga grupong napakalaki para makabuo ng pinagkasunduan.

Nag-iisip si Salt, at hindi siya masyadong nakapagsalita bilang tugon sa panukala. "Seryoso ka ba rito?" tanong ni Salt. "Gaano katagal sa oras ko ang gusto mo?"

"Maging determinado, hanggang 50%."

"Magbayad kada oras, sa suweldo, o sa isang retainer?" tanong ni Salt. "Maging determinado. Sabihin mo sa akin kung ano ang kailangan mo."

"Maaari ba akong kumatawan sa ibang mga organisasyon?"

"Oo, kung walang makabuluhang salungatan ng interes sa iyong makatwirang paghatol. Maaaring maging maganda kung may ilang mga salungatan—maaari nating lutasin ito sa pamamagitan ng isang nababaluktot na pamamaraan."

Pagkatapos ay nagsalita si Salt sa isang totoong pangungusap: "Nakipag-ugnayan sa akin ang Gobyerno tungkol sa isa pang medyo malaking panandaliang proyekto na malamang na hindi magsasangkot ng isang salungatan, ngunit medyo hindi pangkaraniwan ito. Kailangan kong makipag-usap sa magkabilang panig tungkol dito at kumuha ng clearance para masabi ko sa iyo kung ano ang kasangkot. Siya nga pala, mayroon ka bang clearance?"

Hindi nabigla si Hamilton sa paglihis. "Nirerespeto ko iyan—sabihin mo sa kanila na kinikilala kong ikaw ang unang kinuha nila at, sa mga sitwasyon ng tunggalian, mayroon akong unang dibs maliban kung hindi ito pinawalang-bisa. Gawin mo ang kailangan mo para ma-clear ito.

Ang aking clearance ay higit na lihim. Tama na iyan sa ngayon."

"Kanino ako magrereport?"

"Ako. Bagama't may iba pang mga negosyanteng may parehong pananaw na maaaring interesado na sumali, halimbawa, bilang mga miyembro ng Lupon. Kailangan namin silang harapin isa-isa. Pero kung gagana ito ayon sa aking palagay, maaaring maging lubhang kawili-wili ito. Parang gusto kong lumikha ng kombinasyon ng Common Cause, ng Lincoln Project, at isang charitable/government investment fund."

Pagkatapos ay naglakas-loob si Salt na magtanong: "Ano ang iyong timeframe?" Sumagot si Hamilton, "Handa akong kunin ang 50% ng iyong oras simula ngayong hapon, maliban na lang kung may mga alitan at iba pang administratibong kalokohan na tiyak na magdudulot nito. Kailangan naming makakuha ng mahusay na suporta sa administrasyon para sa iyo."

Pero kailangan itong manatili sa labas ng media hanggang sa maging handa tayo. Walang lobbying. May karapatan akong wakasan at itanggi ang pagkakaroon ng relasyon nang walang abiso kung malalaman ko ang tungkol sa amin sa itaas ng pahina 1 ng Post, Wall Street Journal, o New York Times." "Kailangan kong pag-isipan ito."

Hamilton: "Sana nga, pero gawin mo iyon nang mabilis. Alam kong kailangan itong ipaglaban."

Sumagot si Salt: "Dapat man lang ay makipagkamay tayo sa retainer, kasama na ang mga hindi pagkakasundo. At padadalhan kita ng isang sulat na nagpapatunay."

Matatag ang pakikipagkamay ni Hamilton, at sinabi niya, "Panatilihing maikli ang sulat. Kumpirmahin mo lang na nagkaroon tayo ng pribadong pag-uusap. Siya nga pala, naaalala mo ba na hindi tayo bumalik sa isang numero?

Ngumiti si Salt: "Oo. Naisip kong hintayin kita. Ang totoo ay wala sa amin ang sapat na alam para magmungkahi kung ano ang magiging patas. Kaya ito ay 'To Be Determined.' Dapat ito ang pinakamaliit na isyu natin."

"Siya nga pala," tanong ni Salt, "ano ang itatawag mo sa pagsisikap na ito." "Hindi ko pa masyadong naiisip," sabi ni Hamilton, "sa ngayon, tawagin natin itong 'Friends of Liberty' o baka 'Daughters and Sons of Liberty (o DSOL).'

Lumabas si Salt papunta sa kanyang sasakyan at inisip ang nangyari, ngunit ang kanyang isip ay masyadong mabilis. Kailangan niyang umuwi at kumain ng masarap na hapunan at uminom bago matulog. Napakagandang araw. Siya nga pala, tanong niya sa sarili, mag-type ng sulat? Assistant? Wala man lang siyang business card o bank account. Ano ang itatawag niya sa sarili niya? Alam niyang dead on arrival na si DSOL.

KABANATA 9

Mga Reaksiyon mula sa Iba't Ibang Panig: Enero 6 at ang Inagurasyon

Enero 6 at 20, 2021

Noong Enero 2021, mas binigyang-pansin ng marami sa Estados Unidos at sa iba pang bahagi ng mundo ang talumpati sa inagurasyon ni Evans kaysa kay Pepper. Hindi maaaring balewalain ng bagong pangulo ang Enero 6 o ang maraming nakakabahalang isyu, ngunit kailangan niyang pag-isahin ang magkakaibang grupo, at kailangan ng mundo na tulungan ang bansa na "malampasan ito." Kaya hindi niya maaaring pag-isipan ang mga problema. Maikli at maayos ang talumpati ngunit kulang sa mga detalye. Partikular na nagustuhan ni Salt ang mga pangwakas na linya ng talumpati:

"Mga kapwa mamamayan ng Estados Unidos at ng mundo, tayo ay nabibigatan ng minanang mga krisis at disfunction na hindi gumagalang sa mga hangganang pampulitika o pambansa. Ngunit tayo ay pinagpala ng mga paraan at kakayahang tumugon. Magtatagumpay tayo kung, sa halip na magambala sa pamamagitan ng pagsisikap na suriin ang sisihin, kikilalanin natin na tayo nga ay magkakasama sa sitwasyong ito.

Ang ating mandato ay malampasan ang paniniil ng ating minana at magtakda ng mas mahusay na landas para sa lahat. Kaya natin at gagawin natin. Magsisimula iyan ngayon."

Sa pangkalahatan, nasiyahan si Salt sa mga salita ng bagong Pangulo, tulad ng karamihan ngunit hindi lahat ng mga komentarista. Ngunit alam ni Salt na mura lang ang usapan. Halimbawa, alam na alam ni Salt na ang mga senior career staff ng State Department ay naubos dahil sa paglipas ng panahon para sa mga baby boomer at dahil sa pagiging partisan ng iba. Ang administrasyong Papa ay nagkaroon ng tatlong kalihim ng estado sa loob ng apat na taon at tatlong grupo ng mga tauhan na mapang-akit na kasama ng bawat isa. Malapit na silang lahat mawala. Walang gaanong karunungan na maipapasa sa kanilang mga kahalili. Ang bagong Pangulo ay walang napakalaking hukbo ng mga mapagkakatiwalaang propesyonal upang harapin ang mga resulta ng pagsasandata ng mga ugnayang panlabas. At pagkatapos ay naroon ang pandemya at ang papalapit na resesyon na nagpakita ng mga palatandaan ng pag-asa paminsan-minsan ngunit mayroon pa ring mga makabuluhang problema.

"Swertehin mo, Pangulong Evans," naisip ni Salt habang tinatapos niya ang kanyang kape, humihigop ng isang huling cookie, at pinilit ang sarili na bumalik sa mga kahon.

Sa huling bahagi ng Araw ng Inagurasyon sa Europa, sa Number 10 Downing Street at sa tahanan ng Foreign and Commonwealth Office sa King Charles Street sa London, ang mga opisyal ng Britanya ay nagkukumpulan sa paligid ng mga telebisyon upang makinig sa talumpati at pagkatapos—matapos hubarin ang kanilang mga maskara at sa inspirasyong dulot ng ilang scotch (sa halip na ang mas mahina at mas karaniwang gin and tonic)—ay tinasa kung ano ang ibig sabihin ng Enero 6 at ng talumpati.

Sa 10 Downing Street, tinanggap ni Punong Ministro Osborne ang ilan sa kanyang mga ministro at iba pang mga kaibigan para sa mga katamtamang inumin at pampagana. Maikli at diretso ang hatol ng Punong Ministro: "Sa palagay ko ay mas mabuting walang matutunan kaysa matakot nang husto sa isang bagay tulad ng sinabi ni Pangulong Papa sa kanyang talumpati sa inagurasyon. Hesus!"

Hindi alam ng Punong Ministro na patungo na siya sa basurahan ng politika at malapit na siyang sumama kay Pangulong Pope sa labas upang tumingin sa loob. May ilang pagkakatulad. Sila ay mga palabas na ipinagmamalaki ang kanilang mga sarili sa pabaya na personal na pag-uugali ("mga party animal"); mapagpasyang aksyon; ilang anyo ng paghihiwalay sa ekonomiya (hal., Brexit sa isang banda at mga taripa na ipinapataw sa Tsina sa kabilang banda); at may mga tagasunod na masugid na tunay na naniniwala, ngunit maaaring lumiit nang kaunti.

Ang pangkat ng kalihim ng ugnayang panlabas sa Tanggapan ng Ugnayang Panlabas at Komonwelt ay nagkaroon ng mas masiglang talakayan tungkol sa inaamin na nakatagong kahulugan ng kakaunting pagtukoy ng bagong pangulo sa patakarang panlabas at pagbabalik sa Estados Unidos sa papel ng kolaborasyon, pamumuno, at pagbuo ng pinagkasunduan. Mas positibo sila sa kanilang pagtatasa. Pagkatapos ng tatlumpung minutong debate at dalawang scotch on the rocks, tinanong ni Kalihim ng Ugnayang Panlabas na si John Watson, "Ano ba talaga ang ginagawa ni Stuart Bacon nitong mga nakaraang araw?"

Si Bacon ay nakipagtulungan sa kampanya ni Evans para sa pagkapangulo, may tunay na kwalipikasyon at karanasan sa serbisyong panlabas ng US, at isa sa mga paborito na makakuha ng ilang papel na nakatuon sa panlabas na aspeto sa bagong administrasyon, ngunit walang nakakaalam kung ano. Marami ang nag-isip na makukuha niya ang puwesto bilang kalihim ng estado sa mesa; ang iba naman ay nag-isip na mas malamang na may mangyari sa komunidad ng paniktik ng US. Wala pang ipinahihiwatig ang bagong pangulo ngunit kailangan niyang magnominate ng isang taong gagawa ng isang bagay sa lalong madaling panahon.

Hindi naging maayos ang paglipat sa bagong administrasyong Evans. Kahit bago pa man ang Araw ng Pagtatalaga, puno na ang mga tauhan ng administrasyong Evans. Una, naroon ang mismong halalan, pagkatapos ay ang Enero 6 (na matalinong hindi itinuring ng bagong administrasyon bilang isyu ng administrasyon at iniwan ang kaguluhang iyon sa isang epektibong Congressional Special Committee), at, siyempre, ang matigas ang ulo at pabago-bagong pandemya ng COVID-19, kabilang ang pangangailangang gumastos sa COVID at iba pang mga bagay na naging dahilan upang agresibong lumipat ang ekonomiya patungo sa implasyon at sa karaniwang lunas nito—ang mas mataas na mga rate ng interes.

Kasunod ng Enero 6, ang batas at mga proseso ng halalan ay hinamon sa halip na ipagdiwang. Ang ilan sa mga tunay na nakakagulat na pangyayari noong halalan sa kalagitnaan ng termino ng 2022 ay kinabibilangan ng matagumpay na paghahanap para sa mga lihim na dokumento sa bahay-pahingahan ng pangulo at pinilit na ituon ang pansin sa kaligtasan ng mga materyales sa paniktik na itinuring ng ating mga kaalyado na apurahan at mahalaga. At, siyempre, may mga alalahanin tungkol sa seguridad ng mga resulta ng halalan mula sa panghihimasok ng dayuhan, na inimbitahan ni Pangulong Pope, at ang panganib ng pandaraya sa pagboto. Ang terminong "rigged" ay tila nasa dila ng lahat bago at pagkatapos ng inagurasyon at sa mga papeles sa korte at media. Mayroong litigasyon na humahamon sa mga resulta ng halalan na nakarating sa Korte Suprema, na sa wakas ay nagdeklara ng paghinto sa sirko upang magsimulang maghanda. Ngunit isang mahalagang anim na linggo ang nawala, at ang administrasyong Pope ay hindi naging lubos na bukas-palad sa mga tuntunin ng kooperasyon. Ang mga paglihis na ito ay pumigil sa normal na pagtuon sa mga bagay na diplomatiko, na nag-alala (at naguguluhan) sa UK at iba pang mga kaalyado.

Ang mas malala pa, si Pangulong Evans ay isang baguhan sa pandaigdigang eksena sa simula ng kanyang termino, dahil nakatuon siya sa napakaraming seryosong isyu sa loob ng US noong panahon ng kampanya.

Kaya ang mga eksperto sa labas ng Estados Unidos ay halos nanghuhula nang magbigay ng mga opinyon tungkol sa kung ano ang magiging kahulugan ng bagong administrasyong US para sa medyo sira-sirang kalagayan ng ugnayang panlabas ng US.

Ang pangkat ng serbisyong panlabas ng Britanya na nanonood sa inagurasyon mula sa London ay may kanya-kanyang isyu. Ang kanilang kinakaharap ay: isang hindi matatag na Punong Ministro, na malapit nang magbitiw; kaguluhan kung sino ang papalit sa kanya at kailan at paano; pagharap sa negatibong epekto ng Brexit, na malinaw na labis na nabili; at ang hindi kanais-nais at minadali na mga usapang pangkalakalan sa European Union at iba pa, na pinalala ng matindi at walang katapusang pagkalat ng COVID-19 at mga variant nito, implasyon at kawalan ng isang tunay na nangingibabaw na partidong pampulitika ng UK.

At para bang hindi pa sapat ang mga ito, sa susunod na bugso, sinalakay ng Russia ang Ukraine noong huling bahagi ng Pebrero 2022 (bagaman sa katotohanan ay nasa digmaan na sila simula pa noong 2014). Dahil nasa sitwasyon ang Ukraine, halos lahat ng iba pang bagay ay lumala: implasyon, nakakatakot na patong-patong na paggastos, pagbagsak ng pera laban sa dolyar at Euro, iba pang pagbagsak ng merkado, at isang makasaysayang heat wave noong tag-araw. Nasaan si Churchill noong kailangan mo siya?

Matagal nang umaasa ang mga Briton sa malinaw na direksyon mula sa bagong pangulo. Ngunit sa halip na magbigay ng detalyado at malinaw na kahulugan ng patakarang panlabas ng Estados Unidos, ang talumpati sa inagurasyon ay nagpakita ng katumbas ng isang libong pirasong jigsaw puzzle na walang detalyadong larawan na magagamit.

Isang halos katulad na talakayan ang naganap sa Berlin, kung saan ito ay isang oras ang lumipas. Sa kabisera na iyon, ang bagong chancellor, ministrong panlabas, at ang kanilang pinakamalalapit na tagapayo ay sama-samang nanood ng talumpati habang pinapanatili ang ligtas na antas ng social distancing. Tulad ng mga Briton, ang mga Aleman ay labis na interesado sa kung paano nakikita ng bagong administrasyong US ang papel nito sa mundo. Dahil sa mga nakataya sa Ukraine, ang paglitaw ng post-Brexit European Union, at mga pangyayari sa Asya, pangunahin na nakapaligid sa Tsina, kabilang ang panganib na maaaring gamitin ng Tsina ang Russia/Ukraine bilang modelo para sa Tsina/Taiwan, maaaring hindi na kailanman makabalik ang Estados Unidos sa papel na ginampanan nito bago ang administrasyong Papa, lalo na bago ang Digmaang Iraq.

Mayroong ilang lubos na kaaya-aya at makabuluhang pag-unlad sa anyo ng pagpapalawak at pakikipagtulungan sa mga miyembro ng NATO kaugnay ng Ukraine. At ang kasunduan sa AUKUS sa pagitan ng US, UK, at Australia, na inanunsyo noong Setyembre 2021, na nakatuon sa pagtulong ng US at UK sa Australia na makakuha ng mga submarino na pinapagana ng nukleyar, ay isang kaaya-ayang pag-unlad, lalo na sa liwanag ng pagtalikod ng administrasyong Pope sa isang malaking kasunduan sa kalakalan sa Asya na may maraming partido.

Kailangan pa rin ang Estados Unidos bilang kalaban ng iba pang mas mababa ngunit mapanganib na mga kapangyarihan at bilang isang halimbawa kung paano magkasamang nabubuhay at umuunlad ang demokrasya at kapitalismo. At pagkatapos ay naroon ang mga nagtatagal na epekto ng COVID-19 sa kalusugan, ang mga epekto ng pagbabago ng klima sa mga kondisyon ng pamumuhay at pagtatrabaho, at ang mahinang klima ng negosyo sa buong kontinental na Europa.

Katulad na mga pagtatasa na walang tiyak na konklusyon ang naganap sa mga lugar tulad ng Moscow, Beijing, Tokyo, New Delhi, Tehran, Jerusalem, Ankara, Paris, Brussels, Canberra, Ottawa, Brasilia, at Mexico City. Maraming tawag. Tinawagan ng Moscow ang Ankara, na tumawag sa Saudi Arabia, na tumawag sa Pakistan, na lumabag sa tradisyon at tumawag sa India, at ito ay nagpatuloy sa apat na patong ng pamahalaan sa bawat kaso. At nariyan din ang mga pundit. Lahat ay nasa iisang sitwasyon: mga indibidwal, mga opisyal na may ranggo, mga pinuno ng mga pamahalaang iyon, pati na rin ang mga pundit sa buong mundo, ay umaasa sa ilang mga kaso, nag-aalala sa iba, ngunit sa alinmang kaso, hindi sigurado kung bakit.

At noong inakala mong hindi na lalala ang mga bagay-bagay, napakaraming mamamayan ng Estados Unidos ang naging pamilyar sa mga isyu ng supply chain dahil sa lente ng kakulangan sa formula ng sanggol. At ang pandaigdigang klima ay halos kasing bilis ng implasyon.

KABANATA 10

Pagputol ng Ugnayan sa Nakaraan

Enero 20-24, 2021

Ang mga sumunod na araw ay kinailangan niyang intindihin ang kahulugan ng Enero 6 at ng Inagurasyon, ilipat ang mga kahon, at alisin ang mga gamit mula sa mga ito. Mas mahirap ito kaysa sa inaakala niya. Hindi lamang niya inilalagay sa kahon ang mga bagay na hindi na kakailanganin ni Salt dahil sa limitado niyang saklaw ng aktibidad; nakahanap din siya ng ilan sa mga gamit ni Meredith. Napilitan siyang huminto, bumaba para umupo sa sopa, at isipin ang pagkamatay ng kanyang asawa, kung gaano niya ito nami-miss, at kung ano ang gagawin sa mga gamit nito. Hindi lamang ito isang asawa kundi isang matalik na kaibigan at katiwala rin. Hindi niya lubos na napahalagahan kung gaano siya kamahal hanggang sa wala na ito. Nalungkot siya na, dahil sa pandemya, hindi posible na magkaroon man lang ng maayos na serbisyong pang-alaala para sa kanya. At, siyempre, ang proseso ng pagdadalamhati ay pinalala ng katotohanan na siya ay naka-quarantine at nakahiwalay sa loob ng ilang linggo pagkatapos ng pagkamatay nito, at sinundan iyon ng mga linggong pagtatrabaho mula sa bahay kung saan siya nakatira mag-isa. Siya ay miserable at nalulungkot at gusto nang lumabas ng apartment.

Matagal na siyang hinimok ng ilang tagapayo na asikasuhin ang mga gamit ng kanyang asawa bago pa man ito mangyari. Magandang payo iyon ngunit hindi pa niya natatahak ang landas. Ngayon, malayang umagos ang mga luhang hindi pa niya natatanggap noon. Pagkatapos ng isang oras ng tahimik na paghikbi at pagninilay-nilay, napagpasyahan niya na, sa ikabubuti man o ikasasama, kailangan na niyang magpatuloy, at ang paglalagay ng aparador ng kanyang asawa sa isang aparador ng isang lumang bahay-bukid ay parang pag-imbita ng mga multo para maglaro. Hindi siya papayag.

Ano ang gagawin sa mga damit niya? Siyempre, ibigay ang mga ito—pero saan? Hindi pa nakakabit ang Wi-Fi sa bahay-bukid, kaya limitado ang kanyang internet access sa kanyang telepono. Sa halip na umasa sa kanyang mobile, hinanap niya at kahit papaano ay natagpuan ang piraso ng papel na may numero ng telepono ni Margie Hatcher at tinawagan ito para sa payo. Nakakailang na tawagan ito, ngunit matulungin naman siya.

With Margie's advice and encouragement, he loaded the boxes full of his wife's clothes in his Volvo (it took two loads) and delivered them to the thrift shop run by several local churches.

This made him feel both worse and better. But that seemed to be the way the week was going.

Dahil sa payo at paghihikayat ni Margie, nilagyan niya ng Volvo ang mga kahon na puno ng mga damit ng kanyang asawa (dalawang kargamento ang kailangan) at inihatid ang mga ito sa tindahan ng mga damit na pinapatakbo ng ilang lokal na simbahan.

Dahil dito, mas lalong sumama at bumuti ang kanyang pakiramdam. Ngunit tila ganoon nga ang takbo ng linggo.

Hindi pa naliligo nang maayos si Salt nang mainit simula nang lumipat sila, at pakiramdam niya ay marumi siya at parang binugbog. May dala nang sabon at shampoo ang mga tagalipat, at laking tuwa niya nang matuklasan niyang gumagana naman ang tubig sa bathtub. At mainit naman. Walang shower—isang lumang bathtub na gawa sa bakal na may hose na magagamit niya sa paghuhugas ng buhok. Sapat na ang pakiramdam, at naisip ni Salt na baka malapit na siyang makabalik sa sangkatauhan—panahon na.

Ang muling pagsama sa sangkatauhan ay kinailangan ng pagkain ng ibang bagay maliban sa cookies at cheeseburger. Nagbihis si Salt ng malinis na damit at nagpasyang subukan ang Helen's Place, ang kainang inirekomenda ni Margie.

Nagmaneho si Salt papasok sa bayan at pumasok sa Helen's matapos mabasa ang karatula sa pintuan, na ngayon ay hinihiling ng batas, na nagsasabing lahat ng empleyado ni Helen ay nasuri para sa COVID-19 sa loob ng nakaraang dalawang linggo, kinuhanan ng temperatura pagdating nila sa trabaho para sa araw na iyon at kinakailangang magsuot ng mask. Binalaan din ang mga parokyano na huwag galawin ang mga muwebles, na inayos alinsunod sa kasalukuyan at patuloy na nagbabagong mga kinakailangan sa social distancing para sa serbisyo ng pagkain sa loob ng bahay.

Malinis at maayos ang Helen's pero hindi naman magarbo. Mukhang Silver Diner ang lugar, pero ang mga booth, napkin holder, jukebox, at mga kagamitan ay tunay at hindi pekeng luma. Naisip ni Salt na ganoon din ang masasabi sa mga staff ng kainan.

Humingi si Salt ng booth at nagtanong kung puwede siyang umorder ng inumin. Walang hard liquor ang kainan at puro lokal na alak mula sa Virginia lang—ang ilan sa mga ito ay medyo masarap. Umorder siya ng red Helen na binebenta kada baso, isang side salad (papayag sana ni Meredith), at ang meat loaf. Nalaman niyang si Helen mismo ang naghahain sa kanya, kaya nagpakilala si Salt. Hindi naman abala ang kainan, kaya hinayaan niya si Salt na makipag-usap kay Helen, na naging palabiro naman. Mabuti na lang at mabuting tagapakinig si Salt.

Idinetalye niya para kay Salt ang mga epekto ng COVID-19 virus at ng resesyon, ang masasakit na tanggalan sa trabaho na kinailangan ni Helen, kung gaano kalapit si Helen sa pagsasara ng kanyang negosyo, at ang pagkakataong inihagis niya ang mga susi sa mesa sa harap ng may-ari ng bahay, ipinaliwanag na maaari nitong sakupin ang kainan kung gugustuhin nito, ngunit hindi na siya magbabayad ng upa hangga't hindi siya nakakapagbukas ng negosyo. Nahihirapan pa rin siya sa pananalapi at pagod na pagod na sa pagsusuot ng maskara.

Pumasok si Margie Hatcher habang nakaupo roon at iniisip ang mga sinabi ni Helen. Nakita niya ito at lumapit. "Kumusta ka na?" tanong niya. "Alam ko mula sa tawag natin ay naging mahirap ang araw mo."

"Oo naman, pero sa tingin ko ay nalampasan ko na ito," sabi ni Salt. "Salamat muli sa tulong mo." Napagtanto ni Salt na nakatayo pa rin siya; tinanong niya kung gusto nitong sumama sa kanya.

"Masaya sana ako, pero ayokong makialam," tugon ni Margie.

Ngumiti si Salt. "Ang tanging bagay na maiistorbo mo ay ang tunog ng katahimikan." Umupo si Margie sa ligtas na distansya at umorder ng isang baso ng white coffee, at nagpalitan sila ng maliliit na kwentuhan, kasama na ang ilan tungkol sa politika. Sinunod ni Salt ang kanyang patakaran na magalang na magsalita tungkol sa politika sa pangkalahatan habang kakaunti lang ang sinasabi tungkol sa kanya. Nakuha niya ang impresyon na, tulad niya, hindi ito inanunsyo ni Margie kundi nasa gitna siya ng spectrum ng politika.

Nagbahagi sila nang kaunti tungkol sa kanilang mga pinagmulan. "Anong mga bagay ang ginawa mo noong nasa Treasury Department ka pa?" tanong niya.

"Buweno, karamihan dito ay medyo nakakabagot ngayon na naaalala ko na. Gumugol ako ng ilang taon sa Office of Foreign Asset Control ng Treasury Department, na mas kilala bilang OFAC," paliwanag ni Salt. "Isa sa mga tungkulin nito ay ang tukuyin at pangasiwaan ang mga programa ng mga parusa ng US. Sinasamantala ng mga programang iyon ang relatibong lakas ng ekonomiya ng US at ang malawak na naaabot ng ating mga institusyong pinansyal at merkado. Sa esensya, maaaring ipagbawal ng gobyerno, sa pamamagitan ng OFAC, ang mga tinatawag na Amerikanong tao—isang napakalawak na kahulugan ng termino—na makisali sa mga transaksyon o kalakalan sa isang bansa, isang negosyo, o isang tao. Sa paglipas ng mga taon, kabilang dito ang mga bansang tulad ng Cuba, Iran, Russia, Syria, North Korea, at iba pa. Ang mga pangyayari sa Ukraine ay humantong sa pinakamalaki at pinakaagresibong digmaang pang-ekonomiya sa ating kasaysayan.

Ang mga tao sa mga lugar kung saan ako dating nagtatrabaho sa Kagawaran ng Estado ay nag-aalab. May mga panganib sa anumang landas na iyong tatahakin.

"Mukhang medyo kumplikado iyan," sabi ni Margie. "Hindi ba't may panganib na ang mga parusa sa buong bansa ay maaaring magkaroon ng hindi inaasahang mga kahihinatnan para sa mga inosente—tulad ng pagsisimula ng maaaring maging simula ng Ikatlong Digmaang Pandaigdig?"

"Makatarungang tanong," sabi ni Salt. "Sa mga nakaraang taon, ang OFAC ay naging mas naka-target at, sa halip na laging habulin ang mga bansa, minsan ay nakatuon sa mga partikular na entidad at indibidwal na hindi papayagang makitungo ang mga Amerikano. Ito ay nagiging isang kritikal na katangian ng sitwasyon sa Ukraine. Para sa ilan sa mga naka-target na Specially Designated Individuals, gaya ng tawag namin sa kanila, ito ay nagdulot ng isang mundo ng pinsala. Nanganganib silang makagapos ng malalaking halaga ng pera na nakaapekto sa mga bangko na nagnenegosyo sa Estados Unidos. Kukuha sila ng mga tagapayo upang subukang ilabas sila sa target zone, at ang ilang Amerikano ay susubukang kumuha ng mga lisensya na magpapahintulot sa kanila na gumawa ng mga partikular na uri ng negosyo sa isang partido na may parusa. Iyan din ang uri ng bagay na pinagtrabahuhan ko noong ako ay nasa law firm."

Tinapos ni Salt, "Bueno, diyan nagtatapos ang isang maikling kurso sa bahagi ng aking karera. Binalaan na kita. Medyo nakakabagot."

"Sasabihin kong kumplikado at kawili-wili ito ngunit hindi nakakabagot," tugon ni Margie. "Gumana ba ang mga parusa?"

"Ang sasabihin ko ay personal na pananaw lamang," babala ni Salt. "Ang sagot ay oo at hindi. Binago ba nito ang patakarang panlabas ng Iran? Medyo ngunit hindi gaanong. Pinarusahan ba nito ang mga taong nagtatangkang makipagnegosyo sa Iran at, samakatuwid, hindi direktang pinarusahan ang Iran? Oo. Sinusubukan ba ng Iran na manipulahin ang mga parusa?" Oo. Babaguhin ba nito sa huli ang pangkalahatang postura ng Iran? Hindi sa sarili nito."

Napunta ang usapan kay Margie. Mas mabuting tagapakinig si Salt kaysa sa isang madaldal at marami siyang natutunan tungkol kay Margie. Nagtaka siya kung bakit, pagkatapos ng limang taon, hindi na ito muling nag-asawa. Marahil, tulad niya, mahal pa rin nito ang kanyang asawa at hindi lang ito makalimutan.

Mabuti na lang at nagkaroon ng kaswal na pakikipag-ugnayan. Hindi matandaan ni Salt kung kailan ang huling pagkakataon na nangyari iyon sa kahit sino, lalaki man o babae. Sa unang pagkakataon, habang kumakain, napansin ni Salt ang mga bagay na hindi pangkaraniwan sa pagiging kaakit-akit ni Margie. Matalino siya, may kaalaman, maraming nababasa, masayahin, nagboboluntaryo para sa mabubuting layunin, at maganda sa sarili niyang paraan, na may katamtamang haba ng buhok na kulay kastanyas, kayumanggging mga mata, at matipunong linya ng baba. Malinaw na inaalagaan niya ang kanyang sarili. Gumawa rin siya ng masasarap na chocolate chip cookies.

At napakabait niya talaga. Pagkatapos ng hapunan, inalok siya ni Margie na papuntahin siya sa bahay nito para sa ilang lutong-bahay kung interesado ito. "Maganda naman," sagot niya, na ikinagulat niya ang sarili sa mabilis nitong tugon.

"May mga kaibigan akong dadalhin para sa hapunan sa susunod na linggo. Sa tingin ko ay maaari mo silang tiisin, at tiyak na magiging interesado sila sa bagong dating na talagang katutubo ng lugar." Isinulat niya ang address, petsa, at oras at ibinigay ito sa kanya.

Sa bahay at pagkatapos matulog, naalala ni Salt ang huling pagkakataon na nagkaroon siya ng makabuluhang talakayan sa isang babae. Blangko ang kanyang isip tungkol sa paksang iyon, ngunit alam niyang hindi pa siya nakatalik ng ibang babae maliban kay Meredith noong kasal o simula nang mamatay ito. Wala sa mga ito ang nakatulong sa kanya na makatulog. Dinagdagan niya ang kanyang listahan ng mga dapat gawin, sa tabi ng kanyang kama, bumili ng ilang pampatulog at pumunta sa tindahan ng alak.

KABANATA 11

Tawag mula Bentway

Nagsimula nang walang anumang pangyayari ang sumunod na linggo. Mas maraming kahon, mas maraming donasyon sa tindahan ng mga gamit sa simbahan, mas maraming alaala, at mas malalim na pag-unawa sa kung ano ang kakailanganin ng isang lumang bahay-bukid sa paraan ng modernisasyon. Nakakatakot ito ngunit wala itong kwenta kumpara sa tawag na natanggap niya sa kanyang mobile bandang alas-diyes y medya ng umaga.

Ang tawag ay mula kay Stuart Bacon, na pinangalanan ng mga ulat ng balita bilang isang malamang na pagpipilian para sa kalihim ng estado o isang maihahambing na posisyon, sa mga tuntunin ng impluwensya, sa West Wing ng White House. Marahil ang direktor ng pambansang paniktik, isa pang posisyon sa antas ng gabinete na nangangasiwa sa komunidad ng paniktik ng US, kabilang ang Central Intelligence Agency, ang National Security Agency, at iba pa. Kilala at iginalang ni Salt si Stuart bilang isang maalalahanin na tao na nakaligtas sa pagiging nasa ilang mga kulungan na puno ng mga pulitiko. Ang kanyang matagal na serbisyong diplomatiko sa ilalim ng ilang mga pangulo sa isang panahon ng matinding kaguluhan sa politika ay mas kahanga-hanga. Si Stuart ay isang nakaligtas na walang antas ng bagahe na karaniwang kasama ng tag na iyon.

"Ano ang utang na loob ko sa tawag na ito, Stuart?" tanong ni Salt. "At bago ka magpatuloy, binabati kita sa pagiging nasaan ka man at ano ka man. Hindi ako sigurado kung makakaligtas pa ang mga taong kasinghusay mo sa mga panahong ito. Isa ito sa ilang mga kamakailang pangyayari na nakakapagpagaan ng loob ko."

"Salamat, Salt. Malaki ang maitutulong niyan sa iyo," tugon ni Stuart. "Abala ang panahon ngayon, kaya diretso na ako sa punto. Gusto naming makuha ang iyong isipan, at dahil diyan, gusto naming pumunta ka sa DC para sa isang pagpupulong sa Lunes ng hapon sa White House. Ang pagpupulong ay gaganapin kasama ako at ang isa o dalawang iba pa. Malamang hindi ang Pangulo, bagama't alam ng Pangulo na ako ang gumagawa ng panawagang ito at kung bakit. Marami tayong dapat pag-usapan tungkol sa pagbuo ng koneksyon kasama ang maraming tao, kabilang ang mga alienated allies, kung mayroon mang ganoong bagay, at kailangan namin ang iyong mga saloobin kung paano ito gagawin."

Nagulat si Salt at ilang segundo bago kumalma. Wala siyang ideya na makakatanggap siya ng ganitong tawag. "Salamat, Stuart," sabi ni Salt, "pero limang taon na akong wala sa laro. Isa akong dinosauro pagdating sa ganitong bagay. At kung pinag-isipan ng Pangulo o ng mga tagasuporta ng Pangulo ang aking mga pananaw, malamang ay tinanong nila ako noong panahon ng kampanya." Hindi idinagdag ni Salt na malamang na hindi niya sasagutin ang isang tawag mula sa isang kampanyang pampulitika.

"Salt, ang katotohanang wala ka na sa laro, gaya ng sabi mo, ay isa sa ilang dahilan kung bakit kami bumibisita," paliwanag ni Stuart. "Walang gaanong magandang nangyari habang wala ka. Wala kang mga bagong dala. At mayroon kang pananaw, na mahalaga. Lubos ka ring iginagalang, dito man o sa ibang bansa. Maaaring hindi ka isang unicorn, ngunit kabilang ka sa pamilyang iyon. Ang hinihiling lang namin ay bumisita ka sa DC at makipag-usap sa amin. Malaki ang utang na loob mo sa bansa."

Sandali na nag-atubili si Salt, alam niyang malamang na mas marami pang nangyayari rito kaysa sa nakikita niya. Pero halos hindi siya makatanggi. Sabi niya, "Sige, pero ang tanging sasang-ayunan ko ay isang pulong na halos tiyak na makakadismaya sa iyo."

"Magaling," sagot ni Stuart. "Aasahan ka ng mga guwardiya bandang 1:30 ng hapon, at magdadala sila ng ilang ID. Alam mo na ang gagawin. At salamat. Siya nga pala, gagana ba itong numero ng mobile na tinawagan ko sa susunod na mga araw kung sakaling kailanganin nating ilipat ang mga gamit?"

"Oo," sabi ni Salt, "kahit man lang hanggang sa pabagsakin ng mga Ruso ang ating mga sistema ng telekomunikasyon."

"Kumusta naman ang email?" tanong ni Stuart.

"Maaari mo akong i-text sa telepono ko, pero wala pa akong Internet dito. Huwag kang magpadala ng kahit ano nang matagal. Nasasanay na ako na walang mga email attachment. Magkita tayo sa Lunes."

Kalaunan nang araw na iyon, nakatanggap si Salt ng mensahe sa voice mail mula kay Stuart na nagmumungkahi na dahil ang pulong ay gaganapin lamang hanggang Lunes ng hapon, makakatulong kung dadaan si Salt sa CIA habang papunta siya sa George Washington Parkway papuntang DC at makikipagkita kay Louise Roseaux upang simulan ang proseso ng pagpapa-update ng kanyang security clearance. Walang balak si Salt na gumawa ng anumang bagay na mangangailangan ng pag-update ng clearance.

Hindi naging matagumpay ang paglipat sa bukid sa ngayon, ngunit hindi rin naman ito naging ganap na sakuna, at maaga pa naman. Hindi pinansin ni Salt ang mensahe mula kay Stuart at ang mensaheng dumating nang bandang huli ng araw na iyon mula kay Ms. Roseaux.

Bumalik si Salt sa kinatatakutang trapiko sa DC noong Lunes ng umaga, na nagbigay ng sapat na oras para sa mga pagkaantala. Ayaw niya ng trapiko—kahit na ang bahagyang mas mababang dami ng sasakyan na dulot ng lockdown at resesyon dahil sa COVID-19—ngunit kahit papaano ngayon, mas mabilis itong nag-aalis ng mga kargamento. Mabuti na lang at nakiisa ang panahon. Bagama't maulap, walang ulan. Dahil sa sama ng loob, hindi nagmaneho si Salt sa George Washington Parkway lampas sa CIA, sa halip ay dinaanan niya ang Interstate 66 hanggang sa Roosevelt Bridge at Constitution Avenue. Nahuli siya kaya naiwasan niya ang toll hour. Ang pagmamaneho ay nagbigay kay Salt ng oras para mag-isip nang tahimik—at walang abala sa tila daan-daang natitirang kargamento—tungkol sa kung ano talaga ang maaaring maging layunin ng pulong na ito. Wala siyang ideya.

Pagpasok niya sa White House, sandali siyang nataranta, iniisip na nakalimutan niya ang kanyang briefcase. Pagkatapos ay naalala niya na wala pala siyang dala. Mahirap isipin na papasok sa isang pulong sa West Wing nang walang briefcase o walang laman. Tinanong ng mga guwardiya sa labas kung may dala ba siya. "Walang iba kundi ang aking mga susi, pitaka, at cellphone," sagot ni Salt. Tumaas ang kanilang mga kilay at sumisigaw ng pagdududa at kawalan ng katiyakan.

"Paano kung briefcase?" tanong ng isa sa mga guwardiya. Tiningnan nila si Salt nang may pagtataka sa mga mata at nakataas ang kilay nang ituro niya ang ulo nito at sabihing, "ilagay mo na lang lahat dito. Napakadaling makalimutan ang briefcase mo." Dahil doon mismo ay halos naging sulit na ang biyahe.

Habang nakikipag-ugnayan siya sa mga security sa loob ng White House, sinabi sa kanya ng isa sa mga opisyal na nag-iwan ng mensahe si Mr. Bacon na kailangang magsimula ang pulong nang halos isang oras na huli, ngunit inutusan ang guwardiya na tawagan si Ms. Roseaux, na siyang babati kay Salt at makikipagkita sa kanya habang naantala. Tinanong ng mga security guard sa loob kung gusto niya ng mask ngunit hindi siya pinilit na magsuot nito dahil mayroon siyang sertipiko na nagpapatunay na kamakailan lamang siyang sumailalim sa COVID-19 testing. Gayunpaman, kinuha pa rin nila ang kanyang temperatura gamit ang isang magarbong electronic gun.

Naramdaman ni Salt na ang bagong administrasyon ay may ibang pananaw sa mga maskara kumpara sa administrasyon ng Santo Papa, kaya kinuha niya ang maskara. Muling tinanong nila ang tungkol sa kanyang briefcase, at tuwang-tuwa si Salt na sabihing wala siyang nito. Pagkatapos ay pinilit nila siyang ibigay sa kanila ang kanyang mobile phone. Limang taong gulang na ito at medyo nakakahiya. Ngunit nagpatuloy ang buhay. At hinahanap-hanap pa rin niya ang kanyang Blackberry.

Dahil wala nang ibang magawa, sumama si Salt kay Ms. Roseaux sa isang maliit at tigang na silid sa West Wing. Matangkad siya, payat ngunit maskulado, nakasuot ng matingkad na itim na pantsuit, at may itim na buhok na katamtaman ang haba na tuwid ang pagkakasuot. Maitim ang kanyang balat kaya maaaring resulta ito ng ilang paghahalo at pagpapares. Anuman ang mangyari, gumana naman ito, kahit nakasuot ng maskara. At napaka-maayos at magalang niya. "Paumanhin sa pagkaantala, ngunit maaari naming gamitin nang maayos ang oras kung handa kang bigyan ako ng update tungkol sa mga bagay na may kaugnayan sa iyong security clearance, na nag-expire na sa ilalim ng mga tuntunin ng pagbawi ni Pangulong Pope noong 2019 sa mga security clearance ng mga dating senior intelligence personnel."

"Pero wala akong balak na mangailangan ng security clearance," sabi ni Salt.

"Paumanhin po, Ginoong Pepper, ngunit ang uri ng pagpupulong na iyong dinatnan ay hindi ka maaaring dumalo nang madalas maliban na lang kung sa tingin ko ay karapat-dapat ka para sa pinakamataas na antas ng security clearance. Hindi ito masasayang na pagsisikap, kahit na walang mangyari sa pagpupulong."

"Dadalo ka ba sa pagpupulong, Ginang Roseaux?" tanong ni Salt. "Opo," tugon niya.

"Maaari mo bang sabihin sa akin kung tungkol saan ito?" tanong ni Salt. "Hindi."

"Alam mo ba kung tungkol saan ito?"

"Sa mababaw na batayan lamang," tugon niya.

Nagpatuloy si Salt nang medyo mas malupit: "Maaari mo bang sabihin sa akin kung ano ang alam mo tungkol sa pulong?"

"Naiintindihan ko ang iyong pagkadismaya, ngunit matututo ka rin sa lalong madaling panahon," mahinahon niyang paliwanag. "Samantala, huwag na nating ipagpaliban pa ang pulong. Gaya ng sinabi ko, kailangan ko munang pawalang-sala ka bago ka masabihan tungkol sa pulong o payagang lumahok dito. Tiyak na mausisa ka."

"Sige, pero nakakabaliw ito. Pakitandaan ang aking pagtutol." Bumubuntong-hininga si Salt sa kanyang maskara.

Ginugol ni Salt ang sumunod na oras sa pagsagot sa walang katapusang checklist ng mga tanong ni Louise at paglalarawan sa kanyang mga aktibidad simula nang umalis sa gobyerno limang taon na ang nakalilipas, ang kanyang personal at mga pakikitungo sa negosyo sa law firm, ang kanyang pananalapi, ang mga itinuturing niyang kaibigan (isang maikling listahan), ang kanyang mga gawi sa pag-inom, ang kanyang kagustuhan sa kasarian, mga detalye tungkol sa kanyang paglalakbay sa labas ng Estados Unidos, at ang kanyang mga kontak sa labas ng Estados Unidos. Sa unang pagkakataon, masarap maging boring.

Sa pagtatapos ng sesyon, tinanong niya si Ms. Roseaux, "Kung gayon, sino ka?

Ano ang iyong background? Bakit ka dadalo sa pulong na ito?" "Nasa napakataas na antas iyon ng pag-uuri." Ngumiti siya, hindi mainit. Pagkatapos ay sa wakas ay tinawag na sila para pumunta sa pulong.

KABANATA 12

Ang Pagbebenta kay Salt sa White House

Enero 11, 2021

Inilipat nila ang mga talakayan sa isang mas malaki at mas pormal ngunit hindi pa rin gaanong kaakit-akit at malamig na silid-kumperensya sa West Wing at di-nagtagal ay sinamahan sila nina Stuart Bacon at ng kanyang assistant na si Norman. Pagkatapos ng maigsing usapan at pagpapakilala, sinimulan ni Stuart ang talakayan sa pamamagitan ng pagbibigay-diin na ang mga sinabi sa silid ay kailangang manatili roon, maliban sa pagbibigay-diin sa Pangulo.

Pagbukas ni Stuart. "Salt, gaya ng maiisip mo, gumugol kami ng napakaraming oras at pagsisikap sa pagtatasa ng aming diplomatikong relasyon simula noong halalan. Ang mga pagsisikap na iyon ay nahadlangan ng mga litigasyon kaugnay ng mga resulta ng halalan, isang bastos na kawalan ng kooperasyon mula sa pangkat ng Pope, at mga isyu tulad ng subpoena ng FBI na inisyu kay Pangulong Pope. Gayunpaman, tinutukoy namin ang mga kandidato para humawak ng mga posisyon na may malaking responsibilidad sa mga ahensya ng paniktik, mga puwesto na nakatuon sa internasyonal sa Treasury, mga pagka-embahador, at siyempre, mga posisyon sa Kagawaran ng Estado at USAID. Ako ang magiging kalihim ng estado o dito sa White House bilang direktor ng pambansang paniktik.

"Nakikipag-usap kami sa mga kaibigan at kaaway tungkol sa kung ano ang mga isyu at kung ano ang dapat na hitsura ng aming mga tauhan. Sa totoo lang, mas malala ang mga bagay kaysa sa aming inaakala. Ang aming ugnayang panlabas ay lubhang magulong. Masama ang mga ito bago ang pandemya ng COVID-19, mas lumala pa noong nagsimula ang pandemya at resesyon, at ngayon ay mukhang isang napaka-magulong negosyo. Mayroon pa rin tayong ilang mahuhusay na tao sa diplomatic corps, ngunit nawalan din tayo ng maraming mabubuting tao dahil sa pagtanggal sa trabaho, pagreretiro, at pagkasuklam sa huling administrasyon. Ang mabubuting tao na narito pa rin ay kailangang magsikap at lumago sa kanilang mga responsibilidad.

Marami sa kanila ang kaya nito. Ngunit kailangan natin ng mga karagdagang tauhan."

"Tigilan na kita diyan, Stuart," sabi ni Salt. "Dahil sa maraming dahilan, hindi ako ang tamang tao para magsilbing reinforcement. Kung iyan ang nasa isip mo, puwede na tayong mag-time-out."

"Hindi iyon ang nasa isip namin," tugon ni Stuart. "Tapusin ko na. Gaya ng alam mo, ang Estados Unidos ay dumanas ng malaking pagbaba ng kredibilidad sa nakalipas na limang taon—kahit bago pa man ang Enero 6."

"Oo," sabi ni Salt, "paano mo ipaliliwanag iyan sa ngalan ng Diyos? Hay!" "Buweno," tugon ni Stuart, "kailangan mong harapin ito, kaibigan man o kaaway ang kausap. Ang ilan sa mga gobyernong ito ay talagang nagtataka kung patungo na ba tayo sa isang digmaang sibil. Iba-iba ang pagtingin sa atin bilang pabago-bago, xenophobic, rasista, mahiyain, makasarili, hindi maaasahan, at hindi mapagkakatiwalaan. Ang kawalan ng tiwala ay isang malalim at matinding problema. Nag-aatubili tayong magtapos na ang mga taong itinuturing na mga hinirang sa politika o kung hindi man ay malapit na kaalyado ng bagong administrasyon ay hindi magiging kasing epektibo ng dati. Sa malapit na hinaharap, ang sinasabi nila sa iba sa mundo ay madalas na ituturing na mas blah, blah, blah—at epektibo lamang hangga't nariyan pa ang taong iyon, sa pinakamabuti.

"Paano natin ito lalabanan? Gamit ang isang bago at mahigpit na pamamaraan. Kailangan natin ng imbestigasyon at gabay mula sa isang taong hindi tinitingnan bilang lason sa politika at, higit sa lahat, may reputasyon sa mga diplomatang karera sa ibang mga bansa dahil sa pagiging mapagkakatiwalaan at pagpapanatili ng pagiging kompidensiyal. Isang taong tinitingnan ang Twitter, Facebook, at Instagram bilang kaaway at hindi dapat gamitin kailanman. Sa madaling salita, kailangan natin ng isang palakaibigang dinosauro mula noong mga panahong iyon kung kailan ang pagtingin sa mata ng isang tao ay may kahulugan. Kailangan natin ang dinosaurong ito na kumunsulta sa pinagkakatiwalaang core ng istrukturang diplomatiko ng iba pang mga pangunahing bansa at organisasyon—sa labas ng mga presyur na nilikha ng mga pampublikong inihayag na posisyon at ng media—at pagkatapos ay iulat muli, sa napakataas at sensitibong antas, ang kanyang mga natuklasan at rekomendasyon."

Nagpatuloy si Stuart, "Bukod sa halata—Ukraine—na kailangan nating bigyan ng espesyal na atensyon, ano ang mga isyung pinakamahalaga? Ano ang kailangan nilang makita mula sa atin? Anong mga kasunduan ang maaari o kailangang ayusin muli? Ano ang may katuturan sa bagay na iyon para sa Estados Unidos pati na rin sa iba? Maaari ba nating iligtas ang mga umiiral na alyansa at lumikha ng mga bago?

"Bukod sa mas agresibong pag-atake sa pagpapatuloy ng pandemya ng coronavirus at paglaban sa resesyon, ano ang dapat na mga prayoridad? Mayroon na tayong mahigit isang taon para ialok ang plano ng transisyon. Alam ng lahat kung saan napunta ang mga isyu, ngunit kailangan nating kumilos. Kailangan namin kayong maging bahagi niyan."

"Bibigyan namin kayo ng maikling listahan ng mga prayoridad na target. Sa tingin namin, ang mga konsultasyon ay kailangang magsimula sa UK, ngunit sa malaking bahagi, kokontrolin ninyo ang sarili ninyong adyenda at mga prayoridad, na may mga pana-panahong ulat kung kinakailangan at ayon sa iskedyul."

"Ikaw ang magiging boss mo at direktang magrereport sa Pangulo at sa akin. Walang kumpirmasyon mula sa Senado. Ipapaalam namin sa mga pinuno ng mga pangunahing komite ng kongreso ang iyong mga ginagawa, ngunit hindi ka naka-iskedyul para sa mga pampublikong pagpapakita. Sa tingin namin ay kayang gawin iyon ng ating mga miyembro ng kongreso.

"Ikaw ay magiging isang taga-troubleshoot at isang espesyalista sa pagbabago ng relasyong diplomatiko. Dapat ay isang malaking hamon at isang napakahalagang serbisyo sa bansa." Sandaling tumigil si Stuart.

"Nagbibiro ka siguro," sagot ni Salt. "Ang inilalarawan mo rito ay hindi mission impossible; ito ay mission suicide. Hindi ito gagana. At ako ang maling tao na susubukan. Halos hindi ako kilala. Nakakabaliw ito. Natagpuan mo ba ito sa isang masamang libro o sa isang mas masamang pelikula? Ano ang nagawa ko sa iyo para maranasan ang ganitong bagay? Sige na nga, pare!"

"Sige, sabihin mo nga sa akin ang tunay mong iniisip." Bumuntong-hininga si Stuart. "At saka, salamat sa hindi pagtanggi sa gitna ng kaguluhang iyon. Mabuti na lang at naiintindihan mo ang hirap dito. Pero isa itong magandang tagumpay para sa isang karera. Matutuksong gawin ko rin ito, pero masyado akong namumulitika. Sa kabilang banda, low profile ka at kaya mong gawin ito. Magugulat ka kung gaano kadalas kaming positibong tumugon sa pagbanggit sa pangalan mo sa mga talakayan kasama ang mga kakampi mo tungkol sa inisyatibong ito. Sa totoo lang, hindi basta-basta napupunta ang mga tao sa pangalan mo, pero kung tatanungin mo sila tungkol sa Salt Pepper, may positibong reaksyon, na nagtataka nang malakas tungkol dito."

Ungol ni Salt. "Ibig mong sabihin ay nilinaw mo na ito sa iba bago mo pa man ito nabanggit sa akin? Ano ba 'to, Stuart?"

"Naku, Salt," mahinahong sabi ni Stuart, "hindi dapat natin ipagbili ito sa iyo at saka lang sabihin sa atin ng mga pangunahing kakampi na hindi ka isang baguhan. Totoo nga, mas masigasig ang ilang kakampi kaysa sa iba. At may ilang pangalan din kaming nabanggit bukod sa iyo. Maaaring inakala ng ilang tao na isa kang placebo, ngunit ang mga reaksyon ay neutral sa pinakamalala, at ilan ang masigasig. May pagkahumaling sa buong mundo para sa Estados Unidos na makatuwiran, mapagkakatiwalaan, at handang mamuno. Hindi ka mahihirapan sa pag-aayos ng mga pagpupulong, kahit na sa mga taong may ambivalent."

"At paano magagawa ng baliw na kukuha ng trabahong ito ang mga bagay-bagay sa usapin ng suporta?" tanong ni Salt. "Karamihan sa mga taong katulad ko ay walang imprastraktura. Wala akong kasama at ayaw ko nito."

"Siyempre, magbibigay kami ng suporta," paliwanag ni Stuart. "Hindi namin ito nakikita bilang isang malaking pangkat. Nakilala mo na si Ms. Roseaux, na ang tunay na pangalan ay mananatiling lihim sa ngayon. Siya ay naging bahagi ng CIA sa ilang mga tungkulin, nagsasalita ng Pranses, Arabic, at Ruso, alam kung sino ang mga tao sa Ahensya at Estado, at naniniwala sa layuning ito. Ang kanyang mga magulang ay Pranses at Amerikano."

Nagpatuloy si Stuart, "Sa tingin ko kailangan mong pag-isipan ito nang kaunti bago tayo magpatuloy. Totoo, hindi ito ang susunod na hakbang sa karera para sa isang taong nasa sitwasyon mo. Bakit hindi natin ito tapusin at hayaan kayong dalawa na magkita sa susunod na mga araw upang pag-usapan ang mga susunod na hakbang? Ngunit wala sa panig natin ang oras."

Parang may hudyat, bumukas ang pinto, at bahagyang lumabas ang ulo ng Pangulo, nagbigay ng thumbs-up sa silid at ng kanyang mariing ngiti. "Salamat, Salt, sa pag-iisip tungkol dito. Kailangan namin ang tulong mo." At pagkatapos ay nawala ang Pangulo bago pa man makatayo o makapagsalita ang sinuman.

Alam ni Salt na kailangan niya itong pigilin agad. "Tingnan mo, Stuart, maaaring mukhang walang utang na loob ito, ngunit wala nang dapat isipin; lumipat lang ako sa gilid ng Blue Ridge, alang-alang sa Diyos."

Hindi tinatanggap ni Stuart ang hindi bilang sagot. "Ang hinihiling lang namin ay magkita kayo ni Ms. Roseaux at pag-usapan ito. Sigurado akong matutuwa siyang pumunta rito para makita ka. Kung hindi ka namin makuha, sabihin mo man lang sa amin kung paano mo ito gagawin o isang bagay na katulad nito. Salamat, Salt."

Biglang umalis si Stuart at nag-thumbs-up habang palabas. Habang palabas ng White House si Salt, binigyan siya ni Louise ng isang naka-encrypt na telepono para magamit kaugnay ng proyektong ito at ang numero ng telepono nito para sa "pansamantalang paggamit." Sinabi niya na maaari siyang pumunta rito anumang araw ng linggong iyon. Sinabi ni Salt na dapat niyang puntahan ang Huwebes at nagbabala na ang kanyang farmhouse ay mukhang tinamaan ng buhawi.

"Nandoon ako ng ala-una." Ngumiti siya. "Hindi kailangan ng tanghalian."

KABANATA 13

Pagpasok ni Louise mula sa Kaliwang Entablado

Enero 14, 2021

Kinabukasan ay Huwebes, Enero 14, at tumunog ang doorbell nang eksaktong 1:01 p.m. Si Louise iyon, nakasuot muli ng itim na pantsuit, nakangiti, at halatang handang umalis. Hindi siya nakasuot ng maskara ngunit umupo sa mesa sa kusina para sa social distancing at tinanggihan ang alok nitong maskara. Nag-alok din si Salt ng kape; mas gusto niya ang tubig. Muling nagtanong si Salt kung puwede ang tubig sa balon.

Umiling siya at sumagot. Hindi.

Totoong sumagot si Salt, "Pasensya na, pero hindi pa ako nakabili ng kahit isang bote ng tubig." Kumuha siya ng isang baso ng tubig mula sa balon, hindi na nagtanong kung pinadaan ba ito sa filter. Naisip ni Salt na magiging mahaba ang hapong ito. Walang saysay na dagdagan pa ang iritasyon kaysa sa kinakailangan.

Sinimulan ni Louise ang natitirang serye ng mga tanong. Inabot iyon ng unang oras at kalahati. Hindi magaling si Salt sa mga pangalan at kinailangan niyang pumayag na magbigay ng impormasyon para sa mahabang listahan ng mga hindi mamamayan ng US na nakilala niya sa mga nakalipas na taon pati na rin ang mga mamamayan ng

US na maaaring magpatunay sa kanyang pagiging matino. Malamang nakapasa si Salt sa bahaging iyon ng pagsusulit dahil hindi siya umalis sa gitna. Sa totoo lang, si Salt ay isang simpleng taong may kakaibang hilig.

Pagkatapos uminom ng isa pang baso ng tubig sa balon, napagdesisyunan ni Salt na oras na para maghanda para sa mas seryosong pag-uusap. "Ngayong napagdaanan na natin ang lahat ng iyan, tungkol saan ba talaga ito? Hindi ka naman tanga, pero nagpapakatanga ka lang. Hindi ka naman ganoon kagaling umarte. Matagal ka nang—sa Ahensya at iba pang kaugnay na organisasyon—kaya isa kang survivor sa mahihirap na kapaligiran. Malamang na hindi mo gugustuhing mag-alaga ng isang retirado. Sabihin mo sa akin kung sino ka at kung ano ang gusto ni Stuart mula sa akin."

"Makatwiran naman ang mga tanong," sagot niya. "Lalabanan ko ang lahat ng aking pagsasanay at magtitiwala ako sa iyo at sa iyong pagpapasya. Mukhang mayroon ka naman, at higit pa iyon sa masasabi mo tungkol sa maraming lalaki. Marami na akong nagawa, kabilang ang pagiging isang ahente sa larangan ng CIA. Pinahiram ako kay Stuart para sa proyektong ito. Lumaki ako sa Estados Unidos at France, nagtapos ng kolehiyo sa Sorbonne sa Paris, at pagkatapos noon ay nirekrut ako ng CIA dahil sa aking kahusayan sa wika. Ang tunay kong pangalan ay hindi Louise kundi Marie Louise, ngunit sa tingin ng Ahensya ay masyadong Pranses ang dating nito, kaya ako si Louise. Dumaan ako sa buong saklaw ng pagsasanay kasama ang Ahensya, kabilang ang martial arts at mga baril. Isa akong perpektong shot. Naglingkod ako sa Asya ngunit mas madalas sa Europa, lalo na sa Silangang Europa. Gumamit na ako ng mga baril sa larangan. May mga namatay ngunit walang mga inosenteng biktima. Ang mga nakapasa ay nakatanggap ng nararapat sa kanila. Hindi ako isang babaeng Jason Bourne, ngunit mahusay ako sa ginagawa ko. Ngunit gusto kong gumawa ng higit pa, isang bagay na mas banayad kaysa sa aking mga naunang tungkulin. Gusto kong maging bahagi ng diplomatic corps sa isang mahalagang papel, pero karamihan sa mga papel na iyon ay tila napupunta sa mga puting lalaki. Hindi ako lalaki, at may halong lahi ang pinagmulan ko. Kailangan ko ng tagapayo at kaunting karanasan na mahalaga. Walang sinuman sa matinong pag-iisip ang mag-iisip na ang pag-ugnay ko sa iyo at sa papel na ito na binubuo ni Stuart habang tumatagal ay may katuturan. Pero sa palagay ko ay maaaring higit pa sa inaakala mo ang kaya mong gawin para sa iyo. Handa akong mag-eksperimento at maglaan ng oras at pagsisikap tungkol dito.

"Sige," sabi ni Salt, huminga nang malalim at sinusubukang intindihin ang lahat ng iyon. "Panalo ka sa paligsahan para sa katapatan, pero may ilan pang tanong. Una, ano ang ibig mong sabihin sa pagiging malapit sa akin? Hindi ko kailangan ng katulong o bodyguard."

"Mali," sabi niya. "Iyon ang akala ko noong una, pero kung gagana ang walang kwentang pakana ni Stuart, mapapasailalim ka sa ilang antas ng panganib. Babalik tayo sa gusto ni Stuart. Gayunpaman, ipagpalagay na nagtagumpay ka sa pagpapakalma sa ilan sa mga pandaigdigang problema sa diplomasya. Sa ganoong kaso, titingnan ka bilang isang abala at mapanganib na tao ng mga nakikinabang sa kaguluhan—at marami sa kanila, kapwa sa Estados Unidos at sa labas. Marahil ito ang pinakamalala, pero kailangan mo ng isang taong magbabantay sa iyo."

Nabuhay ang asin. "Whoa," sabi niya. "Hindi ako kailanman lilikha o maniniwala sa ganoon kalaking panganib. Hindi mo maaaring imbentuhin ang mga bagay na ito."

"Hindi ko ito iniimbento," tugon niya. "Kung magtatagumpay ka man kahit kaunti, maaabala mo ang mga pagsisikap ng mga taong tulad ng mga Ruso, Iranian, at North Korean. Isinaayos ng Russia ang pagkalason sa mga dating espiya sa UK. Alam mo siguro ang mga kwento ng pagpatay kay Litvinenko noong 2006 na may lason at ang mga pagtatangka pagkalipas ng halos isang dekada sa dalawa pang iba, si Sergei Skripal at ang kanyang anak na babae. Diyos lamang ang nakakaalam kung ano ang ginawa ng mga Iranian sa pamamagitan ng ISIS at iba pa, at ang pinakamataas na pinuno ng North Korea ay kumuha ng mga babae para patayin ang mga miyembro ng pamilya sa paliparan ng Singapore. Ang magandang balita ay sa tingin mo ay hindi ka sapat na magaling para gawin ito, at kung tama ka, wala kang dapat ipag-alala."

Nag-isip sandali si Salt, hinihimas ang kanyang baba para mawala ang kaba. "Kahit na tama ka, mukhang hindi ikaw ang tipo ng taong gugustuhing sumunod sa akin bilang tagadala ng bag."

"Ngayon, maghintay ka lang," halos sigaw niya. "Hindi ako basta-basta tagadala ng bag. Babae ako, kaya mukhang hindi ako gaanong mapanganib sa ilan, na isang taktikal na kalamangan. Pero kaya ko ring maging mapagmatyag sa mga sensitibong pagpupulong, at kakailanganin mo iyon. Kaya kalimutan mo na, at matuwa ka na handa akong pasayahin ka at magkunwaring pangalawang biyolin. Maaaring ikaw ang konduktor, pero ako ang magiging concertmaster—at magaling ka."

Nagmamadaling makaalis sa gulo na ito, tugon ni Salt, "Nakita mo na ang file ko. Kailangan kong makita ang sa iyo."

"Walang pagtutol dito," sabi niya.

"Hindi ko sinasabi kahit isang minuto na may katuturan ang lahat ng ito," sabi ni Salt. "Pero kung sakali mang may katuturan ito, mangangailangan ito ng maraming paglalakbay, marahil ay magkasama. Sa panahong ito ng pagiging ako-ako, paano makakaramdam ng kaligtasan ang isang matandang puting tulad ko mula sa pagiging akusado ng panliligalig o isang bagay na tulad niyan?"

Natawa siya. "Isa ka talagang dinosauro. Ang posibilidad na mapilitan mo akong gawin ang anumang ayaw kong gawin ay zero.

Mababa sa zero. Maaaring mapunta ka sa kama, ngunit sa ospital iyon. Relaks lang." Naramdaman ni Salt ang pamumula sa kanyang mukha.

"Parang magandang lugar iyan para huminto ngayon," mungkahi ni Salt.

"Hindi pa," sabi niya. "Inuutusan akong huwag bumalik nang hindi mo naiintindihan ang iniisip mo tungkol dito, kahit na may mali pa sa iyo. Direktang sinabi iyan ni Stuart."

"Napaka-diplomatiko," komento ni Salt. "Una, sinabi mo sa akin na kaya mo akong saktan, tapos ngayon sinasabi mo na baka magalit din ang isip ko. Pakiramdam ko ay inaatake ako ng almoranas. Ganito ka ba kabait palagi? Sigurado ka bang gusto mong maging diplomat paglaki mo?"

"Pasensya na," sabi niya. "Akala ko kaya mong tanggapin ang pagiging prangka ng isang tao." "Malalagpasan ko na," tugon ni Salt. "Nakipagpantay ka sa akin kanina, kaya—labag man sa aking paghuhusga—makipagpantay na rin ako sa iyo. Litong-lito ako kung ano ang gusto kong gawin sa buhay ko pagkatapos ng pagreretiro, pagkatapos ng kasal, pagkatapos–lahat ng pinapahalagahan ko. Nagdududa ako na may makakagawa ng nasa isip ni Stuart—ano pa man iyon. Pero nagulat ako sa mga kamakailang talakayan tungkol sa kung gaano nakasama sa maraming ordinaryong tao sa ordinaryong lugar ang diplomatikong larong yo-yo natin. Maaaring sulit ang pagsisikap kung may 2 porsyentong pagkakataon na makatulong."

"Kung gusto mong gawin ito, kailangan mong magdesisyon agad; may iba pang mga kandidato, bagama't ikaw ang gustong partido sa puntong ito. Bukod pa rito, ikaw lang ang kandidatong nakakabit sa akin, kaya nasa sulok mo ako. Ano pa ba ang kailangan mo?"

"Ang susunod na hakbang," tugon ni Salt, "ay ang pagkuha mo ng pahintulot na lumipad papuntang Canada gamit ang aking singil para makipagkita kay Rene Marchand, na kilala bilang Ray sa

Estados Unidos at Toronto, at kausapin siya tungkol dito. Si Ray ay isang abogado sa isang malaking law firm sa Canada, may maraming karanasan sa diplomasya, at isang mabuting kaibigan mula noong mga araw na kasangkot siya sa ministeryo ng ugnayang panlabas ng Canada at delegasyon ng UN, at ako naman ay kasama ng Estado. Nagtitiwala ako sa kanya at nirerespeto ang kanyang paghatol. Gusto kong makita kung ano ang iniisip niya tungkol sa mundo sa pangkalahatan, sa relasyon ng US-Canada, sa Europa, at sa kalokohang ideya ni Stuart. Ang elementong imposibleng misyon ay ang pagkuha ng pahintulot na ipaalam ang lahat kay Ray. Para maging malinaw, hindi ko sinasabing may gagawin ako, pero pinag-iisipan ko ito. Kung tatanggi si Stuart, ayos lang at mauunawaan iyon, at ang sagot ko ay hindi, salamat na lang. Siya nga pala, gusto kong gamitin ang naka-encrypt na shoe phone na ibinigay mo sa akin para makontak si Ray. At hindi, hindi ka iniimbitahan sa pulong na ito. Muli, para maging malinaw, ako mismo ang magbabayad para doon kung makukuha natin ang Nabigyan ako ng pahintulot para sa pulong. Walang kondisyon."

"Tama lang siguro," bulong niya. "Babalik ako sa iyo bukas o Sabado." Nang mapansin niyang wala na ang hapon, sinabi niya, "Kailangan kong bumalik sa DC pero gusto ko munang kumain. May mungkahi ka ba?"

"Gusto ko ring kumain nang kaunti," sabi ni Salt, "pero wala pa ring laman ang bahay na ito. Sundan mo ako sa bayan, at kakain tayo nang mabilis sa downtown sa lokal na kainan."

Habang naghihintay sina Salt at Louise ng kanilang pagkain sa Helen's, pumasok si Margie kasama ang isang babaeng kaibigan. Naisip ni Salt ang linya mula sa Casablanca kung saan sinabi ni Bogart, "Sa lahat ng gin joints sa mundo, ito ang napili niya." Ipinakilala niya si Louise bilang isang kasamahan at nagulat siyang namula na naman ito. Napansin ito ni Louise.

KABANATA 14

Ano ang Nagpapanatiling Gising sa mga Lokal na Lider sa Gabi

Enero 22, 2021

Ang araw ng Sabado, Enero 22, ang petsa ng hapunan ni Margie. Bago maligo at maghanap ng sport coat sa kanyang koleksyon ng mga kahon, ginugol ni Salt ang araw sa pag-iisip tungkol sa kanyang pagkikita kay "Alexander Hamilton," kung ano ang sinabi niyang gusto niya, kung ano ang malamang na talagang gusto niya, kung ano ang malamang na talagang kailangan niya, at kung gaano kalalim ang handang gawin ni Salt. Pagkatapos ay nabaling ang isip ni Salt sa pagkikita kay Stuart. Wala masyadong dapat isipin. Anuman ang gusto ni Stuart, kailangang linawin ni Salt ang mga detalye at tiyaking pareho sila ng pananaw tungkol sa kung ano man ang "ito". Binalangkas ni Stuart ang mga totoong hamon at oportunidad, ngunit hindi nakita ni Salt ang kanyang sarili bilang ang iniutos ng doktor. At siya ay pagod, kapwa sa mental at pisikal. Hindi ito ang kanyang pinirmahan. Kung iisipin; wala siyang pinirmahan.

Paano ito nangyari?

Dumating siya sa maliit at nag-iisang bahay ni Margie, magalang na sampung minuto matapos ang alas-6:00 ng gabi. Hindi si Salt ang unang dumating, ngunit hindi rin siya ang huli. Sinagot ni Margie ang doorbell, binuksan ang pinto, at binati siya. "Natutuwa akong nakarating ka, Salt. Natutuwa akong maipakilala kita sa ilang mabubuti at kawili-wiling mga kaibigan." Pagkatapos ay kinuha niya ang temperatura ng lalaki gamit ang isa sa mga bagong elektronikong thermometer at kinumpirma na ayos lang si Salt. Nagkomento rin siya na hindi nila lalabagin ang maximum na sampung tao na patakaran at gagawin nila ang kanilang makakaya sa social distancing. Maingat ding tinanong ni Margie kung kailangan o gusto ni Salt ng mask. Nakita niyang hindi nakasuot ng mask ang iba at ayaw niyang magmukhang Lone Ranger, lalo na't normal naman ang temperatura nito, kaya tumanggi siya.

Unang ipinakilala ni Margie si Salt kina Mary at George Anderson. Si Mary ang presidente ng pinakamalaking lokal na bangko, ang Carterville Community Bank. Tila si George, na hindi gaanong palakaibigan, ay isang negosyante na nagtuturo rin nang kaunti. Malinaw na mahusay sina George at Mary. Mayroon silang dalawang tinedyer na malapit nang magkolehiyo.

Interesante rin si Alan Greene, ang presidente ng Carterville University, at ang kanyang partner na si Angelo. Hindi nila binanggit ang anumang mga bata. Sa kabila ng pangalan nito, ang unibersidad ay sa panimula ay isang kilalang liberal arts college. Ang designasyon ng unibersidad ay nagmula sa paaralang nag-aalok ng mga graduate degree sa pagtuturo. Parehong palakaibigan sina Alan at Angelo. Hinanap ni Salt ang pinagkakakitaan ni Angelo. Si Alan ay itim, at ang kanyang iskolarship ay nasa kasaysayan, na nakatuon sa panahon ng rekonstruksyon pagkatapos ng Digmaang Sibil. Mayroon siyang mga kamangha-manghang pananaw sa kilusang Black Lives Matter at mga kaugnay na paksa, kabilang ang mga pag-unlad, na nagawa (at hindi nagawa) simula ng rekonstruksyon.

Medyo mas tahimik sina Bob at Betty Reardon kaysa sa iba. Si Bob ang may-ari ng lokal na dealership ng GM ("Pumunta kayo at bisitahin ako kung kailangan ninyo ng magandang deal sa isang pickup para magamit sa bukid"), at si Betty naman ay abala sa apat na bata at sa mga aktibidad sa lokal na simbahang Katoliko.

Naroon din ang isa pang mag-asawa na nauugnay sa book club ni Margie o sa simbahang Methodist na kanyang dinadaluhan. Hindi magaling sa mga pangalan, hindi kinukuha ni Salt ang mga business card nila, pero hindi rin sila namimigay ng mga business card.

Dahil sa inagurasyon noong Enero 6 at sa patuloy na epekto ng resesyon at ng kilusang Black Lives Matter, ang talakayan tungkol sa masarap at masustansyang hapunan ng salmon ay hindi maiiwasang napunta sa politika at mga kaugnay na paksa. Natural na naging awkward ang diyalogo habang sinusubukan ng ibang mga bisita na alamin kung saan sa spectrum ng politika si Salt at kung paano siya bumoto, lahat nang hindi direktang nagtatanong. Walang gustong magpasiklab ng katumbas ng isang away ng pamilya tungkol sa hapag-kainan ng Thanksgiving. Sa wakas ay inamin ni Salt, "Alam kong lahat ay nagtataka, dahil sa aking karanasan sa tinatawag ni Pangulong Pope na latian, kung ano ang aking politika. Medyo hindi ito kapana-panabik. Noong nagtrabaho ako sa Treasury at State Departments, hindi ako bumoto."

Naisip ko lang na mas mabuting maging apolitical. Sigurado akong nasaktan ako sa ilang aspeto, pero nailigtas din ako nito sa iba. Ang pinakahuling halalan na ito ang unang halalan sa pagkapangulo sa loob ng maraming taon na bumoto ako—mula noong wala na ako sa gobyerno—at bumoto ako para kay Pangulong Evans. Isa akong nakakabagot na taong nasa gitna ng kalsada."

"Ayan! Sinabi ko na sa inyo, wala kayong mapapala sa kanya," bulalas ni Margie habang iniaabot ang salad. "Kailangan niyo talagang pigain ang mga bagay-bagay sa kanya." Magalang na tumawa ang lahat.

"Bueno," sabi ni Mary Anderson, na malinaw na handang magbigay ng komento sa isang tao, "bilang isang bangkero, interesado ako sa iyong mga pananaw tungkol sa resesyon, sa malawakang programa ng pautang sa negosyo na sinimulan dalawang taon na ang nakalilipas, at sa direksyon ng mga rate ng interes. Ang mga stock ng bangko ay tumaas nang ilang panahon at ngayon ay tumatalbog na sa lahat ng dako. Kaming mga bangkero ay nababaliw sa pabagu-bago ng rate, na maaaring makabawas sa alinmang paraan sa bottom line. Hindi iyon tatagal nang walang pagtaas ng inflation; ngayon ay gumawa sila ng U-turn at nagtaas ng mga rate simula noong huling bahagi ng nakaraang taon na parang wala nang bukas. At ang Fed ba o ang Pangulo ang talagang gumagawa ng mga pagbabagong ito? Diyos ko. Ang lahat ng ito ay nangangahulugan, una, na hindi tayo maaaring maging komportable sa kalayaan ng Fed; pangalawa, napakakaunti na lang ang natitirang dry powder kung kailangan nating gumawa ng higit pa mula sa pananaw sa pananalapi; at pangatlo, na mahirap para sa mga bangko na kumita ng pera sa mga araw na ito. Mula sa isang baligtad, o halos baligtad, na yield curve tayo hanggang sa punto kung saan ang yield curve ay naging halos hindi na mahalaga at ngayon ay mas mataas na ang trend. Naku. At, siyempre, ang pederal na deficit ay sumabog salamat sa unang pagbawas ng buwis ni Pangulong Pope at ang napakalaking COVID at "Mga pakete ng tulong sa resesyon. Ngayon, hinihiling ko sa iyo, at paumanhin kung prangka ako—gaya ng dati—mayroon bang makakapigil sa mabahong koleksyon ng kalat na iyan?" retorikal niyang tanong.

"Natutuwa akong ibahagi ang aking mga saloobin sa mga paksang iyon," sabi ni Salt, "ngunit mga pananaw ko lamang ang mga ito, at hindi gaanong mahalaga ang mga ito. At hindi ako ekonomista. Siyempre, hindi rin si Pangulong Pope. Wala akong ideya kung tama ba ang pagtataas ng mga rate ng interes at ang iba pang mahahalagang hakbang na ipinapatupad ng Fed at ng Treasury. Kailangang may gawin upang maiahon ang ekonomiya mula sa koreksyon, tiyak iyon."

Masyado pang maaga para sabihin. Minsan ay tila ipinahihiwatig ng stock market na ang mga bagay ay muling patungo sa tamang direksyon. Alam ko na ang paglikha ng pagdududa tungkol sa kalayaan ng Fed ay isang kakila-kilabot na bagay. Binabawasan nito ang reputasyon ng Fed at ginagawang mas mahirap para sa mga tao dito at sa ibang bansa na bigyan ang Fed ng benepisyo ng pagdududa. Nag-aalala ako na maaaring wala na tayo sa posisyon upang pamunuan ang magkakaugnay na mga internasyonal na pagsisikap upang patatagin ang pandaigdigang ekonomiya. Sa halip na mamuno, bahagi lamang tayo ng grupo.

"Masisiguro ko sa inyo na, sa kabila ng lahat ng ginawa ng gobyerno, bibili pa rin ang mga tao ng mga kotse kung makatwiran ang presyo at makukuha nila ang sasakyang gusto nila," komento ni Bob, ang dealer ng GM. "Ngunit ito ay isang malaking problema. Sa kabila ng implasyon, dahil sa sitwasyon ng supply chain ng computer chip mula sa Asya, hindi kayang dalhin ng ating industriya ang mga kotse sa dealer nang mabilis upang matugunan ang nakakulong na demand."

Habang naghihinto, kinuha ni Margie ang mga plato ng salad at inihain ang salmon, wild rice, at green beans habang humuhupa ang daldalan.

Bilang tugon kay Bob, sinabi ni Salt, "Sa palagay ko ang tanging magandang balita ay nakapag-utang ka sa napakababang rate mula sa bangko ni Mary, bahagyang sa ilalim ng mga espesyal na programa ng pautang para sa maliliit na negosyo na inilunsad noong 2020." Walang nabanggit tungkol sa mga kalabisan ng mga programang iyon.

"Bueno," sabi ni Mary, "nasa atin pa rin ang napakalaking—at oo, ang ibig kong sabihin ay napakalaking—narinig mo rito ang una—ang problema na mataas ang inflation, mataas, mataas ang mga interest rate, ang mga interest rate ay gumagala kahit saan, isang tunay na resesyon ang paparating—tandaan mo ang mga sinabi ko, at huwag mong sabihin sa akin na hindi kita binalaan tungkol sa lahat ng ito. Sige—tapos na ako, at pakipasa ang alak sa direksyon ko. Oh—sandali lang, at paano naman ang digmaang iyon sa Ukraine? Teka, nandoon ang mga problema natin—saan man ito—at ngayon ay nagpapadala tayo ng kayamanan—malaking kayamanan—at lahat ng ating pinakamahusay na kagamitan doon. Mahirap isipin ang katapangan ng mga taong iyon. Hindi makakakuha ng bagong kotse ang ating mga tao, at hindi tatanggapin ng mga Ukrainian ang ating mga gamit nang baril."

"Sasabihin kong magulo ito," mabilis na sabi ni Bob. "Ang ating mga magsasaka rito—kahit ang maliit na lumang Carterville—ay umaasa sa pagiging nasa isang merkado na tumatawid sa hangganan na gumagana.

Si Pope at ang kanyang mga taripa sa Tsina, ang negatibong reaksyon laban sa ating mga produktong pang-bukid, at ang resesyon at ngayon ang Ukraine ay hindi tumutulong sa akin na magbenta ng mga bagong pickup sa mga magsasaka na may mga butil na kailangang hakot ngunit wala namang lugar para dalhin ito. Tiyak iyan. Lahat tayo ay nakakaramdam ng ganitong hirap sa panahong nakikita natin ang malaking R—recession—na papasok sa ating pintuan."

Humantong ito sa isang talakayan tungkol sa mga hamon ng pagpasok at paglabas ng mga bagay-bagay sa Ukraine at iba pang mga lugar sa gitna at silangang Europa. Nagsalita si Warren, ang lalaking gumagawa ng hardware. "Alam nating lahat na ang Tsina ay isang hamon para sa atin. Sige. Natapon na gatas. Ngunit ngayon ay nahihirapan tayong mailabas ang trigo at iba pang mga produktong pagkain at hardware mula sa Ukraine, dahil sa kung ano ang maituturing na isang blokeyo ng hukbong-dagat sa Black Sea. Sino ba ang nakarinig ng Ukraine? At ngayon ay bibigyan natin sila ng libreng sakay papasok sa NATO. At pagkatapos ay ipagpalagay natin na ang Ukraine ay mananalo sa digmaan pagkatapos ng isa pang limang taon at may isang taong magpapatalo sa SOB Putin na iyon."

Nakuha nito ang atensyon ni Angelo. "Kabisera S shit," sabi ni Angelo, "Hindi ko man lang naisip 'yan. Naku. Masanay ka na sa mga $35 na martilyo. Mas maayos na talaga ang pakikitungo natin sa kanila kaysa kung bahagi sila ng Estados Unidos. Ano na naman ang mangyayari?" Sa tingin mo ba talaga ay itatayo muli ng magaling na si Uncle Sam ang mga bahay natin kung bombahin tayo? Hindi. Maligayang pagdating sa totoong mundo. Pumili sa pagitan ng trailer na ito o isa sa mga one-bedroom cinderblock apartment na sigurado tayong masisimulan bago matapos ang taon."

"Tama," sabi ni Mary. "Nang hindi ko na binabanggit ang mga pangalan, masasabi ko sa inyo na maraming magsasaka rito ang hindi makatulog kung paano tatapusin ang isa pang taon. Nakakalungkot, at ang kanilang mga bangkero ay nai-stress din." Dahil dito, sa wakas ay nagpokus ang mga bisita sa pangunahing putahe.

"Kaya, sinasabi mo na ang mga bagay na internasyonal ay direktang nakakaapekto sa negosyo at kalagayan ng medyo malalayong ecosystem sa pananalapi tulad ng lugar ng Carterville?" tanong ni Salt habang nililinis nina Margie at ng iba pa ang mga plato ng hapunan para sa pangunahing putahe.

"Talaga," sabi ni Alan Greene, ang presidente ng kolehiyo. "Magbibigay ako ng mas maraming halimbawa. Sa panahong ang malinaw na mga trend ng demograpiko ay nakakabawas sa bilang ng mga prospective na mag-aaral sa kolehiyo sa Estados Unidos, ang resesyon at ang sumunod na pangalawang pagbaba ay nagpapalala sa mga isyu sa kakayahang magbayad, at marami sa mga nasa gitna at mababang uri ang nagtatanong sa gastos at halaga ng edukasyon sa kolehiyo.

Nakakasakit tayo sa mga gobyerno at pamilyang hindi mula sa US na nagpadala ng kanilang mga mag-aaral sa atin. Marami sa mga mag-aaral na iyon ay hindi makakuha ng visa. At nahihirapan tayong magbigay ng kinakailangang mas mataas na antas ng tulong pinansyal sa mga mag-aaral sa loob ng bansa.

Ang lahat ng ganitong bulung-bulungan tungkol sa libreng kolehiyo at pagpapatawad sa mga utang pang-estudyante na naging karaniwang progresibong pamasahe noong nakaraang kampanya sa pagkapangulo at ngayon ay muling sumisigla ay hindi kailanman mangyayari, ngunit ang usap-usapan ay may epekto. Minsan ang persepsyon ay realidad—kahit pansamantala lamang. Lahat ng ito ay nasa ilalim ng pamamahala ng Gobyerno at ng pag-aksyon sa isang panukalang batas sa buwis noong 2017 na hindi gaanong nakakatulong sa mga nangangailangan ngunit nakakasama sa antas ng mga kontribusyon sa kawanggawa dahil hindi ito maaaring ibawas ng mga nag-istandardisa. Maaari pa akong magpatuloy, ngunit maiintindihan mo kung bakit nakikita natin ang mga bagay-bagay bilang lubos na magkakaugnay. Hindi mo kailangang maging isang ekonomista para malaman ito, ngunit mayroon tayo ng mga ito sa kolehiyo, at mayroon sila." "Kumusta ang iyong pagpapatala?" tanong ni Salt.

"Naku," sagot ni Dr. Greene. "Ang totoo ay hindi natin alam sa bawat semestre. Nananatiling nag-aalala ang mga magulang tungkol sa mga bagay tulad ng sapat na pagsusuri sa COVID-19, mga batang nakatira sa mga dormitoryo at kumakain sa malalaking kainan, at kung babalik pa ba tayo sa pagiging virtual dahil sa mga bagong uri ng COVID na ito, at ngayon ay nakikita na natin ang Monkey Pox. Hinihintay namin kung gaano karaming mga estudyante ang talagang dadalo sa ikalawang semestre, na ipinagpaliban namin ng ilang linggo upang mabigyan ng mas maraming oras para mas tuluyang mapuksa ang sakit. Inaamin ko na ang mga bakuna ay mga himala."

Iniligtas ni Margie ang araw gamit ang isang uri ng malamig na tsokolateng panghimagas. "Siguro," komento ni Salt, "kailangan muna nating huminto sa usapang ito, para hindi natin tuluyang matunaw ang masarap na panghimagas na ito! Hindi pa nga tayo nakakarating sa mga parusa at sa mga bagong uri ng coronavirus at sa Monkey Pox."

Sumang-ayon ang lahat at bumaling sa mas magaan na kwentuhan sa hapunan, medyo huminahon dahil sa pagkonsumo ng panghimagas at mas maraming alak.

Sa pagtatapos ng gabi, si Salt ang isa sa mga huling umalis. "Sana ay hindi ka nasaktan sa pagiging nasa target zone buong gabi," sabi ni Margie.

"Hindi, nasiyahan naman talaga ako," sabi ni Salt. "Lahat ay magalang at kawili-wili, at may mga natutunan ako. Bukod pa riyan, masarap ang pagkain, at maganda kung makikita mo kung ano ang hitsura ng isang organisadong tahanan. May utang ako sa iyo ng hapunan, pero kailangan nating lumabas. Hindi ako nagluluto; alam mo namang hindi ako nag-aalis ng mga gamit o naglilinis."

"Masisiyahan ako diyan." Ngumiti si Margie. "May ilang magagandang inn sa probinsya kung saan puwede kang kumain ng masarap na hapunan. At hindi kita bibigyan ng mga tanong."

"Mabuti," sagot ni Salt. "Hindi ito mangyayari agad, dahil maaaring may biyahe ako sa malapit na hinaharap, pero mayroon kang rain check—isang bagay na gumagana nang hindi kailangang umulan."

KABANATA 15

Pagsasaka sa Panibagong Normal

Enero 25, 2021

Pagkalipas ng ilang araw, nagising si Salt na may maganda ngunit maalalahaning kalooban at sinimulan ang araw na may dalawang tasa ng kape at walang malakas na balita sa cable.

Nagulat siya sa antas ng pagiging sopistikado sa mga kalahok sa salu-salo noong Biyernes ng gabi at medyo sa lakas ng kanilang patuloy na pagkabalisa. Ang mga pananaw ng mga totoong tao sa labas ng Beltway ay nakagiginhawa at nakapagbibigay-liwanag. Malinaw, mula sa mga nasa hapunan at sa mga parokyano ni Georgie, na ang mga tao ay hindi komportable sa kanilang gobyerno, kahit nasaan sila sa larangan ng politika. Hindi na sila gaanong interesado sa mga paputok kaysa sa pagiging mapagkakatiwalaan. Marahil ay matalino ang mga Demokratiko sa hindi pagpapahintulot sa partido na lumihis nang labis sa kaliwa. Ang pananaw ni Salt ay karamihan sa mga taong nakilala niya sa Carterville ay bahagyang nasa kanan ng gitna. Ayaw nilang bumoto muli para kay Pangulong Pope, ngunit sigurado silang hindi rin sila naghahanap ng mga rebolusyonaryo.

Naputol ang pag-iisip ni Salt nang may kumatok sa pinto sa likod. Nagpasalamat siya at nakapagbihis na siya pagkagising niya.

Si Jack Davis, ang bagong magsasakang nangungupahan ni Salt, ay nasa pinto. Tinanong ni Jack si Salt kung mayroon siyang ilang minuto, at natuwa si Salt na tumugon at nagtimpla ng kape para sa bawat isa, at umabot sa tatlong tasa ang natira para kay Salt.

"Pasensya na sa abala, Salt," sabi ni Jack, "pero nahihirapan ako at kailangan kong maging tapat sa iyo, lalo na sa paglipat mo rito."

"Nakakalungkot marinig 'yan, Jack. Ano ang maitutulong ko?" sagot ni Salt. "Tapusin na natin ang kontrata natin sa bukid."

Tahimik na naupo si Salt nang ilang sandali, sinusubukang hindi magmukhang gulat na gulat. "Wow, Jack. Wala pang isang taon ang kontrata natin sa pag-upa, at sinubukan kong maging patas sa iyo. Ano ang problema?" Bumuntong-hininga si Jack. "Masalimuot ito, pero ang maikling bersyon ay ang pagsasaka ay hindi na gumagana bilang paraan para kumita ang isang maliit na tao. Kapag nalugi ka sa bawat bushel ng butil na iyong itinatanim, hindi mo na ito mababawi sa dami. Nang pumasok kami sa aming kontrata sa pag-upa noong huling bahagi ng 2019, inakala kong kaya kong kumita sa pamamagitan ng, sa diwa, paghahati ng aking mga fixed cost sa mas malaking bilang ng mga ektarya. Dapat sana ay gumana iyon, ngunit ang merkado ay sadyang pangit. Masama ang mga bagay-bagay bago ang COVID-19, at ngayon ay mas lumala pa dahil sa sunod-sunod na pagsasara, ang resesyon, at isang digmaang pangkalakalan na hindi ko maintindihan, at higit pa riyan, ang Ukraine. Hindi ko maintindihan kung paano nakakasakit nang ganito ang Ukraine. Hindi ko pa naririnig ang tungkol sa lugar na pinabayaan ng Diyos hanggang mga isang taon na ang nakalipas. Ang naiintindihan ko ay hindi ko na maipagpapatuloy ang dati kong ginagawa. Kailangan kong sakahin ang mga ektarya na pagmamay-ari ko, gawin ang aking makakaya, at maghanap ng ibang trabaho para mapunan ang kakulangan. Wala akong oras para sakahin ang iyong 150 ektarya, at kahit na gawin ko, lalo lang nitong palalain ang mga bagay maliban na lang kung, siyempre, gusto mo akong bayaran." para sakahin ang iyong lupain."

Matapos ang ilang mabilis na pag-iisip, kasama na ang katotohanan na kailangan niya ng mag-aalaga ng anumang nasa kamalig, nagtanong si Salt, "Ipagpalagay na para sa kapakanan ng talakayan na bumubuti ang merkado ng butil. Gusto mo bang paupahan muli ang bukid?"

"Depende sa mga tuntunin ng pag-upa at sa merkado, oo," sabi ni Jack. "Pero malaking kung iyon."

Medyo nagmatigas si Salt. "Alam mo, Jack, hindi kita kailangang palayain sa kontrata. Pero dapat ay may bahagi ako sa kita, at hindi naman ganoon kalaki kung walang tubo. Pero kung palalayain kita, kahit papaano ay may magagawa akong pabor para sa iyo."

"Naiintindihan ko," sabi ni Jack, "at maniwala ka sa akin, ayokong humingi ng pabor. Puyat ako buong gabi kakaisip sa usapang ito. Tutupad ako sa aking mga salita. Pero kasabay nito, ang pagkabangkarote ay isang nakakabaliw na estratehiya. At alam mo na malamang na talo-talo rin iyon."

"At naiintindihan ko rin iyan," sagot ni Salt. "Ito ang aking panukala. Sususpindihin namin ang pagpapaupa ng aking sakahan sa iyo para sa isang panahon ng pagtatanim—halimbawa, hanggang Oktubre 31, 2023. Sa panahong iyon, muling susuriin namin at ipatutupad ang pagpapaupa para sa 2023-24, wakasan ito, o babaguhin ang kasunduan sa anumang paraan. Ikaw ang bahala sa pagpapanatili ng kamalig at kagamitan kapalit ng aking pagsang-ayon na gawin iyon. Kung gusto mong taniman ang aking sakahan o ang bahagi nito, at kung kailangan mong gumastos nang malaki para gawin iyon, pag-uusapan natin ang halaga nito sa bawat item, at ako ang bahala sa napagkasunduang gastos. Panghuli, pananatilihing kumpidensyal natin ang talakayang ito."

"Makatarungan at ayos lang sa akin iyon." Ngumiti si Jack. "Kailangan ba natin ng nakasulat na impormasyon tungkol dito?"

"Ayos lang sa akin kung magkamayan tayo rito—o sa mga panahong ito ay magkadikit ang siko o yumuko sa isa't isa," sabi ni Salt. "Kung gusto mong kumuha ng abogado, ayos lang sa akin iyon, at marahil ay dapat mo itong gawin dahil abogado ako, pero mas gugustuhin kong ayusin ito sa pagitan ng mga kapitbahay. At kahit na nandito ka at tinatalikuran ang kasunduan natin, handa akong magtiwala sa iyo."

"Epektibo para sa akin," pagkumpirma ni Jack, na nagpatuloy: "Salt, taga-Washington ka at isang abogado. Matutulungan mo ba akong maunawaan kung paano dapat gumagana ang mga taripa na ito sa mga bagay na papunta at mula sa ibang mga bansa? Kahit na hindi pansinin ang mga epekto ng resesyon, ang labanan sa taripa sa mga Tsino ay pumapatay sa maraming magsasaka sa bansang ito, at kapag ang mga pamilihang iyon ay nasira, ang pagsisikap na maibalik ang mga ito sa maayos na kalagayan ay halos imposible."

"Masaya akong subukan, ngunit maaari silang gumana sa maraming pagkakaiba-iba at hindi lubos na simple, at nariyan din ang teorya at ang katotohanan," sabi ni Salt.

Pagkatapos ay ipinaliwanag ni Salt, "Ipagpalagay natin na ang Bansang A ay may ekonomiyang kontrolado ng estado at may labis na ilang produktong metal at nagpasyang alisin ang mga ito sa Estados Unidos sa pamamagitan ng pagpapababa ng presyo sa mas mababa kaysa sa gastos sa pagmamanupaktura. Ang isang paraan ng mga nasa Estados Unidos na nasasaktan ng.ganitong uri ng pag-uugali ay ang pag-akusa sa Bansang A ng tinatawag na dumping—ibig sabihin, pagtatapon ng mga murang produktong metal sa merkado, na nakakasama sa mga prodyuser ng produktong metal sa US ngunit nakakatulong sa mga mamimili ng mga produktong metal sa US. Kung ang Bansang A ay isang partido sa isang kasunduan sa kalakalan sa Estados Unidos o isa sa 164 na miyembro ng World Trade Organization, maaaring maghain ang Estados Unidos ng reklamo sa dumping sa World Trade Organization.

O maaaring magdesisyon ang Estados Unidos na ito ay magtatagal nang masyadong matagal at maaaring magresulta o hindi sa pag-alis ng basura mula sa pagtatapon ng mga produkto. Sa halip, maaaring igiit ng Estados Unidos ang isang eksepsiyon sa 'pambansang seguridad' sa mga proseso ng pagtatalo sa kasunduan sa kalakalan, asikasuhin ang mga bagay-bagay sa sarili nitong mga kamay, at magpataw ng taripa sa mga produktong metal na ibinebenta sa Estados Unidos ng Bansang A. Sa madaling salita, ang mga pagbabago sa mga produktong metal ng Bansang A na ibinebenta sa Estados Unidos at, sa teorya, ay nagpapapantay sa larangan sa pagsisikap na hikayatin ang Bansang A na itigil ang pagtatangkang itapon ang mga produktong metal sa Estados Unidos sa artipisyal na mababang presyo. Ngunit ito ay gumagana tulad ng isang buwis sa mga mamimili ng mga produktong metal sa US.

"Saan pumapasok ang butil?" tanong ni Jack.

Patuloy ni Salt, "Bilang tugon sa taripa ng US sa mga produktong metal, maaaring gumanti ang Bansang A sa pamamagitan ng pagpapataw ng taripa sa iba pang mga produkto, tulad ng butil, na ibinebenta ng mga prodyuser ng US sa mga mamimili sa Bansang A. Medyo pinapantay ng taripa ang larangan sa pamamagitan ng pag-offset sa nabawasang dami ng benta ng Bansang A ng mga produktong metal na mababa ang presyo sa pagbawas ng dami ng butil na binibili ng mga mamimili sa Bansang A. Nauunawaan ng Bansang A ang ugnayan.

"Kaya ang mga taripa, sa epekto, ay nakakasakit sa mga magsasaka ng butil ng US at mga mamimili ng butil ng Bansang A, at nakakasakit sa mga nagbebenta ng mga produktong metal ng Bansang A at ilang mamimili ng mga produktong metal ng US, at nakakatulong sa ilang prodyuser ng mga produktong metal ng US, at maaaring magresulta sa maraming round ng mga resiprokal na taripa o iba pang mga countermeasure."

"Naku," komento ni Jack. "Parang maraming hindi inaasahang kahihinatnan dito sa aming tahanan sa magandang lumang USA."

"Kakasabi mo lang nang pabulong," tugon ni Salt, "pero tandaan na noong unang bahagi ng 2020, pumirma ang Estados Unidos at Tsina ng isang kasunduan sa kalakalan na, sa teorya, ay dapat ayusin ang ilan sa mga ito sa pagitan ng Estados Unidos at Tsina. Ngunit dumating ang pandemya ng COVID-19, na isinisisi ng Estados Unidos sa Tsina. Pinalubha nito ang isang napakagulo nang kalagayan. Sa totoo lang, mahirap matukoy kung ang kasunduan sa kalakalan sa Tsina ay maayos o hindi. Panahon lamang ang makapagsasabi kung ano, kung mayroon man, ang kalalabasan niyan sa anumang bagong normal." Habang nagsasalita siya, iniisip ni Salt kung gaano tama si Jack at ang tungkol sa mga mapanghamong talakayan sa salu-salo ni Margie. Marahil ay hindi na maiiwasan ang mga bagay na ito.

Sa pagtatapos ng talakayan, malinaw na may isa pang paksa si Jack na gustong pag-usapan. "May iba ka pang nasa isip," tanong ni Salt.

"Aba, iniisip ko lang," tugon ni Jack. "Kung gusto mo talagang malaman ang nararamdaman ng mga nasa gitnang Amerika tungkol sa mga bagay-bagay, makipag-usap sa isang mahusay at tapat na ministro, hindi sa mga ebanghelista sa telebisyon. Walang masama sa kanila, pero gusto mong magkaroon ng ibang uri ng talakayan tungkol sa kongregasyon. At pagkatapos ay pumunta ka sa isang malaking county o state fair. Pumunta ka lang at makinig sa Amerika—ang tunay na Amerika—na nagsasalita. Alamin kung ano ang nararamdaman ng iba. Pero kahit ano pa man, huwag mong sabihin sa kanila na isa kang abogado mula sa Washington, at narito ka para tumulong." Tumawa silang dalawa.

KABANATA 16

Mga Puna mula sa Palaruan / Expo

Enero 27, 2021

Batay sa isa pang rekomendasyon ni Jack, nagpasya si Salt na pumunta sa "perya" upang matuto nang higit pa. Masyado pang maaga sa taon para sa karamihan ng mga lugar na magdaos ng mga perya, ngunit mayroong isang kaganapan na parang perya sa isa sa mga lungsod sa Midwestern na malapit sa mga bundok sa Virginia, Pennsylvania, at West Virginia. Isang magandang biyahe ngunit hindi gaanong nakakarelaks kapag kailangan mong makipagsabayan sa mga trak at pinaghalong ulan at hamog.

Pagkatapos makarating sa Ohio, unti-unting nagbago ang tanawin mula sa mga bundok patungo sa mga burol at patag na lupang sakahan. Tiyak na napakalakas ng mga glacier para hubugin nang husto ang tanawin. Sa pangkalahatan, naging kaaya-aya ang pagmamaneho, ngunit hindi rin nabawasan ang gasolina habang nagmamaneho siya pakanluran.

Habang nagmamaneho, inayos ni Salt ang kanyang pitch line para makausap ang ibang tao. Ang sabi niya ay: "Ang iniisip ngayon ay tila ang mga magsasaka at iba pa sa sektor ay maaaring kumilos nang maingat mula sa pananaw ng COVID, lumabas ng bahay at kamalig at huminga ng sariwang hangin, at marahil ay makayanan na lang ang kanilang mga chinky chin. (Ang pagdadala ng baril, lalo na ang isang assault rifle, ay hindi gaanong nasa isip.) Ano sa palagay mo, kapatid?" Habang iniisip niya ito, mas hindi niya ito nagustuhan. Kaya, tulad ng karamihan, nagpasya siyang mag-iwan na lang ng mensahe.

Ang plano/hindi plano ay naging maayos para sa ilan. Siyempre, mas maliit ang kaganapan kaysa sa isang malaking perya, ngunit interesante ito mula sa pananaw ng nangyayari sa negosyo ng pagsasaka, at hindi naghahanap ng cotton candy at ferris wheels ang Salt. Mukhang hindi mabilis mabenta ang mga jumbo disc/harrow na may kahanga-hangang wingspan na mga 35 talampakan. Gayundin, ang malalaki at kahanga-hangang mga combine. Pero, napakalaki ng mga makinang ito kaya kakailanganin mo ng isang malaking sakahan para lang magkaroon ng espasyo para umikot ang mga ito.

Ang pagbuo ng mga self-driving combine na may abot-kayang presyo ay aabutin ng ilang panahon, ngunit darating ang panahong iyon.

Sa isa pang booth, nakadispley ang mga "super seeds" (pangalan ni Salt para sa kanila), kasama ang mga salesperson na nagpapaliwanag kung ano ang magagawa ng kanilang mga buto sa pinaikling panahon ng pagtatanim dahil sa COVID. Ang mga butong ito ay matibay at nagbubunga ng mga halaman na may pare-parehong katangian. At hindi mo alam; maaaring dalawang beses kang magtanim sa isang taon. Ang mga buto ay nangangailangan ng karagdagang piraso sa mga traktor, ngunit gaya ng sinabi ng lead sales guy na si Marty, "Huwag kang mag-alala tungkol diyan—walang bayad na dapat bayaran hanggang tatlong buwan pagkatapos ng ani." Natural lang, mahal ang mga buto. Nang tanungin, inamin nila na hindi nila masyadong ibinebenta ang kalidad na ito, at sinabi nilang mayroon silang ilang linya ng produkto na hindi pa napatunayan ngunit tila mas produktibo at matatag sa mas mainit at mas tuyong klima. Karamihan sa mga produkto ng buto ay may iba't ibang uri, tulad ng mga baryasyon ng alak, batay sa iba't ibang uri o uri ng ubas. Ang paggamit ng iba't ibang lahi ng mga buto sa iba't ibang kondisyon ng pagtatanim ay nagbigay din sa iyo ng iba't ibang katangian. Maganda ang tiyempo dahil maaari kang bumili ngayon, magtanim sa lalong madaling panahon at magbayad mamaya pagkatapos maibenta ang mga pananim. At sa eksibit, maaari ring matuto ang magsasaka tungkol sa mga bagong uri ng kagamitan, buto, pataba, atbp., nang hindi na nakaupo at naghihintay sa pagsisimula ng susunod na panahon ng pagtatanim.

"Itinuturing ba ang mga butong ito na 'genetically modified?'" tanong ni Salt.

"Oo, pero teknikal na sagot iyan."

"Hindi ba ibig sabihin noon ay hindi mo maaaring ibenta ang mga ito sa EU?"

"Oo, pero sa ngayon lang iyon. Hindi ito maaaring magtagal. Naku, hindi mo nga alam kung may epekto ito sa kalusugan. At hindi mo ba nabasa ang tungkol sa digmaan sa Ukraine? Isang napakalaking bahagi ng taniman ng Europa ang nasa war zone, at hinaharangan ang mga pananim sa pagpasok at paglabas sa mga lugar tulad ng Odessa, kung saan maaaring barilin sila ng mga tauhan ni Putin. Maganda ang tiyempo para sa amin sa lahat ng uri ng kadahilanan. Para kumita ng pera, kailangan mong sumugal."

Balik sa mga buto, nagtanong ang isa pang bisita, "kailangan ba ninyong i-rotate ang mga pananim nang mas agresibo?"

"Bueno, inirerekomenda iyan dahil sabi nila ang sobrang lakas na pagtubo ay mas natutuyo mula sa lupa. Alam mo ang sinasabi nila, 'walang sakit, walang pakinabang.'" Nagsimula silang makipag-usap sa isa pang magsasaka, si "Max." Siya at ang kanyang asawa ("Mimi") ay naroon upang manood ng isang presentasyon tungkol sa ilang mga mamahaling makinarya. Si Max ay tunay na tunay: sombrero ng dayami na cowboy, oberols, bota na tinatawag niyang shit kickers, at bigote. Bumili si Salt ng kape at nagsimula. Nagpakilala si Salt at nagtanong: "Matagal ko nang iniisip, Max, gaano kalaki ang dapat na maging sakahan ng isang pamilya para maging mabubuhay ngayon?"

Putol ni Mimi: "Teka lang! Ginamit mo lang ang salitang 'mabubuhay.' Kung sinusubukan mong palihim na makialam sa talakayan tungkol sa aborsyon, kalimutan mo na. Nakaka-touch."

"Naku, hindi naman, ma'am," pagtiyak sa kanila ni Salt. Ipinaliwanag ni Salt na isa siyang part-time na free-lance reporter at sinusubukang matuto nang higit pa tungkol sa negosyo ng pagsasaka dahil sa lahat ng nangyayari sa mundo. Nagsimula siya sa laki ng sakahan. "Gaano kalaki ang kailangan ng isang sakahan ng pamilya para mabuhay sa pananalapi? Nabalitaan kong 500 ektarya."

Humigop muli ng kape si Max habang iniisip ang tanong ni Salt. Pagkatapos ay nagsimula siyang magsalita. Bago sumagot sa mga tanong, binalangkas niya ang kanyang "mga patakaran sa kalsada." Nangangahulugan ito na walang mga sipi, taping, pangalan, o larawan. Sinabi ni Salt na sumasang-ayon siya sa mga patakaran, nakipagkamay sila, at pagkatapos ay nagsimula si Max sa isa pang hanay ng mga patakaran. "Patakaran numero 1, huwag sirain ang iyong lupa. Tuktok. Ang isang magandang ani ay hindi sulit na pagpahingahin ang iyong lupa nang isang taon bago ka gumamit ng isa pang hindi natural na pagtatanim. Numero 2, ang EU ay isang mahigpit na tao sa genetic modification. At bakit hindi? Hindi tayo maaaring magtanim at magbenta ng mga bagay na nakakasakit sa mga tao. Numero 3, ang ating kita ay talagang napakaliit ngayon. Hindi natin kayang bayaran ang mga mamahaling bagay na ito. At panghuli, ang mahiwagang basura ng binhi na ito ay puro kalokohan. Nag-eksperimento ako sa ilan sa mga bagay na ito sa isang maliit na lote sa aking bukid—ang tanging tunay na pagkakaiba: mas mahal ito. Maaaring lumago nang maayos sa isang greenhouse.

Sa totoong mundo, hindi gaanong mahal."

Sinubukan ni Salt na bumalik sa tamang landas sa bilang ng mga ektarya ng kaniyang lupain na kailangan ng tanong. "Hindi," sabi ni Max. "Siguro 30 taon na ang nakalilipas, pero hindi ngayon. Ipinapalagay kong nagtatanong ka tungkol sa isang sakahan ng baka, hindi mga tagagatas, at gusto mong magtanim ng marami sa iyong pagkain. Kung gayon, 1,500 na ngayon at unti-unting tataas mula roon dahil sa implasyon. Mga bakang tagagatas? Kailangan nila ng mas kaunting espasyo. Kaya ang bilang ng mga ektarya ay malaki ang nakasalalay sa laki ng kawan. Para sa isang disenteng laki ng kawan, marahil 350 ektarya, ngunit depende ito sa maraming bagay. Gaano kapantay ang lupain? Bukas ba ito, o marami ba itong kakahuyan?

Kung mas malaki ang sakahan, mas maraming baka ang mayroon ka, mas maraming pagkain at ektarya ang kailangan mo, naiintindihan mo ang punto. Ito ay isang bilog. Walang duda na may ilang kahusayan sa laki, ngunit mas mababa kaysa sa iniisip mo. Alam mo, 95% ng mga sakahan sa US ay mga sakahan ng pamilya. Ngunit ang 5% ay malamang na may mas maraming kabuuang ektarya kaysa sa 95%. Iyan ang nangyayari dito. At nagtataka ang mga tao kung bakit nababalisa ang mga magsasaka. Dapat nga, at kaya naman ang ilan sa kanila ay nakikisangkot sa ilan sa mga grupong ito na may pakpak na kanan na nagpakita sa DC noong Enero 6.

Sumunod ang isa pang bisita sa karamihan: "Ano ang nakikita ng mga tao sa mga grupong ito na may pakpak na kanan?"

Hinimas ni Max ang kanyang baba at sandaling nag-isip. "Ang mga taong ito ay katulad ng 95% sa atin. Ang gusto lang nila ay patas na pamumuhay—pantay na kompetisyon sa mga mayayaman, kakayahang kumita ng makatarungang sahod para sa isang araw ng trabaho, seguridad sa pananalapi at pisikal, at isang gobyernong nakikinig paminsan-minsan."

Natuklasan ni Salt na prangka ngunit kapani-paniwala si Max. Kaya tinanong niya ang bukas na tanong at kumuha ng isa pang tasa ng kape para sa lahat. "Kumusta ang pagsasaka sa pangkalahatan nitong mga araw?"

"Maganda kung gusto mong magtrabaho nang mas mahirap para sa mas kaunti," walang pag-aalinlangang sabi ni Max. "Alam ng lahat ang tungkol sa mga problema sa pagbabago ng klima. Kaya naman sinusubukan ng mga manloloko na magbenta ng mga buto na hindi nangangailangan ng tubig. Naku, apektado pa nga tayo ng mga internasyonal na produkto. Kunin na natin ang mga taripa sa mga butil na ibinebenta sa China. Parang buwis sa pagbebenta lang na kailangan nating bayaran. Naku, wala ni isa sa atin ang gustong maging Kalihim ng Estado; mahirap na trabaho iyon. Pero huwag mong i-F... pataasin ang ating mga merkado. Ang taas ng mga interest rate, at hindi ako sigurado kung saan patungo ang Fed. Sana nandito pa rin si Pope para panatilihin silang maayos; lahat tayo ay magkakaroon ng mas maraming utang. Alam mo, gusto ng mga tao si Pope dahil tila naririnig niya tayo, wala sa bulsa ng ibang tao, sinasabi ang kanyang iniisip, tinatapakan ang mga paa ng ibang tao, at sapat na baliw para isipin ng mga tao na baka gumawa siya ng matinding bagay. May dala siyang bagahe, pero sino ba ang hindi?"

Komento ni Salt, "Kakasabi mo lang, Max."

Ngumisi lang si Max. "Pasensya na, ano pa nga ba ang tanong mo? Ah oo, klima—mga kalokohang nangyayari diyan. Ngayon lang ako nakakita ng ganito.

"Mas mahal ang mga buto, kagamitan, pataba, at mga produktong petrolyo ngayon. Lalo na ang pataba. Grabe—hindi kapani-paniwala. Kaya nahihirapan tayong magtanim, magtanim, at magbenta ng sapat at maghatid ng sapat na trigo, kahit na ang ikatlong bahagi ng mundo ay nagugutom. Marami tayong ibang pananim na hindi natin alam kung ano ang gagawin, at hindi natin maibebenta ang mga ito sa mga taong nangangailangan nito. Bakit? Mga taripa ng China. Mga parusa ng Russia--anuman iyon, at Ukraine. Marami pang iba. Hello world, gisingin ang f . . . up. Tumayo si Max at sinabing, "salamat sa kape at sa pakikinig. Ngayon, gumawa ka ng paraan, at huwag bumili ng kahit ano sa mga butong nukleyar na iyon."

Nakasalubong ni Salt ang isa pang ginoo na nagtitinda ng lahat ng uri ng bago at segunda-manong makinarya para sa sakahan at industriya at siya rin ang nagpondo. Nagkataong itim siya. Muling tinanong ni Salt ang malaki at malawak na tanong, "Ano ang nararamdaman mo tungkol sa gobyerno nitong mga nakaraang araw?"

"Hindi ako sapat na matalino para sagutin 'yan," aniya. "Alam kong hindi ako mayabang. Kahit may kilala akong mga taong pumunta sa DC noong Enero 6 at nasangkot sa ilang kakila-kilabot na bagay sa huli, hindi ko sila sinisisi. Naaalala mo ba yung pelikula kung saan nabaliw ang TV anchor, sumilip sa bintana, at sumigaw, 'Tama na ako, at hindi ko na ito titiisin pa.' Ganoon ang nararamdaman ko, pero hindi ko alam kung ano ang gagawin ko tungkol dito. Isang bagay ang kailangang mangyari: kailangan nating maramdaman na mas maganda ang takbo ng bansang ito kapag nagtutulungan tayo. Sa ngayon, parang sobra na ang tinatawag nating centrifugal force, pero para gumana ang ating demokrasya; kailangan nating mag-isip at kumilos nang sama-sama. Kailangan kong isipin na mas maayos ang lahat ng elemento ng bansang ito--kabilang ang mga puting pulis--kaysa kung wala sila. Pero mahirap para sa akin na paniwalaan na mas maganda ang pamumuhay ng pamilya ko sa isang bansang nagbebenta ng mga assault rifle sa mga bata na may rasistang nilalaman sa Internet. Ang itim/puting bagay, mga baril, mga terorista sa loob ng bansa—lahat ng ito ay produkto ng alitan at kung sino ang gumagawa nito at kung sino ang hindi. Sawang-sawa na ang mga lalaking itim na kailangang "makipag-usap" sa kanilang mga anak na tinedyer. Hindi namin alam kung ano ang nangyayari sa DC—maliban sa maruming politika, pero pakiramdam namin ay nakalimutan na kami. Sigurado akong ganoon din ang nararamdaman sa malaking lungsod. Pinag-uusapan ng mga tao ang pagpapabuti ng ating demokrasya; hindi ko alam kung ano talaga ang ibig sabihin nito. Pero alam ko kung paano gumagana ang isang pakikipagtulungan. Iyan ang kailangan natin sa bansang ito. Nakatira ba tayo sa iba't ibang estado, o mas katulad ng iba't ibang bansa? Parang iba't ibang uniberso halos araw-araw."

KABANATA 17

Reverend Doktor Sherman

Enero 31, 2021

Hindi nakapunta si Salt sa Simbahan kamakailan, at nakakahiya ang magtanong nang napakaraming tanong tungkol sa mga simbahan – o magbigay ng napakaraming mungkahi. Sa huli, sinunod niya ang payo ni Georgie kung saan matututo nang higit pa tungkol sa komunidad. Tila kay Salt na ang kanyang mga patakaran para sa mga talakayang ito ay dapat maging tapat, ngunit huwag masyadong magboluntaryo at panatilihin ang kontrol sa lahat ng oras. Naisip niya na maaaring hindi siya makapasok sa isang talakayan kung magsisimula siya sa katotohanang matagal na siyang nagtrabaho para sa gobyerno.

Napagdesisyunan niya na ang takbo ng kwento niya—na bahagyang totoo—ay lumaki siyang isang ultra-konserbatibong Metodista ngunit hindi siya natutuwa sa mga bagay tulad ng paghihikayat sa mga bata na huwag maglaro ng baraha, pagiging negatibo sa pangkalahatan tungkol sa [ilagay ang relihiyon o denominasyon na ayaw mo, pero hindi sa sarili mong] paglalaro ng baraha kahit wala o pekeng pera (hindi ko maintindihan kung paano nakakuha ng exemption ang Monopoly), pagsasayaw maliban sa square dancing sa simbahan, at ang impyerno at sumpa na tiyak na darating sa kanya kahit ano pa man ang mangyari.

Pakiramdam niya ang aklat ng Pahayag ang simula at katapusan ng Bibliya. Kaya naman matagal nang may mga bagay na ultra-konserbatibong Metodista si Salt. Maaaring hindi patas, pero iyon na nga.

Dumating siya sa simbahan ni Margie noong sumunod na Linggo, Enero 31, pagkatapos ng Inagurasyon. Sa kabila ng pakikinig sa mga komento tungkol sa Enero 6, nang walang kinikilingan at sa pagtatapos ng serbisyo, na tila makatwiran—at hindi masyadong matagal—nanatili pa rin siyang nagpakilala kay Reverend Doctor Timothy Jefferson Sherman (kilala bilang "Heneral Sherman", ang taong nagmartsa ng hukbo sa Georgia, isang hindi sikat na tao sa timog pagkatapos ng Digmaang Sibil). Nakatulong ang panggitnang pangalan na Jefferson.

Hanggang sa hindi na uso ang mga pangalang Confederate tulad ng Jefferson Davis, at natanggal din ang ilang Heneral ng Union. Malinaw na alam ni Dr. Sherman ang lugar batay sa sermon.

Sa pila ng mga tumatanggap ng serbisyo pagkatapos ng serbisyo, nagpakilala si Salt bilang bagong dating sa lugar at nagtanong kung ang Heneral (ang tawag kay Dr. Sherman) ay maaaring magkaroon ng oras para bigyan si Salt ng pangkalahatang-ideya ng Simbahan at ng lugar. Ang Heneral, na sa malapitan ay may kahanga-hangang pagkakahawig kay Morgan Freeman sa pisikal na anyo at malakas na boses, ay pumayag at ang mga Martes ay karaniwang bukas sa hapon. Tapos na. Pagkatapos ay tinanong ni Doktor Sherman si Salt, "Siya nga pala, ikaw ba ang bagong dating sa lugar na nabanggit sa akin ni Margie Hatcher?"

Nahihiyang sumagot si Salt, "Sino ang sigurado, dahil hindi niya naman nabanggit sa akin. Pero napakabait niyang tao, nakapagpakilala na siya, at gumagawa ng masasarap na cookies."

"Siya nga," sabi ni Doctor Sherman, "kita tayo sa Martes ng hapon." Nagsimulang magmaneho si Salt papunta sa kanyang sasakyan at, siyempre, nakita niya si Margie sa kabilang parking lot.

Kumaway sila pero hindi nag-usap.

Pinag-isipan ni Salt nang husto ang meeting sa Martes at kung dapat na ba siyang magkansela. Tiyak na iisipin ni Dr. Sherman na isa siyang ogre, baliw, o pareho. Pareho ang lakas ng loob na kinailangan para magkansela kaysa sa pag-alis, kaya pinili niya ang landas na hindi gaanong agarang pagtutol at hindi na nagkansela.

Dumating si Salt bandang alas-2:00 ng hapon, at pinahintay siya ni Dr. Sherman sa opisina nang ilang minuto lang bago niya natapos kasama ang isa pang miyembro ng kongregasyon. Pagkatapos ng ilang pakikisalamuha, lalong naging hindi komportable si Salt sa buong setup. Bigla siyang napasigaw, "Lubos akong humihingi ng paumanhin, Dr. Sherman, ngunit pinasimulan ko ang miting na ito sa pamamagitan ng mga maling pagkukunwari, at tinitiyak ko sa iyo na hindi na kita guguluhin muli." Tumayo siya at naglakad papunta sa pinto.

Sumigaw si Dr. Sherman sa isang malalim na boses na parang galing sa isang nasusunog na palumpong sa isang bundok, "Sandali lang, kapatid. Natutuwa akong dumating ka, dahil sinabi sa akin ni Margie ilang araw na ang nakalipas na gusto niya akong palihim na ipasok ka sa isang miting. Ayaw niyang makialam pero iniisip niya na mahigpit ka na at parang ulo ng snare drum at maaaring sumabog.

"Ang kamakailang pagkawala ng isang mahal na asawa, ang mabilis na paglipat pagkatapos ng pagkamatay, ang pagpunta sa isang lugar na medyo kilala mo ngunit wala ka talagang kakilala, ang hindi magandang panahon ng paglipat, ang hindi paggamit ng iyong bagong grill, ang pagtingin sa isang kakaibang trabaho, at iba pa. Tama siya. Hindi mo kasalanan kung hindi ka sasabog dahil sa purong stress. Kaya, tatawagin natin itong pulong ni Margie, na hindi nadungisan ng iyong panlilinlang. Magpahinga ka, uminom ka ng aking espesyal na tsaa, mag-usap nang malaya, at huwag nang magbiro. Paano iyon?"

"May pagpipilian ba ako?"

"Hindi naman, pero bihira akong mang-hostage. At saka, tandaan na wala akong kakayahang lagyan ang talakayang ito ng pribilehiyo ng abogado-kliyente, ngunit ang pribilehiyo ng pari-nagsisisi ay buhay pa rin at ginagamit, sa isang anyo o iba pa, sa karamihan ng mga lugar. Ang ating buong pag-uusap ay dapat sumailalim sa pribilehiyong iyon maliban kung sumang-ayon tayo sa kabaligtaran."

"Kahit ano pa man, magsalita ka. Sabihin mo sa akin kung sino ka at bakit."

Laking gulat niya nang magsimulang magsalita si Salt at nagpatuloy nang mga 45 minuto. Paminsan-minsan ay pinutol ni Dr. Sherman ang usapan para idirekta ang usapan, ngunit bahagya lang siyang natigilan.

Nang matapos ni Salt ang kanyang kwento, na prangka naman, tumingin si Salt sa kanyang relo at biglang nagsabi, "Diyos ko, nagsimula na akong magsalita at hindi ako tumigil. Lubos akong nakikiramay. Isang oras akong nagsalita at nasayang ang buong hapon mo. Nagulat ako; parang isang security clearance interview lang ito. Sa tingin ko ay hindi tayo napunta sa sensitibong bagay, pero dapat ko sigurong itanong, mayroon ka bang clearance, Dr. Sherman?

"Oo, pero iyon lang ang masasabi ko tungkol diyan." Nagulat si Salt, at kitang-kita naman ang gulat.

Nagkatinginan sila nang tahimik, at pagkatapos, pagkatapos ng mahabang minutong katahimikan, sinabi ni Dr. Sherman, "Medyo simple lang ang kwento ko. Lumaki ako sa sentro ng lungsod, kinilala bilang matalino at magaling sa basketball court kapag nakikinig ako, siguro dahil matangkad ako at siguro dahil may nag-iisip na medyo kamukha ko si Bill Russell (siyempre, iniisip ninyong mga puti na pare-pareho kaming mga itim," natatawang sabi niya), "pero ayos lang sa akin si Bill Russell).

Mapalad ako na nagkaroon ng ilang ministro bilang seryosong tagapagturo na, sa hindi malamang dahilan, ay handang pilitin akong magtagumpay.

Nakatanggap ako ng scholarship mula sa Army noong nag-kolehiyo ako at sumali sa mga ranger nang sabay, gumugol ng anim na taon sa dual program at pagkatapos ay apat na taon pa bilang full-time kasama ang mga ranger, at pagkatapos ay nag-seminary dahil malapit nang sumabog ang ulo ko—tulad ng sa iyo ngayon—kung hindi ako magiging matatag. Pagkatapos ng seminary, nagsilbi ako bilang assistant pastor sa ilang simbahan at napunta rito—hindi ako ang pinakaangkop. Pero mayroon kaming napakagaling na choir, at iyon ang nagpapabalik sa mga tao.

"Sige," pagtatapos ni Dr. Sherman, "tama na iyan para sa araw na ito. Isipin mo ito, at magkikita tayong muli sa loob ng ilang linggo."

"Isa pang payo—napakasikat ni Margie dito. Huwag mo siyang saktan. Sige."

"Nakuha ko," tugon ko, sabay punta sa isang inumin at isang plato ng burger sa Helen's Place. Bilang pagpupugay kay Margie, nagsimula ako sa isang salad.

KABANATA 18

Pagsasama ng Evening Church at DSOL

Pebrero 4, 2021

Naramdaman ni Alt na kailangan niyang dumalo sa susunod na serbisyo sa simbahan na gaganapin sa gabi, at ginawa niya ito noong Pebrero 4, isang Huwebes. Hindi siya dumalo kasama ang sinuman, bagama't kumaway siya kay Margie habang papasok ito.

Ang kongregasyon ay medyo magkakaiba mula sa pananaw ng lahi, at ang mga serbisyo ay palaging katamtamang puno. Ito ay isang lumang gusali ng simbahan, na itinayo 75 taon na ang nakalilipas gamit ang tipikal na pulang ladrilyo ng simbahan na ginagamit ng mas mayayaman na mga kongregasyon, maraming mga gamit na minana na nakalagay sa paligid upang ipakita ang kasaysayan ng simbahan, ilang mga bintana na may stained glass, magagandang upuan na gawa sa kahoy na sapat ang tigas (walang mga upuan) para maging mahirap makatulog, at isang engrandeng lumang organo ng tubo. Mula sa likuran ng simbahan, kung saan nakaupo si Salt, gaya ng dati, nakita niya ang halos puti at ubanin na buhok.

Ang pambungad na prusisyon ay kinaroroonan ng koro at ni Dr. Sherman na naglalakad mula sa likuran ng santuwaryo patungo sa harapan, at nang makarating sila sa harapan at lumingon, nagulat sila nang makita sa likuran ng santuwaryo ang mga 15 lalaking nakasuot ng asul na takip sa ulo, gaya ng Ku Klux Klan, ngunit malinaw na naiiba sa KKK, na nakapila sa likuran ng mga upuan. May ilan na may dalang mga baril sa gilid, ngunit walang mahahabang baril na nakikita.

Naramdaman ni Dr. Sherman na maaaring may gulo na namumuo, kaya bago magsimula ang prusisyon, hiniling niya sa tagapamahala ng koponan ng softball ng simbahan na magdala sa foyer sa gitna ng simbahan ng ilang canvas bag na ginagamit nila sa pagdadala ng kanilang mga softball bat. Nang lumapit ang bata, halos mga whiffle ball bat ang dala niya. Tinanong ni Dr. Sherman ang bata kung kilala niya kung sino si Teddy Roosevelt. "Oo, siguro. Presidente siya o isang bagay na katulad niyan."

"Tama," sabi ni Dr. Sherman, "at alam mo ba kung ano ang sinabi niya tungkol sa pakikipag-away?"

"Hindi."

"Bueno," sabi ni Dr. Sherman, "Sabi ni Roosevelt, sa mga ganitong sitwasyon, dapat kang magsalita nang mahina at magdala ng malaking patpat. Kaya bumalik ka sa baba at dalhin mo sa akin ang baseball bat na gawa sa kahoy na may pangalan ni Hank Aaron sa dulo nito." Naintindihan ng bata ang mensahe at ang patpat.

Hinarap ni Dr. Sherman ang mga bisita at sinabing palaging tinatanggap ng Church ang mga bisita at inaanyayahan ang grupo na umupo.

Tumugon ang kanilang pinuno, "Hindi kami nandito para sumamba; nandito kami para mag-usap." "Bueno," sabi ni Dr. Sherman, "ayos lang din iyon, pero dahil maraming tao ang nandito para sumamba, pakiusap na tumabi para sa mga gustong umalis."

"Magandang ideya," sabi ng pinuno, at sinabi niya sa pinuno ng kabilang grupo, at siya at ang iba ay tumabi para makaalis ang halos dalawang-katlo ng kabilang grupo. Nanatili sina Margie at Salt sa kanilang kinaroroonan, ngunit unti-unting lumapit si Salt sa mga bag ng patpat. Habang nangyayari iyon, hinubad ni Dr. Sherman at itinabi ang kanyang roba, manta, at iba pang ebidensya ng tungkulin ng kanyang ministro. Hinubad na lamang ang kanyang damit at pantalon at hawak ang bat na kanyang kinuha, sinabi ni Dr. Sherman, "Sige, ano na ang maitutulong namin sa iyo? Maaari ka pa ring umupo at sumamba kasama namin. Pakiusap." Walang gumalaw sa mga bisita, ngunit humakbang ang pinuno.

"Salamat," sabi ni Dr. Sherman, "Ipinapahayag ko na ang serbisyong ito ay tapos na, at anuman ang susunod na mangyari ay hindi dapat ituring na nangyayari sa panahon ng serbisyo sa simbahan o sa utos ng simbahan." Habang nagsasalita, inaalis ang kanyang mga gamit sa simbahan, at pinupulot ang isang bat, nilinaw ni Dr. Sherman ang dalawang bagay: tapos na ang serbisyo sa simbahan, at nasa maayos na kalagayan si Dr. Sherman. Pagkatapos ay sinabi ni Dr. Sherman, "Tingnan mo, kung gusto mo talagang magsalita, kailangan mong ilabas ang mga baril."

"Buweno," sabi ng pinuno, napakalinaw sa amin na ayaw mo talagang magsalita. Gusto mo kaming basagin. Ngayon, makinig kayo, ang Sons of Liberty, hindi kami naninira ng mga tao. Ayaw namin ng pang-aapi ("Tama ka," halos sabay-sabay na sabi ng grupo). At ang aming reputasyon ay mapupunta sa impyerno kung mapapasama kami sa isang grupo ng mga simbahan na karaniwang 20 taong mas matanda kaysa sa amin. ("Tama ka"). Kaya narito ang gagawin namin.

Palalayain ka namin dahil sa tingin namin ay hindi na kami nasa panganib, at padadalhan ka namin ng listahan ng mga kahilingan. ("magandang ideya, tama ka").

"OK," said Dr. Sherman, "but what will it be a list of?"

Pinag-isipan iyon ng pinuno ng grupo nang ilang sandali at sinabing, "Ayan na naman kayo, nagkakagulo na naman. Hinihiling namin na matanggap ninyo ang aming listahan." ("Diretso lang")

"Sige," sabi ni Dr. Sherman. "Tatanggapin namin ito kung matatanggap namin. At isa pang bagay. Tatawagan kami ng mga lokal na pahayagan tungkol sa pulong na ito. Sasabihin namin na nagkaroon kami ng mapayapang pulong at sumang-ayon kaming tumanggap ng ilang papel mula sa inyo bago ang isa pang pulong kung sa tingin namin ay makakatulong ito." Pagkatapos ay sumigaw si Dr. Sherman, "narinig ba ng lahat iyon? Kung tatawag ang press, iyon lang ang sasabihin namin."

Bumulong ang mga miyembro ng simbahan, "Sige," at sinabi ng pinuno ng grupo sa kanyang mga tagasunod, "Ipadala ninyo sa akin ang press, at sasabihin ko lang sa kanila na may meeting kami at nakuha namin ang lahat ng hiniling namin." Pagkatapos ay tahimik na umalis ang grupo.

Lumapit si Salt kay Margie at nakangiti. "Pagkatapos ng isang insidenteng tulad niyan, kailangan ko ng inumin at isang piraso ng chocolate cake."

"Maganda naman para sa akin," sabi ni Margie. "Nag-abang ako ng sasakyan dito at kailangan ko ng masasakyan pauwi."

"Sige," sabi ni Salt.

Nakarating sila sa Helen's para uminom ng Virginia wine at ilang cake, at pagkatapos ay inihatid ni Salt si Margie sa bahay. Walang seryosong usapan maliban sa tungkol sa Sons of Liberty. At mahirap malaman kung ano ang sasabihin tungkol sa kanila. Dalawang salita lang ang nasabi ni Salt habang papunta sila kay Helen: "Putang Ina"

KABANATA 19

Pagsusuri sa Katotohanan ng Canada

Pebrero 8, 2021

Nakapasa si Louise sa kanyang unang pagsusulit nang walang kahirap-hirap nang maaprubahan ang Canadian junket, kaya tumawag si Salt para makipagkita kay Ray Marchand sa Canada. Hinati ni Ray ang kanyang oras sa pagitan ng mga opisina ng kanyang law firm sa Montreal at Toronto. Humingi si Salt sa kanya ng dalawa hanggang tatlong oras sa alinmang lungsod para sa isang lubos na kumpidensyal na bagay na hindi magreresulta sa anumang kita para sa kanyang law firm.

Gaya ng dati, sinabi ni Ray na makakapag-ayos na siya ng mga sasakyan sa Toronto noong Lunes ng hapon.

Maagang Lunes ng umaga, nagmaneho si Salt papuntang Dulles airport, sumakay sa isang maliit na regional jet na umaandar sa kabila ng coronavirus at resesyon, lumapag sa Toronto, dumaan sa customs, sumakay ng taxi at napansin na nakasuot ng mask ang driver, nag-ayos, at pagkatapos ay dinanas ang matinding trapik sa Gardiner Expressway mula sa airport papuntang downtown Toronto. Natutuwa siya na nakapag-iskedyul siya ng sapat na oras para sa transit. Matapos kumain ng cold-cut sandwich sa isang tindahan sa gusali ni Ray at muling isuot ang kanyang mask, sumakay siya ng elevator papunta sa ika-43 palapag at naghintay. Bigla, tila isa na namang kalokohan ang ideyang ito. Paano niya ito ipapaliwanag sa makatuwirang paraan? At sino ang maniniwala na ang ideya ay may dalang panalangin ng tagumpay? Mabuti na lang at pumili siya ng isang matandang kaibigan para subukan ito.

Pumasok si Ray sa reception area ng opisina at binati ito gamit ang malakas na boses; kahit na sa kanyang maskara, kitang-kita ang kanyang tuwa nang makita si Salt. "Matagal na kitang gustong makita at magbahagi ng mga kwento tungkol sa politika ng US. Anong meron?"

"Wala tayong mapag-uusapan sa reception area ninyo," babala ni Salt. Tumungo sila sa isang maliit na conference room.

Matapos silang magkulong sa isang maliit ngunit komportableng conference room na may magandang tanawin at uminom ng kape, nagpalitan sina Salt at Ray ng mga pagbati at sa pangkalahatan ay nagkwentuhan.

Tinanong ni Salt ang pananaw ng mga Canadian sa kanilang batang punong ministro kasunod ng kamakailang pagkabigo ng Canada na makakuha ng puwesto sa UN Security Council (natalo sa Norway at Ireland), kung mananalo ba siya sa susunod na halalan, ano ang ibig sabihin nito para sa relasyon ng US-Canada, at kung paano tumutugon ang mga Canadian sa mga unang araw ng kasunduan ng USMCA na pumalit sa NAFTA.

Habang tinatapos nila ang kanilang pag-uusap, sinabi ni Ray, "Salt, bago tayo magdetalye ng kung ano man ang nasa agenda mo, may ilang bagay akong kailangan itanong sa iyo. Una, mahigit isang taon na ang nakalipas, pero dahil sa lahat ng nangyayari, parang matagal na ang nakalipas. Ang tinutukoy ko ay ang kilusang Black Lives Matter at ang nangyayari sa bansa ninyo pagdating sa mga isyu ng lahi at karahasan gamit ang baril. Nakakatakot ang paggamit ng militar para linisin ang Lafayette Park noong kaguluhan sa George Floyd noong nakaraang tag-araw—mas mukhang Russia ito kaysa sa kabilang kalye mula sa White House. At saka, sa pinakamatinding kaibahan, nariyan ang Enero 6. Diyos ko. Pagkatapos huminto, nagpatuloy si Ray. Marami sa amin ang hindi maintindihan kung paano nakarating ang US dito. Kami sa Canada ay parang nakababatang kapatid ng isang nakatatandang kapatid na nahatulan ng isang malubhang krimen. Hindi namin maintindihan, at nawawala kami kung wala ang nakatatandang kapatid na iyon."

"Buweno," sabi ni Salt, "bilang isang matandang puting lalaki na malamang ay may ilang mga buto ng rasismo sa kanyang katawan, hindi ako ang pinaka-kwalipikado na magsalita tungkol sa paksang iyan, ngunit kailangan itong kilalanin at harapin bilang isang nakakahiyang sitwasyon. Kailangan nating pagbutihin sa lahat ng uri ng paraan. Ang pagharap sa police profiling at brutalidad ay panimulang punto lamang—at medyo madali. Hindi pa tayo nakakalayo doon. Ang mga isyung ito at ang ating mga agarang kakulangan sa imprastraktura ay maaaring mangahulugan na kailangan natin ang maituturing na isang Marshall Plan para sa Amerika."

Nagpatuloy si Salt, "Tungkol sa Enero 6, talagang hindi ito maintindihan sa unang tingin. Wala akong alam na mas higit pa sa iyo, dahil wala pa akong nakitang hindi naipalabas sa TV. Sa tingin ko, mahusay ang ginawa ng espesyal na komite ng kongreso sa mataas na antas. Hindi ko maintindihan kung paano makakaiwas ang Kagawaran ng Hustisya, ngunit malalaman natin sa hinaharap. Mahirap basahin ang Attorney General. Ngunit may prinsipyo siya; sa katunayan, ikinalulungkot ko pa rin na wala siya sa Korte Suprema, isa na namang mahirap na paksa na maaari nating pag-usapan nang maraming oras sa ibang pagkakataon.

Balik tayo sa isyu ng lahi, hindi ko pa ito nasubukang ipaliwanag nang ganito dati, ngunit isaalang-alang ang dalawang museo sa Washington, ang Holocaust Museum at ang National Museum of African American History and Culture. Parehong ebidensya ng nakakahiyang pagtrato sa lahi na may malaking epekto sa mundo. Ang mga bagay na ito ay nagpapaisip sa iyo, paano nangyari iyon? Ang pagpunta sa museo ng mga African American ay magdadala sa iyo sa karanasan ng mga itim sa loob ng apat na raang taon sa kung ano ngayon ang US. Itinuturo sa atin ng kasaysayan na, sa isang malaking lawak, ang Estados Unidos ay itinayo sa likod ng mga itim. Ngunit dahil sa ating kasaysayan, hindi naging patas ang pagbabahagi ng mga pagkakataong kumakatawan sa mga bunga ng pagsisikap na iyon.

"Alam mo, maraming namumukod-tangi at kinikilalang mga nagawa ng mga Itim sa US, pero ang totoo, kailangan nilang malampasan hindi lamang ang kompetisyon kundi pati na rin ang isang kakila-kilabot na kasaysayan ng pagkiling na lumilikha ng lahat ng uri ng hadlang. Mayroong sistematikong pagkiling sa lahi sa US. Tutal. Kailangan nating lahat na maunawaan iyan. Malamang na hindi ito kailanman lubusang malulunasan, ngunit dahil sa dami ng mga tagasuporta nito, ang kilusang Black Lives Matter ay maaaring magtulak ng higit na patas na pananaw. Ang kilusan ay kailangang maging malawak, determinado, at matagumpay. Mahalaga ito. Dumating na ang panahon nito, at sa katagalan, ang mga nagpoprotestang iyon ay talagang nagsisilbi nang malaki sa Estados Unidos."

"Nakakatuwa na nagbanggit ka ng dalawang uri ng isyung may kaakibat na epekto: Black Lives Matter at January 6, na maaaring tawaging White Lives Matter, o marahil ay White Lives Matter. Hindi ko talaga maintindihan ang Enero 6, pero hindi pa tapos hangga't hindi pa tapos."

Pagkatapos ng ilang sandali ng katahimikan, sumagot si Ray. "Salamat. Marahil ay isang kapaki-pakinabang na paraan iyan para simulan ang pag-iisip tungkol dito. Magpalit tayo ng direksyon at dumako sa ikatlong bagay. Paano nga ba naging ganito kalala ang naging pagkakamali ng US sa pagtugon sa COVID-19? Nandito tayo sa unang bahagi ng 2021, halos labinlimang buwan mula nang magsimula ang pandemya, at patuloy pa rin ang US sa pakikipaglaban sa ikatlo o ikaapat na bugso ng sakit nang hindi talaga natin ito naaagapan, habang ang mga bansang nasa ikalawa at ikatlong antas ay mahusay o mas mahusay ang naging resulta. Kayo ang may pinakamahuhusay na epidemiologist sa mundo at bilyon-bilyon ang ibinuhos ninyo rito nang hindi ito nakontrol. At mayroon din tayong napakalaking resesyon at pagkawala ng trabaho. Paano nangyari iyon? Umaasa tayong lahat na ang isa o higit pa sa mga bakunang ito ay gagana, ngunit sa palagay ko, panahon lamang ang makapagsasabi."

Mabilis na tumugon si Salt. "Isang salita: pamumuno. Marahil ilan pa, tulad ng mapanghating politika at kawalan ng kagustuhan ng mamamayan na magsakripisyo para sa ikabubuti ng lahat nang higit sa ilang buwan nang walang mabuting pamumuno." At marahil isang bagay na mas mahirap unawain—isang matinding pagnanais na sabihin sa isang tao na kaya nilang itulak ito, at hindi ako umiinom ng anumang bakuna para patunayan sa mundo na hindi ko ito kailangan at kaya kong gumawa ng sarili kong mga desisyon.

"Sige," sabi ni Ray, "ngayon para sa malaking bagay, Enero 6."
Naupo si Salt at ngumiti. "Siguro dapat ay mayroon akong briefing paper tungkol dito. Gaya ng sinabi ko kanina, ang totoo, alam mo rin ang halos lahat ng alam ko. Wala akong ibang alam kundi mga political briefing paper. Mahusay ang ginagawa ng mga pangunahing pahayagan sa US tungkol dito, at makikita natin ang ulat ng special committee kalaunan. Ang masasabi ko lang sa iyo ay mukhang may ilang tao sa administrasyong Papa na gumanap ng ilang papel, matagal-tagal bago ito maintindihan, at magiging malaking kuwento ito. Malaking bagay ang katotohanang natapos ng Pangalawang Pangulo ang proseso ng

Electoral College na kailangang gawin noong Enero 6. Higit pa riyan, abangan ninyo."

"Bueno," sabi ni Ray, "Hindi kapani-paniwala ang Enero 6 para sa mga nakapanood na nito sa TV dito sa taas, na halos lahat ay ganito, at puno nito ang media. Sa palagay ko ay hindi ka narito para direktang pag-usapan ang alinman sa mga paksang iyon, ngunit bilang isang kaibigan at para sa interes ng katapatan, kailangan kong sabihin na ang rasista at kanang-pakpak na anarkistang pananaw sa politika at gayundin ang mga kabaliwan na lumalabas sa bibig ng ilan sa iyong mga ultra-progresibo ay nakakatakot. Ang mga manunulat ng editoryal dito sa taas ay nagtataka kung ano ang naghihintay para sa demokrasya ng Amerika sa susunod na mga taon. Idadagdag ba natin ang isang impeachment ng Amerika sa ating taunang medikal na pagsusuri at colonoscopy? Ang mga bagay na ito ay malaki ang nababawas sa kakayahan ng US na mabawi ang papel nito sa pamumuno sa mundo. Ang Estados Unidos ay nababawasan ng kasaysayang ito na iyong inilalarawan at ng mga kaugnay na kasalukuyang kaganapan. Umiiling lang ang mga tao."

"Bueno," tugon ni Salt, "alam mo na ang mga bagay na ito ay hindi madaling kontrolin. Nariyan ang ating Pangulong Pope, na wala na ngunit hindi naman talaga, at nariyan ang iyong batang Punong Ministro na dapat kalabanin. Kung gayon, tila maganda ang simula ng USMTC. Kita mo, napagkasunduan na natin ang isang bagay.

Ngayon kailangan nating bumaling sa iba pang aspeto ng politika ng US, na siyang pag-uusapan ko rito, ngunit may mahahalagang pangunahing tuntunin. Ray, ayaw kong gawin ito, ngunit kailangan kong sabihin nang diretso na kung hindi ka maaaring sumang-ayon sa mga pangunahing tuntunin,

Lubos kong mauunawaan, at maaari nating paikliin ito." "Sige, kaibigan, ipagawa mo sa akin ang mga ito," tugon ni Ray.

Nagsimula si Salt, dahan-dahang nagsalita. "Ang mga pangunahing tuntunin ay una, hindi kailanman naganap ang pulong na ito at hindi mo ito isusulat; pangalawa, hindi mo kailanman napag-usapan ang paksa ng pulong na ito bago ito maging publiko kung sakaling mangyari ito; at pangatlo, hindi mo maaaring ibahagi ang nilalaman ng pulong sa gobyerno ng Canada, kung saan alam kong marami kang mabubuti at maaasahang kaibigan, maliban kung papayagan ko ito. Magkakaroon kayo ng kalamangan ng Canada ngunit hindi eksklusibo. Bilang kapalit, susundin ko ang parehong mga tuntunin, maliban na lang sa maaari kong ibahagi ang nilalaman ng pulong na ito nang kumpidensyal kay Stuart Bacon, na nakakaalam na nandito ako, isang kasamahan mula sa CIA na makakatrabaho ko, at kay Pangulong Evans."

"Hmm," bulong ni Ray. "Naku, talagang napukaw mo ang aking kuryosidad. Dahil sinasabi mong ikaw ang bahala o ang lansangan, wala na siguro akong ibang pagpipilian, pero mas mabuting maging maayos ito. Para magkaroon ng balanse rito, kailangan kong mapag-usapan ang pangkalahatang paksa ng kung ano man ito nang kumpidensyal sa ating ministro ng ugnayang panlabas. Walang detalye at walang nakasulat." "Salamat, Ray," tugon ni Salt, na, nang walang pag-iisip, ay inabot ang kanyang kamay para makipagkamay at pagkatapos ay mabilis itong binawi. Pareho silang ngumiti sa ginawa ni Salt. Pagkatapos ay sinimulan niyang pag-usapan ang simpleng balangkas na ibinahagi sa kanya ni Stuart Bacon. Matapos itong maintindihan, sinabi ni Salt, "Kaya may dalawang pangunahing tanong para sa iyo, Ray. Ano ang iyong pagtatasa sa katayuang diplomatiko, impluwensya, at kredibilidad ng Estados Unidos, at may pagkakataon ba ang walang kwentang pakanang ito na mapabuti ang mga bagay-bagay?"

"Bueno," dahan-dahang sabi ni Ray, "maraming patong-patong ito. Kaya gagawin ko ang ginagawa ninyong mga Amerikano minsan lang kapag sinabi ninyong sasabihin ninyo ito nang tama. Gagawin ko talaga iyon."

"Una, ang Amerika ay itinuturing na medyo rasista at xenophobic. Napag-usapan na natin ang tungkol sa lahi, at ang xenophobic na katangian ng inyong mga patakaran sa imigrasyon ay nagpapaiyak sa Statue of Liberty sa ilalim ng kanyang maskara. Tama na ang sinabi.

"Pangalawa, mayroong tunay na pag-aalala tungkol sa katatagan ng gobyerno. Kahit ngayon, ang dating Pangulong Pope ay nagbibigay ng kanyang selyo ng pagsang-ayon sa ilang mga kandidato. Bakit, sa ngalan ng Diyos, may nagmamalasakit sa kung ano ang iniisip ng kanyang baluktot na pag-iisip tungkol sa mga kandidato? Ito ay isang elemento ng salik ng tiwala. Maaaring isipin ng isa na ang pagkatalo ni Pope ay maaaring makabawi sa malaking bahagi ng pag-aalala, ngunit mayroon ka namang Pope, na wala sa bilangguan at gumagawa ng mga talumpating pampulitika. Paano magkakaroon ng tiwala kung iniisip ng ilang tao at ng ilan sa inyong media na dapat makulong si Pope at ang iba naman ay gagawin siyang pangulo bukas, at lahat ng ito ay kung mayroon kang kasalukuyang pangulo na isang mabuting tao ngunit maaaring hindi muling nominado ng sarili niyang partido kung wala namang malinaw na kahalili: Hindi kapani-paniwala.

"Pangatlo, ang salik ng tiwala. Kung ito ay isang kasunduan sa negosyo, sasabihin mo, 'hindi talaga natin kayang harapin ang mga taong ito.' Kahit na may tiwala kay Pangulong Evans, ang iba pang mga salik na ito ay nangangahulugan na walang sinuman, at ang ibig kong sabihin ay walang sinuman, ang nagtitiwala sa Estados Unidos sa pangmatagalang batayan. Hindi na tayo nagtitiwala sa iyong salita, sa iyong mga kilos, sa iyong mga motibo, sa iyong politika, sa iyong mga tao, o sa iyong pagsunod. Ipagpalagay na si Pangulong Evans ay katulad ng iniisip natin sa kanya: isang disente, kahit na inosente, na nasa gitna ng landas. Ang isang maayos na administrasyon ay hindi sapat upang alisin ang pagdududa. Ang tiwala ay mas mabilis na nabubuwag kaysa sa nabubuo nito. Kung ang pangulo ay mapagkakatiwalaan, maaari bang muling maihalal ang pangulo? Sino at ano ang kasunod nito? Dahil ang iyong politika ay labis na magulo at nahahati, walang nakakaalam. Ang nahahati na politika ay nagdudulot ng isang nahahati na pamahalaan sa administrasyon at Kongreso. At maraming pagpapasikat at mga pangako na hindi matutupad kahit na gusto ng nangako.

"Isipin sandali kung ikaw ay isang Aleman o isang Hungarian. Kung ikaw ay Aleman, mawawalan ka ng natural gas ng Russia sa taglamig at magkakaroon ng mga anak na ginawin dahil sa digmaan sa Ukraine. Maaaring totoo iyon o hindi kung ikaw ay Hungarian. Kaya, sa alinmang kaso, magtatago ka ng karagdagang kumot at tatawagin itong Pangulong Evans upang maging mas ligtas ang bata? At kumusta naman ang mga imigrante mula sa Ukraine na kanilang tinutuluyan?

"Sa wakas, narito na ang mga resulta ng administrasyong Papa na nagdulot ng pagliit ng diplomatic corps. Walang nakakaalam kung sino ang natitira at matatag. Ang diplomatic corps ng US ay tila isang anino ng dating sarili nito. Maliwanag, may natitira pang ilang napakabuti at tapat na mga tao—at sila ay napakabuti—ngunit hindi sapat.

"Isipin sandali kung ikaw ay isang Aleman o isang Hungarian. Kung ikaw ay Aleman, mawawalan ka ng natural gas ng Russia sa taglamig at magkakaroon ng mga anak na ginawin dahil sa digmaan sa Ukraine. Maaaring totoo iyon o hindi kung ikaw ay Hungarian. Kaya, sa alinmang kaso, magtatago ka ng karagdagang kumot at tatawagin itong Pangulong Evans upang maging mas ligtas ang bata? At kumusta naman ang mga imigrante mula sa Ukraine na kanilang tinutuluyan?

"Sa wakas, narito na ang mga resulta ng administrasyong Papa na nagdulot ng pagliit ng diplomatic corps. Walang nakakaalam kung sino ang natitira at matatag. Ang diplomatic corps ng US ay tila isang anino ng dating sarili nito. Maliwanag, may natitira pang ilang napakabuti at tapat na mga tao—at sila ay napakabuti—ngunit hindi sapat.

Sa ilang mga lugar, ang imprastraktura ng diplomasya ay kailangang muling itayo halos mula sa simula. Walang anumang pag-aalinlangan, ngunit ipinahihiwatig nito na nagpasya si Stuart na dalhin ka, na maituturing na isang tagalabas, mula sa lamig upang simulan ang pag-aayos ng ilang mga bagay. At nariyan din ang katotohanan na walang sinuman ang komportable sa kanilang kasalukuyang nababasa tungkol sa sitwasyon—o kung gaano ito katatag. Tila nililinis ng huling administrasyon ang bahay paminsan-minsan upang maalis ang mga hindi pagsang-ayon. Ano ang magiging hitsura ng mga bagay-bagay sa loob ng isang taon?

Huminga nang malalim si Ray at nagpatuloy: "Isipin ang lahat ng bagay na tinalikuran, pinagbantaan, o pinuna ng Estados Unidos: ang Paris Climate Accord; ang Trans-Pacific Partnership; NATO; ang kasunduang nukleyar ng Iran; ang negosasyon ng World Health Organization at World Trade Organization sa Russia tungkol sa kasunduan sa pagbabawas ng armas nukleyar ng New START; maging ang UNESCO, Diyos ko. Walang ligtas. Hindi ginagawa ng mga totoong bansa ang ganitong bagay. Iba ang sabihing may mga bagay na hindi akma at kailangang ayusin. Iba naman ang regular na pag-tweet ng mga insulto at pagtalikod sa mga kasunduan sa pamamagitan ng pag-tweet.

"Hindi kapani-paniwala."

"Kaming mga nasa labas ng Estados Unidos ay nasa isang palabas lamang—patunayan na iba ang pamumuno, na mayroong tagasunod sa mga botante at Kongreso, bagong dugo sa diplomatikong pangkat, katatagan, at kredibilidad—at isang plano ng paghalili. Sa ngayon, ang suporta para sa digmaang Ukraine ay isang positibong senyales. Sana'y hindi magsawa ang Europa sa digmaang iyon nang masyadong maaga.

Nagpatuloy si Ray sa parehong linya sa loob ng isang oras o higit pa, kabilang ang mga detalye sa mga isyu kung saan ang Canada ay may partikular na interes. Paminsan-minsan ay pinuputol ni Salt ang isang tanong o maingat na pagtutol. Tinuruan si Salt ng kanyang ama na huwag subukang makipagtalo sa isang galit na tao, at ginagamit ni Ray ang pagkakataong iyon upang maglabas ng mga reklamo tungkol kay Salt.

"Bueno, ako ang humingi," pag-amin ni Salt. "At ibinigay mo rin sa akin, kahit napansin kong hindi ka nagreklamo tungkol sa kawalan ng follow-through ng Estados Unidos sa pagbili ng Greenland. Ang pagkilala sa lalim ng problema ay unang hakbang lamang. Paano natin sisimulan itong ayusin?"

"Pagkatapos, ipakita sa mundo na seryoso ka sa muling pagtatayo ng iyong koponan at ng iyong imahe sa pamamagitan ng pagsisimulang punan ang mga pangunahing embahador, matatag na miyembro ng diplomatic corps, o iba pang seryosong tao. Bawasan ang ugali ng pagsisikap na gawing embahador ang malalaking donor. Hindi mo kayang gawin iyon ngayon, kahit na ang malalaking donor ay hindi na ligtas sa pag-alis sa ilalim ni Pangulong Pope.

"Itapon ang lahat ng Twitter account. Tutal.

"Mag-isip ka tungkol sa imigrasyon ng US. Alam kong napakahirap nito, ngunit sa mga nakaraang taon, lumikha ito ng malaking mantsa sa imahe ng US, na hindi nito kayang gawin.

"Masanay ka sa ideya na sa ekonomiya, pagbabago ng klima, terorismo, cybersecurity, at marami pang ibang bagay, ang Estados Unidos ay hindi na malaya kundi sa halip ay magkakaugnay. Una sa mga magkakalapit na magkakapantay, kung gugustuhin mo. Ang Estados Unidos ay hindi na isang pribadong isla. Hindi mo na magagawa ang marami nang mag-isa."

Nag-isip si Ray nang ilang minuto. "Tulad ng sinabi ko kanina, walang shortcut na magagamit dito. Maaari kang magsimula, ngunit walang himala na magaganap. Magsimula sa pamamagitan ng pag-alis ng maraming hindi kinakailangang pinsala hangga't maaari. Nakatutulong na ang NAFTA ay ginawang muli bilang kasunduan sa kalakalan ng US-Mexico-Canada, o USMCA, na may ilang kapaki-pakinabang na pagbabago. Bumalik ka sa kasunduan sa Trans-Pacific Partnership at sa kasunduan sa klima ng Paris. Ipaliwanag ang iyong debosyon sa NATO. At nga pala, hindi ibig sabihin nito na kailangan mong bilhin ang iyong daan patungo sa isang mas magandang lugar; dapat bayaran ng ibang mga bansa ang kanilang nararapat na bahagi. Mag-isip nang malikhain tungkol sa Iran, kahit na maaaring hindi na ito mababawi. Itigil ang pagpapalala ng mga bagay sa Jerusalem. At, oo, ayos lang na iwanan ang Greenland nang mag-isa.

"Bago ka sumakay ng eroplano para maging lihim na tagapag-ayos ng mga diplomatiko, siguraduhin mong alam mo kung hanggang saan ang gagawin ni Pangulong Evans sa mga linyang ito. Ang pinakamasamang bagay para sa iyo ay ang labis na mangako at hindi pagbibigay ng sapat na halaga sa mga bansang makakaharap mo. Ang tanging bagay na mayroon ka pa ay hindi marami ang nakakaalala sa iyo, at ang mga nakakaalala pa rin sa iyo bilang isang mahusay na tagabaril. Huwag mong kalimutan iyon. Hilingin sa Pangulo na bigyan ka ng kapanatagan tungkol sa mga isyung ito."

"At siya nga pala, kaibigan ko, linawin mo na lang na hindi mo ito handang gawin habangbuhay dahil ganoon katagal ito aabutin.

"Kaya, gagana ba ito? Hindi sa panandaliang panahon. Maaaring makatulong ito sa pangmatagalan kung hindi ka magdududa. Hindi nito mababago ang huling apat na taon—matagal iyon. Ito ay magiging panimula, maaaring makatulong, at hindi makakasama."

Sa pagtatapos ng isang matinding diskusyon na kalaunan ay naging mas magkasalungat, nagpasalamat si Salt kay Ray at sinabing, "Ito ang dahilan kung bakit kailangan kitang makausap. Pinahahalagahan ko ito."

"Ano pa ang maitutulong ko sa iyo?" tanong ni Ray.

Sandaling nag-atubili si Salt at saka nagsalita, "May isa pa akong gustong itanong. Ano ang pananaw ng Canada sa World Health Organization nitong mga nakaraang araw?"

"Diyos ko," sabi ni Ray. "Bakit mo itinatanong iyan? Mahalaga iyan, pero mahaba na ang listahan mo ng mga nakikitang isyung diplomatiko na dapat pag-isipan. Kahit na may COVID-19 pa rin, hindi ako makikialam sa mga kontrobersiya ng WHO bilang prayoridad."

"Naiintindihan ko iyan," mahinang tugon ni Salt. "Personal na bagay iyan. Ang asawa ko, si Meredith, ay isang nars at nahawa ng virus noong panahon ng pandemya. Kung ako ang haharap sa ibang bagay na ito, utang ko sa kanya na tingnan kung mapapabuti pa ang mga sistema ng pagtugon sa mga banta sa kalusugan ng mundo."

Maingat na sumagot si Ray. "Wala akong sapat na kaalaman para magkomento, pero gagawa ako ng ilang tahimik na desisyon. Hindi itinago ng WHO ang sarili nito sa COVID19, pero hindi ko alam kung ang China ba iyon, ang WHO, ang administrasyong Papa, o lahat sila ang may sira."

"Salamat, Ray," mahinang sabi ni Salt. Natapos sila sa isang mas normal na pag-uusap at mga pagbati.

Maraming dapat isipin si Salt pauwi. Ang huling bagay na kailangan niya ay mas maraming abala, ngunit ang Gardiner Expressway papuntang paliparan tuwing rush hour ay nagpaalala sa kanya ng trapiko sa Washington.

At ang mas malala pa, nakalimutan niya na dadaan siya sa customs ng US sa paliparan ng Toronto, hindi sa kanyang destinasyon, at kinailangan niyang tumakbo para hindi mahuli sa flight. Tahimik siyang naupo sa maikling flight, sinusubukang intindihin ang mga narinig niya mula kay Ray at iniisip ang mga susunod na hakbang. Ilang sandali matapos lumapag sa madaling araw, nagpasya siyang magpalipas ng gabi sa Tysons, Virginia, malapit sa Langley. Tatawagan niya si Louise at susubukang magkita sa isang tahimik na lugar nang gabing iyon kung saan maaari niya itong pag-usapan at makuha ang kanyang reaksyon. Kailangan niyang makausap ang isang tao, at sa ngayon, ito lang ang taong makakausap niya sa balat ng lupa tungkol dito.

KABANATA 20

Mga Prinsipyong Isinulat sa Likod ng Sobre

Pebrero 8, 2021

Nagtipon sila sa isang tahimik na sulok ng isang restawran sa McLean. Mabilis na lumiliit ang mga taong nanunuluyan sa gabi, at maaari na silang umupo nang may social distancing at iwasan ang paggamit ng maskara pagkatapos nilang makaupo. Pagod na pagod si Salt ngunit kailangan niya ng makakain, makapagpahinga, at may makakausap. Dumating si Louise ilang minuto pagkatapos niya at humingi ng debrief. Nagsimulang magsalita si Salt, tinulungan ng isang nakamaskarang waiter na may dalang Manhattan, na hinigop ni Salt, at isang malaking baso ng tubig, na ininom niya. Nagsimula si Salt sa pamamagitan ng pagtatanong kay Louise kung napanood na ba niya ang pelikulang Get Smart at kung naintindihan niya ang kahulugan ng pariralang "cone of silence." Sumagot siya ng oo. "Mabuti," sabi ni Salt, "dahil nasa isang ligtas na cone of silence na tayo ngayon. Hindi ito umaabot sa punto ni Stuart maliban kung magkasundo tayo. Sang-ayon ka ba?" Sang-ayon siya.

Sinimulan ni Salt ang talakayan sa pamamagitan ng pagbubuod ng kanyang pakikipag-usap kay Ray. Pagkatapos ay sinabi niya, "Louise, kailangan kong maging tapat. Hindi ko maintindihan kung paano gagana ang proyektong ito. May mga seryosong isyu rito na hindi malulutas kahit sa loob ng apat na taong termino ng pagkapangulo. Noong una ay inakala kong maaaring may kinalaman ito sa apat na buwang pangako. Higit pa riyan ang sakop nito. At kakailanganin ko ng mataas na antas ng suporta para sa mga pagpupulong sa labas ng Estados Unidos at mga pangako para sa mga pagbabagong maaasahang maisasakatuparan. Hindi ako sigurado kung kayang isagawa nina Pangulong Evans at Stuart. Maaari akong magmukhang mas tanga kaysa sa tunay kong pagkatao."

Natahimik si Louise nang ilang sandali. Tiningnan niya si Salt at napagtanto niyang stressed ito, at ang trabahong ito ay para sa life support. Sinubukan niyang maging panatag. "Sige—simulan natin sa kung ano ang kaya nating kontrolin. Hindi natin makontrol ang katotohanan na mangangailangan ito ng mas matagal at mas matagal na pagsisikap kaysa sa inaakala mo. Iyon nga iyon.

Para simulan ang pagsisikap, kailangan mo ng mas maraming detalye tungkol sa doktrina ni Evans—o kung ano man ang gusto mong itawag sa patakarang panlabas ng Pangulo—kaysa sa alam mo na ngayon at, kung may sapat na pagkakatulad ng pag-iisip, kumuha ng ilang pangako. Pag-isipan natin kung ano ang kailangan mo."

Naglabas si Louise ng sobre mula sa kanyang pitaka, naghanap ng panulat, at isinulat ang "Mga Kinakailangang Prinsipyo" sa ibabaw. Dumaan ang waiter, at umorder sila ng isa pang inumin at ilang appetizer. Pagkatapos ay sinimulan nilang ayusin ang sobre.

Nagsimula sila nang malawakan sa pamamagitan ng pagpapaliwanag ni Salt kung ano ang kailangan at pag-unawa ni Louise na kailangan niyang maglabas ng sama ng loob. Habang nagpapatuloy ang diskusyon, mas madalas at mas mapilit siyang tumugon. Sa huli, napagpasyahan nilang limitahan ang Mga Kinakailangang Prinsipyo ni Salt sa sampu, pagkatapos ay labing-isa, at pagkatapos ay labindalawa. Hindi ito madali.

Ganito ang unang bersyon ng listahan:

Mga Kinakailangang Prinsipyo

1. Si Stuart Bacon ang kalihim ng estado o direktor ng pambansang paniktik.
2. Wala si Pepper sa mga tsart ng organisasyon ngunit direktang nag-uulat kina Bacon at Pangulong Evans, kabilang ang makatwirang direktang pag-access kay Evans.
3. Ang mga propesyonal na diplomat ay ilalagay bilang mga embahador sa mga lugar tulad ng Canada, UK, France, Germany, Russia, China, Australia, India, Turkey, Japan, Israel, at Mexico kapag natapos na ang mga umiiral na atas.
4. May mabuting hangarin na muling sumali sa Paris Climate Accord.
5. May mabuting hangarin na muling sumali sa kasunduan ng Trans-Pacific Partnership (TPP).
6. Mas limitadong paggamit ng mga taripa.
7. Ukraine—hindi sigurado kung may papel ang Salt—ito ay may sapat na atensyon 8. Walang kondisyong suporta ng NATO.
8. Mga talakayan tungkol sa pagkontrol ng armas sa Russia (pagkatapos ng Ukraine),
9. Bago at kakaibang diskarte sa Hilagang Korea, na nakikipagtulungan sa South Korea at Japan.
10. Muling buksan ang mga talakayan na may mabuting hangarin kasama ang Iran at mga partido sa kasunduang nukleyar (Joint Comprehensive Plan of Action).
11. Pangako na ibalik ang mga senior professional staffing sa Kagawaran ng Estado.

"Aba," sabi ni Louise, "siguradong buong likod ng sobre iyon. At ang pagtatasa kung kayang tuparin ng Pangulo ang lahat ng mga bagay ay hindi imposible. Pero ang ilan dito ay madali. Halimbawa, kunin natin ang mga tauhan ng Kagawaran ng Estado. Hindi ito isyu. Pero ang mga pagiging embahador, sa kabilang banda, ay ibang usapan. Alam mo na marami sa mga ito—hindi lahat—ay naipangako na sa malalaking donor. Mahirap isipin na si Pangulong Evans ang tatawag sa isang malaking donor—tawagin siyang Jack—na pinangakuan ng London at sasabihing, 'Jack, may maganda at masamang balita ako. Mayroon tayong isang lalaking hindi mo pa naririnig na malapit nang sayangin ang dalawang taon ng kanyang buhay sa isang imposibleng misyong diplomatiko. Kailangan natin siyang pasayahin, at sinabi niyang hindi niya tatanggapin ang misyon maliban kung maglalagay tayo ng isang propesyonal na staffer na mamamahala sa embahada sa London. Bilang resulta, hindi mo na kailangang lumipat sa London at makilala ang reyna at lahat ng iyon. Pero mayroon kaming ilang kapana-panabik na mga pagkakataon na mapagpipilian mo. At kung tutulungan mo kaming bawasan ang utang sa kampanya, palaging may Norway o ang Caribbean.' Sasabihin ng Pangulo, 'Salt, hindi mo kilala ang donor ko na si Jack, at wala kang alam tungkol sa realidad ng mga bagay na ito." At doon na magtatapos ang pagsasanay na ito. Sa tingin ko ay lampas na sa hangganan ang Ukraine—walang magagawa doon nang tahimik, at marahil ay maaari tayong kumuha ng ilang nalaglag na bola sa ibang lugar.

"Parang maganda naman ang resulta para sa akin," tumango si Salt.

Tugon ni Louise, "Parang awa mo na, tawagin natin ang likod ng sobreng ginagamit natin, Sobre A. Magsisimula tayo ng bagong buod tungkol sa cocktail napkin na ito at tatawagin itong Napkin B. Tingnan natin kung saan maaaring ilagay ang regalo.

Sinimulan nila ang listahan at tinalakay ang bawat punto, bawat aytem.

Medyo ikinagulat ni Salt nang si Louise ang nanguna sa pagkakataong ito.

Siguro dahil sa alak.

"Kailangang maging kalihim ng estado si Stuart," aniya. "Masyadong limitado ang direktor ng pambansang paniktik. Kailangan mo si Stuart para tumulong sa paggalaw ng burukrasya ng Kagawaran ng Estado o kung ano pa man ang natitira dito kung kinakailangan. At kailangan mong makapasok sa Oval Office kung kinakailangan, kaya ang pangalawang posisyon ay ayos lang. Gaya ng napag-usapan natin, ang ikatlong posisyon, ang tungkol sa embahador, ay hindi dapat ipagpalit."

"Ngunit maaaring maging isang malakas na maagang senyales iyon sa mga pangunahing bansa, at madali itong gawin mula sa pananaw ng logistik," protesta ni Salt. "Malamang na makakahanap ito ng suporta ng dalawang partido sa Hill."

"Kalimutan mo na," tugon ni Louise. "Mag-isip ka ng iba pa."

Humigop muli si Salt ng kanyang Manhattan at nag-isip nang ilang minuto. "Kailanganin natin, sa G-7 at sa piling ibang mga bansa, na mayroong isang nakatataas na tao na katanggap-tanggap sa akin na mababasa sa proyekto at direktang mag-uulat kay Stuart, hindi sa embahador. Ang proyektong ito ay hindi lalabag sa mga hinirang na pulitiko."

Marahil dahil sa alak.

"Kailangang maging kalihim ng estado si Stuart," aniya. "Masyadong limitado ang direktor ng pambansang paniktik. Kailangan mo si Stuart para tumulong sa paggalaw ng burukrasya ng Kagawaran ng Estado o kung ano pa man ang natitira dito kung kinakailangan. At kailangan mong makapasok sa Oval Office kung kinakailangan, kaya ang pangalawang posisyon ay ayos lang. Gaya ng napag-usapan natin, ang ikatlong posisyon, ang tungkol sa embahador, ay hindi dapat ipagpalit."

"Ngunit maaaring maging isang malakas na maagang senyales iyon sa mga pangunahing bansa, at madali itong gawin mula sa pananaw ng logistik," protesta ni Salt. "Malamang na makakahanap ito ng suporta ng dalawang partido sa Hill."

"Kalimutan mo na," tugon ni Louise. "Mag-isip ka ng iba pa."

Humigop muli si Salt ng kanyang Manhattan at nag-isip nang ilang minuto. "Kailanganin natin, sa G-7 at sa piling ibang mga bansa, na mayroong isang nakatataas na tao na katanggap-tanggap sa akin na mababasa sa proyekto at direktang mag-uulat kay Stuart, hindi sa embahador. Ang proyektong ito ay hindi lalabag sa mga hinirang na pulitiko."

"Sulit subukan," tugon ni Louise. "Ang mga aytem na apat, lima, anim, at labing-isa ay dapat na katanggap-tanggap kung ano talaga ang mga ito. Ang mga aytem na apat, lima, at anim ay bahagi ng plataporma ni Evans, at igigiit ni Stuart ang aytem na labing-isa. Paano naman ang aytem na pito at ang NATO?"

"Buweno," sabi ni Salt, "ang walang kondisyon ay isang malakas na salita. Paano kung sabihin nating, 'malakas na suporta sa NATO na hindi ipinapalagay na ititigil natin ang pagtulak sa kanila na bayaran ang mga nakatakdang gastos sa depensa,' o isang bagay na katulad nito?" Nag-thumbs up si Louise dahil ito ay isinasagawa na. Walang dahilan para hindi ako bigyan ng pagkakataon sa listahan. Ngunit alam nina Salt at Alexander ang ilang mahahalagang proyekto na hindi naman mauuwi sa wala. Maaari bang mailigtas ang alinman sa mga ito? Kailangan ni Pepper at ng koponan ang lakas ng loob at disiplina upang iwanan ang mga bagay na mukhang kaakit-akit sa una ngunit hindi sapat ang bilis ng pag-unlad. Kakailanganin nila ng maagang panalo.

"Sige," tugon ni Louise. "At ang mga negosasyon tungkol sa pagkontrol ng armas kasama ang Russia at ang pag-aayos ng Ukraine?"

"Mahalaga ngunit lampas sa saklaw nito at malayo sa ating kaisipan," pag-amin ni Salt.

"Tapos na," sabi niya. "Ngayon, para sa mga madali, ang North Korea at Iran."

"Hindi ko alam," sabi ni Salt. "Masyado akong pagod at nasobrahan sa pag-inom para harapin ang mga iyon. Walang mga sagot. Sabihin mo lang na ang paraan sa mga bansang iyon ay ang mahigpit na pakikipag-ugnayan sa mga kaalyado. Iyon lang ang masasabi, ngunit ang mga isyung iyon ay magiging pangunahin at sentro sa mga talakayan kasama ang maraming bansa, lalo na sa mga sumuporta sa mga agresibong parusa. Ngunit kailangan nating ilagay sa listahan, kung naaangkop, ang pakikipag-usap ng New START sa Russia."

"Sige, tingnan natin ang Napkin B ngayon," mungkahi ni Louise. At ginawa nga nila;

Mga Kinakailangang Prinsipyo—Napkin B

- Si Stuart Bacon ay kalihim ng estado.
- Wala sa tsart ng organisasyon si Pepper ngunit direktang nag-uulat kina Bacon at Pangulong Evans, kabilang ang makatwirang direktang pag-access kay Evans.
- Sa G-7 at iba pang piling mga bansa, isang direktang pakikipag-ugnayan sa embahada, na katanggap-tanggap kay Pepper, ang itatatag kung saan ang mga naturang pakikipag-ugnayan ay nag-uulat kay Pepper at sa kalihim ng estado kaugnay ng proyektong ito; ang proyekto ay hindi dapat ibahagi sa mga hinirang sa politika.
- Nanatili si Pepper sa labas ng Ukraine maliban kung inimbitahan para sa mga makitid na atas
- May mabuting hangarin na muling sumali sa Paris Climate Accord.
- May mabuting hangarin na muling sumali sa TPP.

- Mas limitado at naka-target na paggamit ng mga taripa (hindi kasama ang Ukraine).
- Malakas na suporta ng NATO na huwag hadlangan ang presyon sa paggastos sa depensa ng mga estadong miyembro. Pinapaboran ang pagpapalawak ng NATO.
- Ang diskarte sa Hilagang Korea ay ang mahigpit na koordinasyon sa mga kaalyado, lalo na sa Timog Korea at Japan.
- Paglapit sa Iran upang maging malapit na koordinado sa mga kaalyado at partido sa kasunduang nukleyar ng Iran (Joint Comprehensive Plan of Action) na tinigilan ng US, at lumayo sa mga digmaan sa Gitnang Silangan.
- Pangako na palakasin ang mga senior professional staffing sa State Department.
- Makabuluhan at makatuwiran na komprehensibong reporma sa imigrasyon.
- Ang mabilis na paggalaw tungo sa panibagong mga pag-uusap sa New START nang hindi kinakailangang lumahok ang Tsina.

"Sige, sa ngayon," sabi ni Salt, "pero kailangan ko munang matulog tungkol dito. Tatawagan kita bukas ng umaga. Pasensya na kung hiniling ko sa iyo na gawin ito, pero wala akong computer. Maaari mo bang ipa-type at ipaayos ito nang kaunti? Nagdududa ako na mapapahanga ang pangulo sa isang napkin. Ang tunay na tanong ngayon ay, kung handa pa rin akong gumawa ng isang bagay, ano ang susunod kong hakbang? Makipagkita kay Stuart?"

"Hindi," bulalas ni Louise. "Kami—hindi lang ikaw—ang kailangang makipagkita sa Pangulo at kay Stuart sa lalong madaling panahon at nang personal. Kailangan mong ipaalam sa kanila ang tungkol sa input mula kay Ray sa Toronto, ipakita sa kanila ang Napkin B list, at panoorin kung paano sila magre-react. At kung ilulunsad man ito, kailangan itong mangyari nang mas maaga kaysa sa huli, sigurado iyon. Ngayon, magpahinga ka at tawagan mo ako bukas ng umaga."

Habang palabas sila ng restawran, hiniling ni Salt na ipaalala sa kanya kung saan ang pinakamalapit na Marriott, at habang nagpapaalam na sila, idinagdag ni Salt, "Siya nga pala, gawan mo ako ng pabor at huwag mong itapon ang mga napkin na iyan. Baka gusto kong i-frame ang mga iyan balang araw—o punitin."

KABANATA 21

Kaswal na Negosasyon

(Pebrero 9, 2021)

Kinabukasan, tinawagan ni Salt si Louise gamit ang tinatawag niyang "shoe phone" at sinabing handa siyang makipagkita sa Pangulo at kay Stuart at alamin ang kanilang tugon sa kanyang ulat tungkol sa Canada at Napkin B. Tinanong niya kung maaaring isaayos ni Louise ang pagpupulong. Medyo malamig ang kanyang sagot. "Hindi, ito ay isang pagpupulong na kailangan mong i-set up. Sabihin mo sa akin kung ano ang iyong isasaayos."

"Pasensya na," sabi ni Salt. "Akala ko nagpupumilit kang pumunta roon."

Unti-unti nang nag-aalangan si Louise. "Oo, pero kailangan mong gawin iyon nang hindi ako magmumukhang tagabantay ng kalendaryo mo. Isa itong pagsubok. Huwag mong sirain."

Tinawagan ni Salt si Stuart at nag-iwan ng mensahe na humihiling ng agarang pagpupulong kay Stuart at sa Pangulo na dadaluhan din ni Louise. Tumawag muli si Stuart pagkalipas ng ilang oras na may galit tungkol sa kung paano ang Pangulo ay may trabaho sa araw na hindi nangangailangan ng paglalagay ng Salt kung kailan ito nababagay kay Salt. Sumagot si Salt, "Pasensya na, pero naisip kong prayoridad ito. Tawagan mo ako kapag may bakanteng puwesto. Samantala, babalik ako sa bukid at mag-aalis ng mga kahon."

"Huwag mong gagawin iyan hangga't hindi kita nababalikan," hiling ni Stuart. "Alam mo, mahirap itong gawin kung nakatira ka nang dalawa at kalahating oras ang layo."

"Oo, mahirap ang buhay, pero buhay ko ito. At karamihan sa mga bansang gusto mong makausap ko ay wala sa time zone natin, at ang mga flight ay lilipad palabas ng Dulles, na mas malapit sa bukid kaysa sa Reagan National." Pagkatapos ng tawag, nagpasya si Salt na maglakad-lakad sa kalapit na Tysons mall, na matagal na niyang hindi napupuntahan habang hinihintay ang pagtawag muli ni Stuart. Nagulat siya sa kung gaano kawalang-tao sa mall—ng mga tao at mga tindahan. Malinaw na nakaapekto ang pandemya ng COVID-19 at ang resesyon. Maraming karatula na For Lease.

Hindi sigurado si Salt, pero base sa ilang bintana ng tindahan na tiningnan niya, tila posible na luma na ang kanyang mga damit. Pero mayroon siyang ilang mga terno na ginawa sa Hong Kong, at napagdesisyunan niyang hindi na niya mawari kung itatapon niya ang mga iyon.

Tumawag muli si Stuart pagkalipas ng ilang oras. Alas-nuebe na sila ng Pangulo kinabukasan. Pinayuhan siya ni Stuart na manatili sa hotel sa McLean, at hangga't nariyan siya, sinabi ni Stuart na dapat silang magkita-kita sa isang pribadong club sa DC nang gabing iyon para makapaghanda sila. "Kailangan kong isama si Louise," sabi ni Salt.

"Tama," tugon ni Stuart. Mukhang nakisali na siya.

Nagmaneho si Louise, at nagkita sila ni Stuart ng 7:30 n.g. sa sulok ng isang kainan na kakaunti ang tao. Bawat isa sa kanila ay umorder nang bahagya at nagsimulang uminom ng isang bote ng pinot noir. Nagsimula si Salt sa pagsasalaysay ng kanyang pagkikita sa Toronto kasama si Ray. Tila hindi nagulat si Stuart, na inamin na nabigyan siya ng katulad, kahit na hindi gaanong makahulugan, na mga lektura ng mga diplomat mula sa ibang mga bansa. Ngunit ang bersyon ni Salt mula sa Canada ay isa pang wake-up call. Si Stuart ay nasa sales mode.

"Naku, kung sa tingin namin ay madali lang, hindi ka namin tatanungin," komento ni Stuart.

"At kung akala ko madali lang ito, hindi ko ipapataw sa iyo ang mga ganitong kahilingan na "take-it-leave-it"," mahinang sabi ni Salt.

Nabuhay si Stuart. "Whoa. Anong mga kahilingan?"

"Tingnan mo, Stuart," sabi ni Salt, "bago ka magtampo, tingnan mo ito mula sa aking pananaw at ng ibang mga bansa. Hindi ko lang talaga mapunta ang sarili ko sa sitwasyon kung saan kinakatawan ko ang posisyon ng US sa isyu X na maging solusyon A kung ang solusyon A ay hindi dapat gamitin sa Estados Unidos. Isa akong patay na pato kung mangyari iyon. At higit pa riyan, kailangan kong malaman ang posisyon ng US sa mga pangunahing isyu bago ako magdesisyon kung susubukan ko bang gumawa ng mabuti rito. Kailangan kong pagtakpan ang aking sarili nang maaga. At ang parehong mga alalahanin ay naaangkop kay Louise." "Ipakita mo lang sa akin ang listahan," ungol ni Stuart.

Iniabot sa kanya ni Louise ang naka-type na bersyon ng Napkin B. Nagsimulang magbasa si Stuart at nagsimulang kiligin.

Tiningnan ni Stuart si Louise. "Louise, naniniwala ka ba sa listahang ito, o ito ba ay

Asin na nagbubuhos ng asin sa mga bukas na sugat—walang intensyong biro?" "Sang-ayon ako," sabi niya.

"Natakot ako diyan. Tingnan mo, puwede akong magreklamo at magreklamo tungkol dito, pero hindi iyon magiging produktibo. Kailangan ninyong tingnan ito sa dalawang antas. Sa totoo lang, malamang na sumasang-ayon ang Pangulo sa karamihan nito. Kaya, puwede kayong suportahan ng Pangulo sa isang antas. Pero may pangalawang antas na realidad.

Pagkatapos ay tiningnan nila ang bawat aytem sa listahan at tinalakay ang mga isyu, mga detalye, at mga praktikal na problema. Naging malinaw na ang mahahalagang salik para sa lahat ng nasa hapag-kainan at sa Pangulo ay kinabibilangan ng (1) kung sino ang makakaugnayan nina Salt at Louise, (2) kung ang mga taong iyon ay may mga mababaw na salita, at (3) kung gaano kalakas ang pagpapahayag nina Salt at Louise sa posisyon ng Pangulo sa iba't ibang isyu. At mayroon ding mga salik na X, Y, at Z: paano ito gaganap sa mga halalan sa kalagitnaan ng termino, mahigit isang taon na ang nakalipas, maaaring lumitaw ang operasyong ito sa kalagitnaan ng termino (oo), at kung gayon, paano magre-react ang Kongreso, ang ating mga kaalyado at ang ating mga botante, at kailangan ba nating kumuha ng isang tao sa koponan na ihahanda para sa isa para sa koponan at, kung gayon, sino? Marahil ay ipapaalam na natin ang isang bagay. Sino ang handang kumuha ng isa para sa koponan kung kailangan ng sakripisyo? Hindi maaaring kumilos—o magmukhang kumikilos—ang Pangulo nang unilateral sa ilan sa mga isyung ito. Nariyan ang pagsang-ayon ng Kagawaran ng Estado—salamat sa pagboto ninyo sa akin bilang kalihim—pero medyo sigurado akong wala kayong boto. At nariyan din ang hindi maayos na Kongreso. Maaari nating pag-usapan ang Pangulo tungkol sa kanyang mga pangunahing patakaran, at sasabihin ko sa iyo ang aking iniisip, pero hindi namin maaaring hayaang magdaldal kayo tungkol sa posisyon ng Pangulo sa bagay na ito bago siya humawak ng isang pampublikong posisyon. Kailangan ding matakpan ang kanyang puwitan, alang-alang sa Diyos."

"Yuk," sabi ni Louise, "Sa tingin ko kailangan mong pagbutihin ang recruitment pitch mo para kay Stuart."

Alam ng lahat ng nasa mesa na si Salt, bilang isang medyo retiradong outsider na hindi kilala ng marami sa mga diplomatic intelligentsia, ang kandidato. Brutal.

"Napaka-"yuko" nito," sabi ni Louise sa grupo. Mahinahong itinaas lang ni Salt ang kanyang kamay. "Daig ko siguro ang firing squad."

Habang tinatapos nila ang kanilang trabaho, sinabi lang ni Stuart, "Salamat. Makikipagkita ako sa presidente ng alas-nuebe, at magkikita tayo ng alas-9:15. Ang pinakamatagal ay hanggang alas-9:45."

Inihatid ni Louise si Salt sa Tysons Marriott. Wala siyang masyadong masabi. Bukod pa riyan, wala sa mood si Salt na bigyan siya ng pagkakataong magkomento tungkol sa pananamit nito. Sa kaibuturan niya, alam na niya ang iniisip nito.

KABANATA 22

Input mula sa West Wing

(Pebrero 10, 2021)

Sinundo ni Salt si Louise kinaumagahan, at nakarating sila sa White House ng alas-nuebe. Matapos makuhanan ng temperatura, maghintay ng labinlimang minuto, at itinaas ang kanilang mga maskara, ipinasok sila sa Oval Office. Ang opisina na iyon, sa ganang sarili nito, ay nakakatakot. Malinaw na hindi pa tapos lumipat si Pangulong Evans, ngunit hindi nito nababawasan ang pagkamangha. Ang Oval Office ay ang Oval Office, kung tutuusin, at halos kapareho ito ng hitsura sa TV. Napaisip si Salt kung paano siya napunta roon. Naroon si Stuart, at ang Pangulo ay masayahin at malugod na tumatanggap. Marahil ay mahilig ang Pangulo sa umaga. Nagpalitan sila ng mga kwentuhan, ngunit hindi masyadong mahilig mag-usap ang Pangulo ngayon.

Diretso tayo sa punto, mga kaibigan. Pinahahalagahan ko ang pakikipag-usap ninyo sa kaibigan ninyo sa Canada, Salt, at ang mga ideya na nakasaad sa Plan B paper ninyo. Naiintindihan ko rin kung bakit kailangan ninyo na takpan ko ang likuran ninyo—kung hindi, masisira natin ang kredibilidad ninyo, at iyon ang daladala mo sa table, Salt.Kaya, tatlong bagay lang. Una, magiging baliw ako kung gagawa ako ng bagay na sisira sa mission. Pangalawa, tiningnan ko ang paper ninyo at sang-ayon ako sa mga nakasaad doon. Sa palagay ko, kailangan muna nating tanggalin ang item tungkol sa immigration dahil wala pa talagang malinaw kung ano ang ibig sabihin ng comprehensive immigration reform—kaya wala itong saysay sa ngayon. Pangatlo, hindi ko puwedeng i-public ang posisyon sa iba pang isyu sa ngayon. Iyan ang political reality.Tama lang na nakatutok kayo sa mga internasyonal na bagay. Naiintindihan ko iyon. Pero sa aming halalan, tanging mga mamamayang Amerikano lang ang bumoboto, at marami kaming domestic issues na bagong dumating sa aming mesa—kasama na dito ang COVID-19, ang resesyon, ang deficit, at ang Black Lives Matter. Naalala ko tuloy ang luma ni Johnny Cash na kanta, 'fifteen tons and what do you get, another day older and deeper in debt.'Hindi na natin sinasabi na 'America first,' pero ang realidad, ang mga domestic issues—tulad ng health care, pagpapatapos ng recession recovery, at ang Black Lives Matter movement—ang kailangang unahin."

"Alam mo, puwede mong ipahayag nang tapat ang posisyon ko para maging consistent sa outline ninyo, pero kung may mag-leak nito, baka kailangan kong itanggi. Plausible deniability."

"Oo," sabi ng Presidente, nakatitig kay Salt at buntong-hininga, "hindi natin kailangan na gusto natin ito, pero nandito tayo para sa mas malaking kabutihan. Ibig sabihin, kailangan talagang maging maingat kung sino ang kausap ninyo at kung ano ang sinasabi ninyo sa kanila."

"Sa wakas," dagdag ng Presidente, "lubos akong sang-ayon na panatilihing malayo ang team na ito sa Ukraine. Sobra na itong nakaka-absorb ng tao."

"Iyon lang," pagtatapos niya. "Kailangan kong malaman bago magtanghali bukas kung handa ba kayong tanggapin ang mission na ito. Kung hindi, walang pinsala. Kung oo, kailangan nating kumilos agad. At by the way, nakuha ko ang linya tungkol sa direct access sa akin. Ayos lang iyon, pero ang realidad, pareho kami ni Stuart ng pananaw. Unang dapat ninyong kausapin si Stuart, pero kung kailangan ninyo akong kausapin, makukuha namin kayong makapasok tulad ng ginawa natin ngayon. Bukod dito, gusto ko ng regular na updates. Magandang araw sa inyo."

Kitang-kita na tinatanggal na sila. Pero hindi pa tapos si Salt.

"May isa pang bagay, Pangulong Evans," sabi ni Salt.

"Ano iyon?" tanong ng Pangulo.

Tumingin si Salt sa bintana para hindi makita ng iba ang kanyang mukha at sinabing, "Kailangan kong magdagdag ng isa pang bagay sa Plan B agenda."

Lumunok sina Stuart at Louise. Mukhang nagtatanong ang Pangulo.

Namamasang mga mata, humarap si Salt sa Pangulo. "Ang aking asawa, si Meredith, ay namatay noong nakaraang taon dahil sa coronavirus habang nagtatrabaho bilang isang nars sa isang malaking ospital sa Northern Virginia. Siya ay isang nars sa loob ng maraming taon ngunit ilang taon na ang nakalilipas ay nagawa niyang makapasok sa opisina ng isang doktor upang magkaroon ng mas regular na oras. Nang dumating ang pandemya sa lugar na ito, nagboluntaryo siyang magtrabaho sa emergency room ng isang malaking ospital, nahawa siya ng virus, at pinatay siya nito. Kung tatanggapin ko ang atas na ito, utang ko sa kanya na suriin kung paano natin tinutugunan ang mga pandaigdigang banta sa kalusugan, kabilang ang kung kailangan ng atensyon ng World Health Organization. Paumanhin, ngunit kailangan itong maging bahagi ng pakete. Makatitiyak kayo na wala akong interes na maging bahagi ng isang sisihan dito."

Tumahimik ang silid. Pagkaraan ng ilang sandali, sumagot ang Pangulo. "Dalawang bagay. Nakikiramay ako sa iyong asawa. Pero ang mga salitang ganyan ay walang kabuluhan talaga. Naiintindihan ko. Kung gusto mong tuklasin ang problema sa kalusugan sa mundo, sige, at magbibigay kami ng ilang kawani at iba pang suporta. Pero hindi ito makakasagabal sa iba pang mga agenda. Hindi namin hahayaang magiba ang WHO anumang oras sa lalong madaling panahon."

Tumayo ang Pangulo at sumaludo. Nakipagkamayan na. Wala nang masabi pa, at umalis sina Salt at Louise. Sumunod si Stuart pagkalipas ng ilang segundo.

"Naging maayos naman ang lahat hanggang sa huli," sabi ni Stuart. "Sana ay binigyan mo ako ng babala tungkol diyan, Salt."

"Pasensya na, Stuart," tugon ni Salt. "Medyo nagulat ako sa sinabi ko sa iyo ang totoo. May karapatan kang magalit."

Sandali na tumigil si Stuart, pinag-isipan ang sagot ni Salt, at saka sinabing, "Maganda sana kung makapagdesisyon ka ngayon kung ano ang gagawin mo. Kung mangyari iyon, susubukan naming mag-iskedyul ng mga briefing para sa iyo simula bukas ng hapon. Gusto naming simulan ito sa pamamagitan ng mga pagpupulong—malamang sa UK—sa susunod na linggo. At Salt, lubos akong humihingi ng paumanhin. Hindi ko alam kung paano namatay si Meredith."

Umalis sina Salt at Louise, sumakay sa maruming sampung taong gulang na Volvo ni Salt, at tumawid sa tulay papuntang Virginia. Ang kailangan nila ay isang tahimik na coffee shop na may glazed donuts at chocolate croissant. Nakahanap sila ng isa, kinuha ang mga kailangan nila para sa kanilang caffeine at sugar fixes, at naupo sa isang social distancing area.

Binasag ni Louise ang katahimikan. "Nakuha namin ang halos lahat ng hiniling namin." "Pasensya na sa pagkagulat, Louise, pero ang bagong tanong ko ay medyo kusang-loob lang," paliwanag ni Salt. "Nang maisip ko ito, naging mahalaga na ito." Tumigil si Salt at saka binago ang usapan. "Isa lang ang masasabi ko, wala sa ating dalawa ang nakapunta o hindi na makakapunta pa, sa isang pagpupulong na tulad niyan. Naku!" "Kaya, ano ang gagawin natin?" tanong niya.

"Siguro wala akong lakas ng loob na tumanggi," pag-amin ni Salt. "Kung tatanggi ako, nakikita ko ang sarili ko na gumigising sa umaga araw-araw, tumitingin sa salamin, at iniisip kung gaano ako katanga sa pagtanggi. Pero hindi ibig sabihin noon na kailangan mo pang maranasan ang parehong mga problema. Nasaan ang ulo mo?"

Tumigil sandali si Louise. "Tama ka. At kahit hindi ako mahilig sa pagiging pangalawang manlalaro sa grupong ito, kasali ako. At ang pagiging pangalawang manlalaro ay nangangahulugan na mayroon akong katanggap-tanggap na pagtanggi tulad ng Pangulo."

Napangisi nang bahagya si Salt. "Naaalala ko tuloy noong naglaro ako ng basketball noong high school. Umupo ako sa dulo ng bangko maliban na lang kung kailangan nila ng isang taong papasok at tatanggap ng matalo sa isang laro na halos talo na kami. Wala nang pag-asa." Sabi ni Louise, "Pero sa kabila ng mga posibilidad, pumasok ka sa laro at hindi sumuko." "Tama," pag-amin ni Salt.

"Kaya," sabi ni Louise, "magkwento ka pa tungkol sa elementong ito ng programa tungkol sa kalusugan ng mundo."

Mukhang naguguluhan si Salt. "Sa totoo lang, hindi ko alam. Hindi ko pa talaga napag-iisipan. Kailangan pa nating gumawa ng mas marami pang takdang-aralin tungkol dito, at puwede mo nang hindi pag-aralan ang elementong iyan ng programa. Hindi ka naman nagpalista rito sa alinman sa mga napkin."

May kaunting pagtataka, yumuko si Louise at nagtanong, "Iniisip mo bang harapin ang World Health Organization at ang United Nations? Siguro ang tunay mong pangalan ay Don Quixote."

Sumagot si Salt, "Ang World Health Organization ay ang United Nations. Kung ang isang bansa ay kabilang sa United Nations, maaari itong maging miyembro ng WHO. Mayroong halos dalawang daang miyembro. Sa panganib na gawing mas simple ang mga bagay-bagay, ang WHO ang dapat na pumigil o kahit man lang sugpuin ang mga bagay tulad ng coronavirus. Hindi iyon nangyari kaugnay ng COVID-19. May pakiramdam ako na, tulad ng ating gobyerno, maaaring mas mahusay pa sana ang nagawa ng WHO, ngunit sa palagay ko ay mahalaga ang WHO, at karamihan sa kasalanan ay nasa ibang lugar. Ngunit wala akong interes sa isang imbestigasyon na tumitingin sa nakaraan at pagsisikap na sisihin. Hindi iyon magiging mas madali para kay Meredith na magpahinga.

Ang kasaysayan ay mahalaga sa akin lamang kung ipaliliwanag nito kung ano ang kailangang gawin upang ayusin ang mga bagay-bagay. Interesado ako sa bilis at bisa. Walang duda na makatuwiran ang pagkakaroon ng katulad ng WHO, ngunit marahil kailangan natin ng higit pa. Marahil ang kombinasyon ng Epidemic Intelligence Service ng Centers for Disease Control and Prevention at maliliit na dream team ng mga eksperto ay maaaring kumilos bilang mga yunit ng special forces para sa pandemya, pumunta sa mga bansang pumapayag, gawin ang kinakailangan, at humingi ng tawad sa ibang pagkakataon sa halip na maghintay ng pahintulot. Marahil ay umiiral na ito, ngunit kailangan kong malaman. Kailangan itong pag-isipan nang higit pa kaysa sa naibigay ko na, at maraming imbestigasyon ang nagpapatuloy na. Dalawang bagay na alam na natin ngayon ay ang mga pandemya ay hindi lamang mga anomalya sa kasaysayan kundi mga seryosong bagay.

Nag-isip si Louise nang ilang minuto at saka sinabing, "Kahanga-hanga ito at malamang kailangan, pero kailangan ko munang maunawaan ito. Samantala, kailangan nating dumaan sa unang yugto kung papayag tayong magpatuloy. Sa tingin ko kailangan mong tawagan si Stuart."

Tinawagan ni Salt si Stuart at sinabi sa kanya ang balita.

"Magaling," sabi ni Stuart. "Pumunta ka sa State Department ng tanghali bukas para sa simula ng isa't kalahating araw na briefing. Magdala ng limang litrato ng pasaporte at isipin ang pagbili ng disenteng suit. Nakasuot pa rin sila ng suit sa ibang bansa. Magiging consultant ka ng State Department, at makikipagnegosasyon tayo para sa isang patas na per diem na kabayaran at gastusin sa mga susunod na araw.

Hindi ka yayaman sa paggawa nito, pero alam mo iyon. Hayaan mong makausap ko si Louise."

Iniabot ni Salt ang teleponong pang-sapatos kay Louise, na halos nakikinig at, paminsan-minsan, ay nagsasabing, "Uh huh." Nang matapos ang tawag, ibinalik niya ang telepono at sinabing, "Kailangan ko nang umuwi at mag-impake at kumuha rin ng maraming gamit sa Agency, kaya pakisamahan mo ako pabalik sa apartment ko. Kailangan mo nang mamili. Susunduin kita sa Marriott ng alas-11:00 ng umaga bukas."

"Sige, boss," walang ekspresyong sabi ni Salt, "pero bibili ako ng Amerikano sa Carterville."

Umiling si Louise at inikot ang kanyang mga mata.

KABANATA 23

Maliit na Bayan at ang Maliit na Suliranin sa Negosyo

(Pebrero 12, 2021)

Gabi na nang makabalik sila sa Marriott kaya napagpasyahan ni Salt na doon na uminom at maghapunan at doon magpalipas ng gabi.

Kinabukasan, naalala niya na may utang siyang hapunan kay Margie Hatcher. Nawalan siya ng lakas ng loob at tinawagan ito pagkatapos mag-almusal bago umalis. "Humihingi ako ng paumanhin nang maaga para sa maikling abiso na ito, pero may utang ako sa iyo bilang kapalit ng pag-imbita mo sa akin sa iyong salu-salo. Alam kong napakaikling abiso na ito, pero naisip ko kung may oras ka ngayong gabi. Aalis ako ng bansa para sa negosyo, at kung hindi ako magbabayad ngayon, maaaring matatagalan pa."

"Ayos lang sana kung may oras ka," sabi ni Margie. "Kahit siksikan ang kalendaryo ko, nagkataon lang na libre ako."

"Mabuti," sabi ni Salt. "Saan mo gustong pumunta? Ang tanging lugar na alam ko ay ang Helen's Place, na ayos lang, pero dapat may ibang lugar."

"Maaari ko siguro tayong yayain na maghapunan sa isang magandang inn sa probinsya mga walong milya ang layo mula sa bayan kung ayos lang sana. Masarap ang pagkain, at tahimik," sabi niya.

"Para sa akin naman," sabi ni Salt. "At salamat sa pagpareserba. Sabihin mo sa akin kung anong oras kita susunduin."

"Maliban na lang kung may balita ka mula sa akin, sunduin mo ako ng alas-singko y medya para sa isang reserbasyon ng alas-sais."

"Sige," tugon ni Salt. Nagulat siya sa kanyang tuwa tungkol dito.

Habang nagmamaneho pabalik sa bukid si Salt noong Huwebes ng umaga, naisip niya kung ano ang kailangan niyang gawin para makapaghanda sa biyahe.

Kailangan niya ng bagong suit at gupit, at maaaring kailanganin niya ng bagong country casual shirt para sa hapunan sa gabi. Sa halip na pumunta sa farmhouse, nagmaneho siya papunta sa Carterville at nag-park malapit sa tindahan ng mga lalaki na pagmamay-ari ni Roy, na nakilala niya sa barbershop. Pumasok siya at nakita si Roy, tila ang tanging tao sa tindahan, kahit na umaga noon ng linggo.

Binati siya ni Salt, "Hi, Roy. Maaaring hindi mo na ako matandaan, pero nagkita tayo sa barbershop dati. Kailangan ko ng suit, at sana matulungan mo ako. Pero kailangan ko ito ngayon. Mapagawa ko ba iyan ngayon kung kailangan itong baguhin, para magkasya ito?"

"Ako ang may-ari, ang tindero, at ang sastre," sabi ni Roy, "kaya hindi iyon magiging problema. At sa ganitong panahon ng taon, nakikipagkumpitensya ako sa college basketball para sa mga customer. Mapagkakasya ko ito kung mayroon tayong gusto mo. Anong sukat ang suot mo, at ano ang hinahanap mo?"

Sumagot si Salt, "Isang bagay na nakakabagot, tulad ng asul na suit na may bagong puting kamiseta at kurbata na kahit anong kulay maliban sa pula at hindi masyadong mahaba. Malamang nasa 38 o 40-regular ang taas ko, pero matagal na rin mula noong bumili ako ng suit mula sa rack. Noong araw, noong naglalakbay ako sa Hong Kong, nagpagawa ako ng ilang suit doon. Pero sa iba't ibang dahilan, hindi na ako babalik doon sa lalong madaling panahon."

"Aba, tingnan natin, dapat ay tama na ang 40 regular," sabi ni Roy. "Alam mo naman na nababawasan na ang suot na suit ng mga tao, kaya hindi kami masyadong marami ang dala, at ang mga mayroon kami ay halos purong vanilla, tulad ng hinahanap mo."

Habang tinitingnan ni Roy ang mga istante, nagtanong si Salt, "Kumusta ang negosyo ngayon? Nakakasama ba sa iyo ang uso sa business casual?"

"Sa totoo lang," sagot ni Roy, "sa totoo lang, napipilitan lang kami. Maraming salik. Kamakailan lang, ang lockdown dahil sa COVID-19 ay isang malaking problema—sa maraming paraan—at kinailangan naming palayain ang lahat maliban sa akin at sa isa pa naming kasama. Mabagal ang pagbangon. Hindi namimili ang mga millennial sa mga ganitong tindahan sa maliliit na bayan at puro kaswal lang ang gusto nila. Sa bagay na iyon, hindi sila namimili sa mga tindahan. Namimili sila online at minsan ay inuupahan ang kanilang mga damit sa halip na bayaran ang mga ito. Talagang hindi ako makapaniwala.

Kapag pumupunta sila sa tindahan, pumupunta muna sila sa Target o Walmart, at pagkatapos, para tingnan kung ano ang natira sa Macy's o sa mga katulad nito sa mall kung saan may iba pang mga bagay na maaaring gawin. Pumupunta rito ang mga lalaking kasing-edad mo, pero karamihan sa kanila ay retirado na at hindi gaanong gumagastos sa mga bagong damit o nagtatrabaho pa rin at natatakot na mawala ang kanilang trabaho sa pabrika dahil sa isang murang imigrante o dahil sa resesyon. O sila ay mga magsasaka na walang pera para sa mga damit ngunit ipagpapalit sa akin ang ilang bushel ng butil para sa isang bagong kamiseta. Gayunpaman, ang binibili lang nila ay mga oberols. At saka, mayroon ding presyo. Karamihan sa mga ibinebenta ko ay mga bagay na gawa sa lumang USA. Ang ibang mga lugar na ito ay kumukuha ng kanilang mga produkto mula sa China, Bangladesh, timog-silangang Asya, Mexico; lahat na. Matindi ang kompetisyon sa presyo, at siguradong hindi mo kayang tumbasan ang dami ng mga ito.

"Pero tama na iyan—may tatlo kang pagpipilian: isang simpleng navy blue na suit o ilang pinstripes. Gusto mo bang subukan ang isa?"

"Simulan natin sa asul," sabi ni Salt. Maaaring may mga mapanlinlang na pagbabago para paikliin ang mga manggas at masakop ang dibdib. Tinulungan siya ni Roy na makahanap ng puting kamiseta at isang konserbatibo, hindi pula, at hindi masyadong mahaba na kurbata. Hiniling ni Roy kay Salt na isuot ang bagong suit sa likurang silid. Pagkatapos ay isinuot muli ni Roy ang kanyang maskara at sinimulang markahan ang suit para sa mga pagbabago.

"Nga pala," tanong ni Salt, "ano ang dress code para sa hapunan sa isang country inn dito?"

"Sa mga panahong ito, walang mga dress code," sabi ni Roy. "Ang mga tao ay nagsusuot ng pinakamagagandang damit. Pero kung mas magara ka sa lungsod, kailangan mo ng sport coat." Nagdagdag si Roy ng tweed sport coat, isang kamiseta, at pantalon. Mabuti na lang at hindi na kailangang baguhin ang sport coat at pantalon, at lumabas si Salt dala ang mga iyon. "Bumalik ka para sa suit ng alas-kwatro y medya," sigaw ni Roy habang palabas ng tindahan si Salt.

KABANATA 24

Pangkalahatang Ulat ng State Department

(Pebrero 12, 2021)

Dumating sila sa tamang oras ng tanghali kinabukasan, Biyernes, sa State Department, kinuhanan ng temperatura pagpasok, binigyan ng mga maskara, at padabog na pinapasok sa isang medyo marangyang conference room na may magaan na tanghalian at limang taong naghihintay sa kanila. Hindi kilala ang mga taong ito, at tila malabong sila ay pulitiko. Matalino sila at malinaw na nagtataka kung ano ang nangyayari, ngunit matalino rin sila para hindi magtanong. Naroon ang hindi maiiwasang PowerPoint projector ngunit walang mga briefing book. Sumali si Stuart makalipas ang limang minuto matapos makumpleto ang mga karaniwang pagpapakilala at nagsimula na ang mga tao sa kanilang mga sandwich.

Kumuha si Stuart ng sandwich at saka tinawag ang pulong, habang nagsalita gamit ang kanyang maskara. "Louise at Salt, sinamahan kami ng isang grupo ng mga senior geographical at subject matter experts upang bigyan kayo ng pangkalahatang update sa malawak na hanay ng mga paksa ngayon at bukas. Nasabihan ang briefing team na ito na malamang na ako ay nominado bilang kalihim ng estado at hiniling namin sa inyo ng Pangulo na dumalo sa ilang lubos na kumpidensyal na mga pulong sa ibang bansa na mangangailangan sa inyo ng matibay na antas ng pangkalahatang kaalaman ngunit hindi maging nangunguna sa mga patakaran, na sa anumang pagkakataon ay nasa proseso ng pagbuo. Ang inyong mga pagsisikap ay magiging sa uri ng pangongolekta ng impormasyon sa halip na negosasyon o pagtataguyod ng patakaran. Ang mga sesyon ng backgrounding na ito ay naka-iskedyul para ngayon at bukas batay sa isang inaakalang pag-alis patungong UK sa Lunes ng umaga. Mapapansin ninyo na walang mga briefing book dito. Layunin naming umalis kayo rito nang walang anumang papel maliban sa inyong mga tala, na inaasahan naming magiging napakalimitado.

Bago ka umalis bukas, mayroon kang mga espesyal na diplomatikong pasaporte na, sa kabila ng mga pagbabawal sa mga Amerikano na maglakbay papunta sa UK at EU dahil sa COVID-19, ay makakatulong sa iyo na makapasok sa mga rehiyong iyon, kaya't pakibigay ang iyong mga litrato kay Eric dito."

Maamong tumikhim si Salt at sinabing, "Naku. Hindi magandang simula. Pero wala akong dalang mga litrato sa pasaporte."

Bumuntong-hininga si Stuart. "Inaasahan namin ang ganoon; aayusin ni Eric ang problemang iyan at ipapa-COVID-19 testing mo sa isa sa mga pahinga mo. May iba pa ba kayong tanong? "Kumusta naman ang Ukraine?" tanong ni Salt. "Mas magandang tanong," sagot ni Stuart. "May pakiramdam na binabago ng Ukraine ang lahat. Mas mataas ang nakataya, at ang lawak at lalim ng epekto nito sa internasyonal na kalakalan ay hindi maihahambing sa iba pang mga pakikipag-ugnayang ito. Ang nalalapit na pagsalakay ng Russia sa Ukraine, na inaasahan anumang araw ngayon (sa katunayan ay Pebrero 24), ay nakakaapekto hindi lamang sa Ukraine at Russia kundi pati na rin sa iba pang dating bansang Soviet Bloc sa lugar, pagbebenta ng butil at gas ng Ukraine, ang epekto ng mga parusa at kontra-parusa, at marami pang iba. Ang sitwasyon ay maaaring makaapekto sa iba, tulad ng pag-iisip ng China tungkol sa Taiwan, migrasyon sa ekonomiya ng mga bansa, suplay ng bakal, kritikal na suplay ng pagkain sa lugar, mga lugar sa Africa na tinamaan ng taggutom, at iba pa. Sinadya naming layon na hadlangan kayo mula sa Ukraine. Mayroon kaming pinakamahuhusay na tauhan para diyan, na maaaring isang maagang bersyon ng Ikatlong Digmaang Pandaigdig, ngunit kailangan din naming magtuon sa mahalaga ngunit kakaunti ang tauhan na atas na ito. Dahil dito, umalis na si Stuart.

Nagsimula ang mga briefing sa kasalukuyang kalagayan ng iba't ibang rehiyon at bansa at nagbigay ng ilang kapaki-pakinabang na komentaryo tungkol sa mga tao at mga isyu. Saklaw ng mga sesyon sa hapon ang Europa sa pangkalahatan at ang mas malalaking bansa: ang UK, ang hindi tiyak na politika nito, at ang kamakailan lamang natapos at huling-minutong kasunduan sa kalakalan pagkatapos ng Brexit sa EU; ang panganib ng paghihiwalay ng UK pagkatapos ng Brexit; ang European Union, kabilang ang pagbaba ng katatagan ng EU, euro, pound, at mga bangko sa Europa; ang mga isyung kaugnay ng pagtaas ng tulong ng estado sa mga negosyo tulad ng mga airline; ang patuloy na kaugnayan ng G-7 at G-20; at pagkatapos ay ang Russia, Ukraine, Turkey, Iran, Syria, Saudi Arabia, Yemen, Iraq, at Israel; at ang kasunduan ng AUKUS na nagbibigay ng access sa Australia sa teknolohiya ng submarino ng US.

Sa mga pag-uusap na ito, tinalakay din nila ang trend ng pagkakahiwalay-hiwalay ng pandaigdigang ekonomiya at ang mga hindi tiyak na implikasyon nito, kabilang ang panganib na subukan ng China na sirain ang katayuan ng US dollar bilang global reserve currency. Napag-usapan din ang mga babala tungkol sa COVID at ang iba't ibang variant nito, tagtuyot (kabilang sa US), monkeypox, at iba pa—lahat ay posibleng napakaseryoso.

Nagtapos ang sesyon ng alas-8 ng gabi at muling nagsimula kinabukasan ng alas-9 ng umaga. Nagpatuloy ang geographical focus sa iba pang bahagi ng Middle East, Africa, China, North at South Korea, Japan, India, Australia, mga bansa ng ASEAN, South America, Mexico, at Canada.

Ang mga paksang tinalakay ay nakatuon sa mga epekto ng mga parusa at taripa na ipinataw ng at laban sa Estados Unidos (kabilang sa mga patuloy na isyu ang pag-alis ng US mula sa Trans-Pacific Partnership at ang mga epekto ng pag-alis ng US; ang maagang pagbagsak ng kasunduan sa kalakalan ng US-China (mula nang baligtarin ni Pangulong Evans), mga pangyayari sa Hong Kong; ang mga unang araw ng USMCA; ang Paris Climate Accord at ang mga epekto ng pag-alis ng US at ang inaasahang tugon nito, ang epekto ng iba pang mga isyu sa pagkontrol ng klima; ang NATO at ang mga epekto ng pinaghihinalaang kawalang-bahala ng US, kabilang ang sorpresang pagbawas, na ngayon ay baligtarin, ng US (na mas pinalakas simula noong simula ng digmaang Ukraine); mga kamakailang pagpupulong ng G-7 at G-20 at ang patuloy na epekto ng mga pang-iinsulto ng US; ang paglitaw ng mga awtokratikong pamahalaan sa mga lugar tulad ng Hungary, Poland, Turkey, at Cambodia (hindi pa kasama ang Russia at China); mga isyu sa supply chain; at panghuli ang mga epekto ng direktang pag-access ng mga pinuno ng mga bansang kaaway kay Pangulong Pope at ang kakulangan ng mga talaan ng mga nasabi at napagkasunduan.

Muli, ang bawat briefing ay may kasamang talakayan kung sino-sino ang mga pangunahing kalahok mula sa mga bansang sangkot sa paksa. Ang mga indibidwal na tagapagbalitang iyon ay kasing-sigla at kasing-halaga ng mga ito.

Nagtanong sina Salt at Louise ng ilang mga katanungan, at natutunan ni Salt sa simula pa lamang ng mga talakayan na si Louise ay kahit papaano ay updated sa mga bagay-bagay tulad niya, marahil ay mas higit pa. Mas maaga sa linggo, naisip niya na siya ay nakaharang;

ngayon, patungo na siya sa direksyon ng pagpapasalamat sa kanyang pakikilahok.

Ang mga briefing ay tumagal ng ipinangakong isang araw at kalahati hanggang sa huling bahagi ng Sabado ng hapon. Matapos magtapos ang mga sesyon noong Biyernes ng gabi, lumitaw si Eric na may dalang mga sobre para kina Salt at Louise.

Kasama sa mga sobre ang mga diplomatikong pasaporte—ilan sa mga ito ay may iba't ibang pangalan at pekeng mga ID. Bawat isa sa kanila ay nakatanggap ng mga sertipiko ng matagumpay na pagkumpleto ng kamakailang pagsusuri sa COVID-19 na kasinghalaga ng isang pasaporte. Kasama sa sobre ni Louise ang mga papel na idinisenyo upang payagan siyang magdala ng nakatagong pistola sa ilang mga bansa. Hindi nagsalita si Salt ngunit nagtaka kung tungkol saan iyon. May isang sulat mula kay Stuart na nagsasabing si Peter Banks ng British Foreign and Commonwealth Office, na kilala at iginagalang ni Salt noong unang panahon, ay humarang sa kanyang araw para sa mga pagpupulong kina Salt at Louise sa susunod na Martes. Panghuli, may mga commercial airline ticket sa bus para sa 9:00 a.m. na flight mula Dulles patungong Heathrow Airport, na may hiwalay na sulat na susubukan ni Stuart na makuha sila sa government status sa hinaharap. Ang magandang balita ay wala sila sa gitnang upuan dahil sa patuloy na mababang dami ng paglalakbay na nauugnay sa coronavirus. Ngunit wala ni isa ang nakaupo. Ang pakete ay naglagay sa kanila sa isang Marriott malapit sa lumang embahada ng US sa London.

Iniwan ni Louise si Salt sa Marriott sa Virginia para makuha niya ang kotse niya at ang kaunting bagahe niya. "Gaano katagal sa tingin mo tayo aalis ng bansa?" tanong ni Louise.

"Mas matindi pa," sagot ni Salt. "Walang tiket pabalik sa sobre, kaya siguro mag-iimpake ako nang isang linggo. Siya nga pala, plano mo ba talagang magdala ng pistola?"

"Oo, lagi ko itong ginagawa kapag nasa field," sabi niya. "Pero huwag kang mag-alala. Magpapa-practice range ako sa Agency ngayong weekend. Magkikita tayo sa Lunes ng umaga." Tumaas ang kilay ni Salt, pero umalis na siya bago pa man siya makapagsalita.

KABANATA 25

Pansamantalang Pagkaantala nina Salt at Margie

(Pebrero 13, 2021)

Kinailangan pang magmadali ni Margie para makapunta sa hapunan ni Margie. Suot niya ang kanyang bagong sport coat at pantalon nang sunduin niya si Margie para sa hapunan. Sa ilalim ng winter coat nito, nakasuot si Margie ng isang magandang damit at sweater, marahil ay medyo mas pormal kaysa sa bagong kasuotan ni Salt, ngunit hindi niya ito mapanghusgahan.

Ginabayan ni Margie si Salt sa halos walong milyang mga kalsada sa dilim ng gabi patungo sa isang bed-and-breakfast na mayroon ding restaurant. Habang nagmamaneho papunta roon, kinailangan ni Margie na magpokus sa pagbibigay ng mga tagubilin sa pagmamaneho, kaya hindi na kailangang mag-alala tungkol sa mga nakakahiyang paghinto sa pag-uusap. Pagdating nila, ang dining area ay nagpaalala kay Salt ng Inn sa Little Washington ngunit hindi gaanong elegante. Mayroon itong dating at hitsura na parang log cabin, ngunit tulad ng lahat, kinailangan nilang ikalat ang mga mesa upang sumunod sa mga alituntunin ng social distancing. Hindi puno ang restaurant, at kakaunti ang mga maskara.

Binasag ni Margie ang tensyon matapos silang maupo sa magkabilang dulo ng mesa at pumili ng isang bote ng puting alak. "Hindi naman ito ang unang date, pero parang ganoon din. Salamat sa pagganti sa hapunan; Sana magustuhan mo ang lugar na ito. Hindi ito ang DC o ang Inn at Little Washington."

"Walang anuman," sagot ni Salt. "Matagal na rin mula nang huli akong kumain kasama ang isang taong hindi kliyente, kasamahan, o isang taong may agenda. Isa pa, nasa panig ako ng pagiging introvert maliban na lang kung ako ang naghahatid ng mga mensahe. At sigurado akong magiging maayos ang pagkain dito. Mabuti na lang at tahimik."

"Aba," sabi ni Margie, "ayos lang ang pagiging introvert, dahil pareho kami ng katangiang iyon at kaya kong tiisin ang katahimikan. Sana lang ay hindi ka maghatid ng mga mensahe ngayong gabi."

"Walang mensahe, pero may mga tanong ako."

"Sige, mauna na kayo, pero ako na ang bahala. Pero bago tayo pumunta sa Q and A, siguro dapat nating tingnan ang menu. Karaniwang masarap ang mga pagkaing-dagat dito."

Sinimulan ni Salt ang Q and A bago pa sila maka-order. "Kaya, nandito ka na, at wala na rin ako, sa bawat pagkakataon nang halos buong buhay ko. Ako ang katumbas ng isang bagong dating. Ano ang nagpapatatag sa bayang ito? Nakaligtas ba ito? At anong uri ng mga tao ang narito ngayon? Bakit sila nananatili?"

"Wow," sabi ni Margie. "Apat na dosenang tanong iyan, at mahirap ang mga iyon. Magsimula tayo sa isang bagay na madali—ang populasyon ay humigit-kumulang tatlumpung libo at nanatiling matatag. May magaganda at hindi gaanong magandang bahagi ng bayan, ngunit wala ni isa sa mga ito ang pangit. Kailangan ng kaunting pamumuhunan sa downtown, at mag-aalala ka tungkol sa parami nang paraming bakanteng tindahan at bahay na nanganganib na masira. Hindi ko alam kung makakabangon pa ba talaga tayo mula sa COVID-19 at sa resesyon na ito. Walang nakikitang paggalaw mula sa lugar ng DC patungo sa Carterville. Lumilipat pa rin ang mga tao sa mga pinakadulong bahagi ng bayan noong kaya pa nila, at pagkatapos ay nagbago ang mga lugar kung saan sila gumagastos ng pera araw-araw. Ngunit napakakaunting tao ang lumilipat nitong mga araw.

"Medyo magkakaiba ang bayang ito sa maraming paraan, kabilang na ang lahi," paliwanag ni Margie. "Ang mga tao ay mga magsasaka, mga mangangalakal sa maliliit na bayan, mga manggagawa sa ilang mga negosyo ng magaan na pagmamanupaktura, na karamihan ay nasa isang lugar sa supply chain ng paggawa ng sasakyan at nag-aalala tungkol doon, at ilang malalaking pasilidad ng pamamahagi sa labas ng Interstate 81, mga taong nagtatrabaho sa Target at Walmart sa gilid ng bayan, at mga taong nagtatrabaho sa iba't ibang posisyon sa kolehiyo at ospital. Ang kolehiyo at ang ospital ang pinakamalalaking employer. Narinig mo mula kay Dr. Greene sa hapunan sa aking lugar na ang kolehiyo ay nag-aalala tungkol sa pagpapatala sa malapit na hinaharap, hindi dahil hindi maganda ang kolehiyo, kundi batay sa mga trend ng demograpiko. Ngunit tila matatag ang ospital. Marahil dahil tumatanda na tayong lahat. Mapalad tayo na mayroong isang mahusay na ospital sa komunidad at isang kolehiyo. Nagbibigay sila ng isang mahusay na base at umaakit ng mga matatalinong mamamayan."

Huminto si Margie para humigop ng alak at pagkatapos ay nagpatuloy. "Hindi ito ang pinakasopistikadong lugar sa mundo, ngunit maraming tao rito ang nagmamalasakit sa komunidad at may mga pinahahalagahang mahalaga.

Nagbabantay sila sa isa't isa. Hindi maganda ang mga paaralan, ngunit matatag ang mga ito. Bumababa ang bilang ng mga miyembro ng simbahan habang unti-unting nawawala ang mga baby boomer, ngunit malamang na mas maayos kaysa sa karamihan ng mga lugar, at aktibo ang mga simbahan. Sa madaling salita—ito ay isang magandang lugar na tirhan. Maraming tao ang nagpapahalaga sa pagkakaiba-iba, at ang iba ay tinitiis ito, at karamihan ay hindi na makakabuti kung lilipat sila. Ito ay isang ecosystem na gumagana—sa ngayon lang.

"Siya nga pala," maingat na isiningit ni Margie, "tungkol sa mga simbahan, malugod kayong tatanggapin sa aming simbahan. Wala akong pakialam doon, ngunit para sipiin si Pangulong George W. Bush sa isang pakikipag-usap sa reporter na si David Gregory, 'Kumusta ang pananampalataya mo?'"

"Hmm," tugon ni Salt, "malayong tanong iyan. Ang totoo, hindi ko pa nauunawaan iyan. Ito ay isang bagay na kailangan kong pag-isipan at ayusin para sa aking sarili. Kung mayroong Diyos—wala siya para sa aking asawa noong siya ay naghihingalo, at ang aking asawa ay isang napakabuting tao. Siya ay isang Kristiyano sa lahat ng kahulugan ng salita. Hindi ko pa iyon nalalampasan, at hindi ako sigurado kung malalampasan ko."

"Buweno," sabi ni Margie, "pasensya na kung nabanggit ko iyan, ngunit kung gusto mong pag-usapan iyan, may mga tao rito na matutuwa na gawin iyon. Ngunit sapat na ang tungkol sa paksang iyan."

Nag-isip si Salt nang ilang sandali at nagpasyang baguhin ang paksa. "Balik tayo sa lokal na ospital, interesado akong malaman sa iyong salu-salo na tila umuunlad ang lokal na ospital. Iyan ay isang magandang senyales at isang magandang bagay. Naapektuhan ba ito ng labis na dosis ng opioid, o nagawa ba ng komunidad na ito na maiwasan ang krisis na iyon? At paano ito nakayanan sa ilalim ng stress ng coronavirus?"

"Sa totoo lang, hindi ko alam ang sagot sa tanong tungkol sa opioid, at hula ko ay hindi masyadong pinag-uusapan ng ospital ang ganoong bagay. Masaya akong ipakilala sa iyo ang presidente ng ospital, pero medyo tahimik lang siya.

"O puwede mo ring kausapin ang editor ng lokal na pahayagan, na ngayon ay lumalabas na lang tatlong araw kada linggo. Napakatalino at mausisa ng editor; halos tiyak na mas marami kang sasabihin sa kanya tungkol sa iyo kaysa sa makukuha mo sa kanya."

"Huwag na lang. Susubukan ko pang mag-reaksyon sa pakikipagkita sa editor," sabi ni Salt, "kahit wala akong masyadong personal na impormasyon tungkol sa akin na magiging interesante sa media. Kumusta ang kalagayan ng ospital noong panahon ng coronavirus challenge?"

"Medyo mapalad kami," sabi ni Margie. "Noong nakaraang taon, mayroon kaming humigit-kumulang pitumpu't limang kaso ng ospital at labingwalong pagkamatay. Nakaya ng ospital ang lahat, kahit na naririnig kong hinihintay pa rin nila ang ipinangakong pederal na pera para sa mga no-pay stay nila. Mahusay ang aming health care team."

"Ang pagkakaiba-iba ng lugar na ito ay umaabot sa mga pananaw sa politika, gaya ng maaaring napansin mo noong mga pagbisita mo sa barberya," dagdag ni Margie. "Malamang na mayroong isang malakas na grupo ng mga tao na nagpigil ng kanilang mga sarili at bumoto kay Pangulong Pope noong nakaraang halalan. Sa kaibuturan, ang karamihan ay mga moderate sa politika sa halos lahat ng dako, at sila ay nasaktan ng mga kandidato na tila nagtatanong sa kahalagahan ng mga normal na tao. Mahirap ilarawan ito bilang isang bansang may malawak na impluwensya, ngunit hindi namin iniisip ang aming sarili bilang mga miyembro ng alinman sa mga piling tao sa East Coast o ng tinutukoy ng ilan noong 2016 bilang mga kawawa-wawa. Sa tingin namin ay walang sinuman ang kawawa-wawa—maliban sa dating Pangulong Pope para sa ilan sa amin."

Nagtanong si Salt, "Ano ang nararamdaman ng mga tao tungkol sa bagong pangulo?"

"Karamihan sa atin ay iniisip na wala pa ring desisyon kung sino si Evans," tugon ni Margie. "Sa mga isyung domestiko, ang Pangulo ay mukhang, nararamdaman, at kumikilos na parang isang sosyalista sa pananamit na katamtaman. Alam mo na ang linya: kung ito ay mukhang pato, naglalakad na parang pato, at nag-iingay na parang pato, ito ay pato. Sinabi ni Evans kung ano ang kinakailangan upang mahalal. Ngunit ang rate ng implasyon ay naging isang nakamamatay na bagay, ang digmaan sa Ukraine ay mukhang maaaring magtagal magpakailanman, at ang kawalan ng kakayahang maipasa ang mga bagay-bagay sa pamamagitan ng supply chain ng US ay nauwi sa kawalan ng pangangailangan para sa isang supply chain mula nang tumigil ang mga tao sa pagbili. Ang patakarang panlabas ay hindi isang bagay na pinag-isipan ko nang husto. Ngunit karamihan sa atin ay gustong iuwi ang ating mga tropa at ayusin ang mga tulay dito kaysa sa Gitnang Silangan."

Dagdag ni Margie, "Pasensya na kung nasaktan kita kahit saan diyan, pero ikaw ang nagtanong. Hindi ako karaniwang ganito. Panahon na para uminom ako ng alak at tumahimik. Pero kailangan muna nating umorder."

Sumagot si Margie habang kumakain ng pampagana. "Oo, naging mahirap ang sitwasyon simula nang lumikha ng kaguluhan si Pangulong Pope sa merkado ng butil dahil sa mga taripa sa Tsina, at lalo lamang pinalala ng resesyon ang sitwasyon. Tulad ng alam mo, hindi ako magsasaka, pero kilala ko ang marami sa kanila, at batay sa naririnig ko, marami sa mga lokal na magsasaka ang nahirapan nang ipataw ang mga taripa, at lumala pa ang sitwasyon nang ang Tsina, sa partikular, ay nagpataw ng sarili nitong sistema ng taripa at quota ng butil at tumigil sa pagbili ng mas maraming butil ng US, at pagkatapos ay tumama ang coronavirus. Nagbibigay ang gobyerno ng ilang subsidiya, ngunit walang gustong magbigay ng tulong. At walang nag-iisip na ang bagong normal ay magiging kasing ganda ng normal bago ang COVID-19. Kapag binago mo ang mga gawi sa pagbili, nagbabago ang mga ito."

Nagpatuloy si Salt. "Kumusta naman ang pagmamanupaktura? May epekto ba doon mula sa mga internasyonal na bagay? Ang domestic manufacturing ng US ay nasa isang banayad na resesyon mula pa noong mga 2019."

Sumagot si Margie, "Hindi ko talaga alam. Ang impresyon ko ay ang kawalan ng katiyakan na nilikha ng mga isyu sa kalakalan ng Tsina at, nang ilang panahon, ang proseso ng pagpapalit ng NAFTA ng kasunduan sa kalakalan ng US-Mexico-Canada ay nagdulot ng malaking problema, wika nga, at siyempre, mas lumala ang mga bagay-bagay noong 2020.

Oo, walang duda na may kapalit ang kawalan ng katiyakan. Ngunit ang mga welga na naganap sa ilang unyon ng mga manggagawa sa sasakyan isang taon at kalahati na ang nakalilipas ay nagkaroon din ng epekto dito sa anyo ng pagkawala ng kita. Tila ang ating patakaran sa kalakalan ay dapat na nakatuon sa pagpapataas ng ating ibinebenta sa ibang bansa at paglikha ng trabaho at seguridad. Hindi ba iyon ang ipinangangaral ni Pope noong siya ay nahalal? Minsan ay iniisip ko kung paano niya tinukoy ang isang magandang deal. Ngunit marahil ako lang iyon.

"Ngayon," sabi niya. "Sinabi ko na sa iyo na wala akong alam tungkol sa patakarang panlabas at hindi talaga ako gaanong interesado rito. Pero, narito na tayo, at ikaw na ang magsalita at tumigil sa pagtatanong. Ano na naman ang ginagawa mo? Sa party sa bahay ko, ilang tao ang umalis na akala mo'y nasagot mo na ang tanong na iyan, pero pagkatapos ay naisip nila ito at napagtanto na wala kang sinabi."

"Nagkasala ako." Tumawa si Salt. "Ang totoo ay hindi ko alam ang ginagawa ko. Gaya ng nasabi ko na sa iyo, ginugol ko ang nakalipas na limang taon sa pagsasanay ng abogasya, pangunahin na sa larangan ng kalakalan. Walang kakaiba o kapana-panabik, ngunit sinubukan naming alisin ang mga masasayang na hadlang kung saan namin magagawa o magbukas ng mga pinto sa mga bagong kalakalan sa ibang mga kaso. Bago iyon, nasa Kagawaran ng Estado at Pananalapi ako at nagtrabaho sa parehong mga isyu noong nag-aabogado ako—mula lang sa ibang pananaw. Nang lumipat ako rito, inakala kong magreretiro na ako, tiyak na mula sa pagsasanay ng abogasya at marahil mula sa lahat ng iba pa. Tinawagan ako ng isang matandang kaibigan ko sa gobyerno noong nakaraang linggo at hiniling sa akin na kumuha ng isang panandaliang trabaho sa pagkonsulta, at sa palagay ko ay gagawin ko iyon, kahit na ang mga parametro ay hindi pa natutukoy—maliban na lang sa hindi ko pa masasabi ang tungkol dito. Kakailanganin nito ng ilang paglalakbay, at kinailangan kong pumunta sa tindahan ng mga lalaki ni Roy ngayong hapon para medyo pagandahin ang aking aparador. Inaasahan kong mawawala ako nang isang linggo o higit pa. Si Jack Davis ang nag-aalaga ng mga bagay sa bukid habang wala ako."

"Natutuwa akong nagkakasundo na kayo ni Jack," sabi ni Margie. "Wala akong pakialam doon, pero base sa narinig ko, kakailanganin niya ng tulong para makabangon muli. Mabuting tao siya, kaya salamat. Pero ngayon, balik tayo sa iyo. Gumawa ka lang ng maraming tanong gaya ng mga sinagot mo, pero hindi na kita pipilitin pa ng mga tanong tungkol sa gagawin mo. Parang pag-aaksaya lang ng oras. Pero ano sa tingin mo? Ikaw na ngayon ang itinuturing na lokal na guru sa mga bagay na pampulitika. Ano ang nararamdaman mo tungkol sa bagong Pangulo at kung paano gagana ang lahat ng iyon?"

Sumagot si Salt, "Naku, hindi ako guru. At hindi ako sigurado kung paano gagana ang bagong Pangulo. Mas katamtaman ako kaysa sa tila Pangulo—kahit papaano batay sa retorika ng debate sa kampanya sa halalan at sa sinabi ng Pangulo. Nasa gitna ako sa karamihan ng mga isyu. Nag-aalala ako tungkol sa bagong administrasyon sa maraming aspeto. Ngunit kailangan ding ipasa ng Pangulo ang mga bagay-bagay sa Kongreso, na hanggang kamakailan lamang ay kinasasangkutan ng maraming kompromiso. Sa palagay ko ay interesado ako sa kung ano ang magagawa sa bagong administrasyon at Kongreso tulad ng kung ano ang paninindigan ng Pangulo sa mga teoretikal na isyu. Kaya sa palagay ko, ipinapakita ko sa akin na may pag-asa ngunit maingat. Halos sigurado ako na halos magkakasundo kami ng bagong administrasyon sa ugnayang panlabas. Ang mas malaking pag-aalala ko ay kung ano ang nangyayari sa loob ng bansa."

Sa puntong ito, nagsenyas ang tagapagsilbi na halos handa na ang pangunahing putahe, kaya tinapos na nila ang appetizer at lumipat sa red wine na inumin kasama ng usa.

"Ang ugnayang panlabas ay tila kakaiba para sa amin na nandito sa mga stick," sabi ni Margie. "At kumplikado."

"Oo at hindi," sabi ni Salt. "Hindi ito gaanong kumplikado kaysa sa iniisip mo. Sa huli, ang mga tao sa buong mundo ay naghahangad ng pinakamabuti para sa kanilang mga pamilya at kanilang mga bansa, at sa karamihan ng mga kaso, nakikipagpalitan sila ng posisyon sa isang Amerikano sa isang iglap.

"Kailangan nating tandaan kung gaano tayo kaswerte at—maliban sa ilang mga eksepsiyon—ang kalikasan ng tao ay may posibilidad na paboran ang parehong mga pangunahing layunin sa buong mundo. Maraming mga kumplikadong salik ang humahadlang, tulad ng kasakiman at pagkagutom sa kapangyarihan, ngunit sa aking karanasan, ang mga sakit na iyon ay hindi nakakahawa sa lahat."

"Sa puntong iyon ng pag-asa," sabi ni Margie, "umorder tayo ng dessert nang maaga para makauwi ka sa isang disenteng oras at makapag-unpack ng ilang kahon bukas bago ka magsimulang mag-empake ng iyong bag."

"Magandang ideya," sabi ni Salt, nagpapasalamat na hindi na siya nasagot pa ang iba pang mga tanong.

Habang pabalik sa bahay ni Margie, tahimik ang lahat sa loob ng kotse hanggang sa magsalita si Margie. "Medyo nakakailang ito," sabi niya, "pero sa ngayon, sa tingin ko dapat tayong manatiling magkaibigan at huwag nang isipin pang ituloy ito. Mukhang maayos naman ang pagsasama natin, pero galing tayo sa magkaibang mundo, at hindi ako sigurado kung saang mundo ka patungo."

Nabigla si Salt sa sinabi nito ngunit alam niyang malamang tama ito. Hindi pa rin malinaw sa kanya kung paano niya isasaayos ang plano niya para sa hinaharap, kaya nag-aalangan siyang sumagot, "Hindi ko pa ito naiisip nang ganito kalalim, pero malamang tama ka. Pero sana hindi ibig sabihin nito na hindi tayo maaaring maging magkaibigan at tingnan kung ano ang mangyayari sa paglipas ng panahon. Aminin na natin, wala namang gaanong kaparehong mga taong kasing-edad natin, at hindi ako pupunta sa isang dating game show."

"Oo naman," sabi ni Margie. "Sa katunayan, kapag nakabalik na tayo sa bahay ko, bakit hindi ka pumunta para mag-snack? Maaari nating ipagdiwang ang pagkakaibigan, kawalan ng pangako, at ang kawalan ng awkwardness."

Bumuntong-hininga si Salt at muling huminga. "Maganda ang dating, at salamat, Margie."

Pagbalik nila sa bahay ni Margie, nagsalin siya ng inumin at sinabing, "pasensya na, babalik ako maya-maya." Naglakad-lakad si Salt sa sala at tiningnan kung ano ang nakadikit kay Margie sa mga dingding. Marami itong masasabi sa iyo minsan. Pagkatapos ay nakita niya ang repleksyon ni Margie sa salamin sa dingding. Hindi siya sigurado kung naniniwala siya rito. Nang lumingon siya, nakumpirma niyang nakalugay ang buhok nito at nakasuot ng itim na pantulog.

Isang salita ang sinabi ni Margie, "Magkaibigan?" Nagyakapan sila at nag-usap nang malalim. Maganda ang pagkakaibigan.

KABANATA 26

Pagpupulong sa Barberya

Pebrero 21, 2021

Hindi kailangan magpagupit ni Salt, pero baka magulo na ang buhok niya pagbalik niya mula sa isang linggong pamamalagi sa London kung hindi siya magpapagupit. Dumaan siya sa Georgie's para tingnan kung ano ang pakiramdam ng paghihintay. Saka niya naalala na Linggo pala. Walang mga laro sa college football o magagandang laro sa basketball ngayong hapon, kaya nagbukas si Georgie nang ilang oras. Lahat ng barbero ay abala, at aabutin ng isang oras bago lumabas ang numero niya, kaya sinabi niyang dapat kumuha ng numero si Salt at bumalik mamaya pagkatapos ng tanghalian. Napansin niya na may palabas sa TV na "College Basketball Today" sa dingding, kung saan nakatuon ang mga komentarista sa mga laro kahapon at sa susunod na linggo at nakakakuha ng maraming atensyon. Nakapatong pa rin ang mga ekstrang upuan sa sulok, kaya may lugar para sa social distancing. Sa katunayan, tila halos kasing dami ng punong upuan ang barbershop gaya ng arena kung saan ginaganap ang laro. "Anong oras mo iminumungkahi na pupunta ako?" tanong ni Salt.

"Mas mainam na pumunta kapag tapos na ang programang ito, kaya sikapin mong mag-ala-una y medya," sabi ni Georgie.

Pagbalik ni Salt pagkatapos ng tanghalian, si Max ang unang barbero na available, kaya umakyat siya sa kanyang upuan at humingi ng gupit.

Puno ang tindahan ng mga parokyano na nagpagupit na (o hindi pa) at naroon para manood ng komentaryo na parang ang barbershop ay isang spin-off ng Buffalo Wild Wings na nangangailangan ng pagsusuot ng maskara. Walang gaanong interes sa mga laro ng susunod na linggo, kaya ang usapan ay nakatuon sa laro kahapon at kung gaano ito kasama; alin ang mas tiwali, Duke o North Carolina; kung bakit hindi natanggal sa trabaho ang coach ng basketball sa high school ("wala pang maayos na coach simula noong si Matt Hatcher"); ang nakakabaliw na epekto ng social distancing sa athletics sa kolehiyo; at siyempre, ang politika.

Ang pinagkasunduan sa bagong Pangulo ay "maghintay at tingnan." Labag sa loob ng mga tao na kinilala na ang Pangulo ay nakaposisyon bilang isang taong nasa gitna ng mga pangyayari. Gayunpaman, ang mga tao ay may malay at kinilala na ang mga pangulo ay tila dumaan sa hindi bababa sa apat na yugto ng patakaran: (1) kung ano ang kailangan upang mabuhay sa mga primarya at makuha ang nominasyon; (2) kung ano ang kailangan upang manalo sa pangkalahatang halalan; (3) kung ano ang lumitaw sa unang daang araw nang dumating ang katotohanan; at (4) kung ano ang kailangan upang muling mahalal. Naniniwala si Homer na kailangang bigyan ng pagkakataon ng bansa si Evans, ngunit si Homer ay medyo mas kaliwa kaysa sa pinagkasunduan. Sumang-ayon sa kanya si Georgie. Si Don, ang retiradong miyembro ng NRA na nakilala ni Salt noong huling pagbisita niya kay Georgie at malinaw na naroon upang manood ng malaking TV, ay hindi tagahanga ng bagong pangulo.

"Wala talaga akong tiwala kay Pangulong Evans," paliwanag ni Don. "Gustong agawin ng bagong grupong ito ang mga baril natin. Mabuti na lang at mapagkakatiwalaan mo si Pope at ang mga tauhan niya."

Natawa si Georgie. "Don, sabihin mo nga sa akin ang pangalan ng isang pulitikong pinagkakatiwalaan mo."

Ngumiti si Don. "Aba, Georgie, naiintindihan mo na ang punto mo."

"Kung gayon, Mr. Deep State," sabi ni Georgie, sabay lingon kay Salt, "saan mo masasabi ang bagong pangulo? Binoto mo ba si Evans?"

"Huwag mong hayaang lokohin ka niya nang sobra," sabi ni Ellen, ang ikatlong barbero. "Wala siyang pakialam doon. Bibiktimahin ka niya kung hindi ka mag-iingat. Binibiktima niya ang mga bagong dating."

"Sa unang pagkakataon sa loob ng maraming taon, bumoto ako para sa Pangulo," sabi ni Salt. "Tulad ng ilang empleyado ng gobyerno, sinadya kong hindi bumoto para sa mga posisyon sa gobyerno noong nasa payroll ako ng gobyerno. Sinundan ko ang kaugaliang iyon sa law firm hanggang sa pinakahuling halalan. Sa aking palagay, wala talagang pagpipilian sa nakaraang halalan sa pagkapangulo, ngunit nakarating ako roon dahil sa palagay ko ang Pangulo ay mas katamtaman kaysa sa iniisip ng karamihan, at taya ko karamihan sa iyong mga customer ay mas katamtaman kaysa sa iniisip nila sa kanilang sarili. Kailangan mong tingnan ang tanong na iyan nang holistiko." "Ano ang ibig sabihin niyan?" tanong ni Don, ang mangangaso.

Sumagot si Salt nang may kaunting pangamba. "Halimbawa, sigurado akong karamihan sa mga tao rito ay naniniwala na ang gobyerno ay gumagastos nang sobra at nag-aalala tungkol sa pambansang utang, lalo na pagkatapos ng napakalaking halagang nagastos at patuloy na ginagastos natin kaugnay ng COVID-19 at Ukraine."

"Tama," sabi ni Don.

"Tama," sabi ni Salt. "Konserbatibo ang pag-iisip na ibinabahagi ng maraming moderate. Ngayon, dumako tayo sa iyong pag-aalala tungkol sa pagkuha ng Pangulo ng iyong mga baril.

Sa tingin mo ba ay binibigyan ka ng Ikalawang Susog ng karapatang magmay-ari ng isang tangke?" "Hindi," sabi ni Don, nang hindi kinakailangang mag-isip nang matagal.

"Paano ang isang heat-seeking missile launcher na naka-mount sa balikat?"

"Hmm," sabi ni Don, "mas malapit na ang sitwasyon, pero malamang hindi."

"Sige," sabi ni Salt. "Paano ang isang bazooka?" "Hindi."

"Colt .45 pistol?"

"Lubos na protektado," sabi ni Don.

"Sang-ayon ako sa iyo, Don," anunsyo ni Salt, "at ilalagay ko ang iyong Remington hunting rifle at ang iyong shotgun sa parehong kategorya. Ang malamang na hindi natin pagkakasundo ay sa mga assault rifle." "Tama," komento ni Don.

Nagpasya si Salt na ipilit nang kaunti. "Pero alam mo, nagkakasundo tayo sa kung gaano man o higit pa ang hindi natin pagkakasundo. At tataya ako na ang iyong inaalala ay hindi talaga ang mga assault rifle kundi ang iyong kawalan ng tiwala. Sa tingin mo kung maipagbabawal nila ang mga assault rifle, hindi sila titigil doon at hahabulin nila ang iyong shotgun." "Hindi ko sinasabi," matatag na sabi ni Don.

"Ang punto ko ay karamihan sa atin ay mas sumasang-ayon kaysa hindi sumasang-ayon sa malalaking isyu. Ang mga hindi mo masabihan niyan ay mga ekstremista," komento ni Salt. Pagkatapos ay nagtanong siya, "Georgie, maaari ko bang tanggalin ang mga flyer sa bulletin board mo?"

"Sige, siguro, Mr. Deep State. Kalahati ng mga iyon ay tungkol sa mga pangyayaring nangyari ilang linggo na ang nakalipas."

"Salamat," sabi ni Salt. Pinutol niya ang kanyang gupit, tumayo sa upuan, at naglakad papunta sa isang cork bulletin board na may tapon na tatlumpu't anim na pulgada ang lapad at dalawampung pulgada ang taas. Matapos tanggalin ang mga flyer sa bulletin board, kumuha siya ng pushpin at itinutok ito sa gitna ng bulletin board. Paliwanag niya, "Isipin mo na ang bulletin board na ito ay isang football field kung saan inilalagay natin ang mga manlalaro batay sa kung gaano sila kalayo sa kaliwa o kanan, sa usaping politikal. Sa kabuuan—ibig sabihin, kung isasaalang-alang ang iba't ibang isyu—inilalagay ko ang aking sarili sa tamang linya na limampung yarda. Gawin nating linya na apatnapu't limang yarda o limang yarda sa kaliwa. Nasa gitna ako sa karamihan ng mga isyu. Taya ko kung hihilingin mo sa iyong mga customer na ilagay ang kanilang mga sarili sa larangang ito na may dalang pushpin kapag walang nakatingin, karamihan ay nasa pagitan ng mga linya na tatlumpu't limang yarda. Hindi lahat, pero karamihan. Bakit hindi subukan ito nang isang buwan at tingnan? Tawagin itong isang bagong anyo ng political football." Bumalik siya sa barber chair.

"Pag-iisipan ko," sabi ni Georgie. "Pero kailangan mong sabihin sa amin kung sino ka. Habang pinakikinggan ko ang iyong maayos na pananalita, sa tingin ko ay isa kang ahente ng Trilateral Commission o baka mas malala pa."

"Maraming teorya ng sabwatan tungkol sa Trilateral Commission sa mga nakalipas na taon." Ngumiti si Salt. "Kung gusto mong mag-alala tungkol sa mga organisasyong may mapanganib na impluwensya, ituon ang pansin sa mga grupong may napakalaking pondo—kapwa sa kanan at kaliwa sa politika—na pinopondohan ng mga napakayamang tao at nag-iipon ng milyun-milyon ngayon pagkatapos ng desisyon ng Citizens United Supreme Court."

"Sa tingin ko iniwasan mo ang tanong ko," sabi ni Georgie.

"Pasensya na," sabi ni Salt. "Hindi naman talaga kapana-panabik ang totoo. Isa akong abogado na kakaretiro lang sa isang law firm sa Washington at dati nang nagtrabaho sa gobyerno. Pwede mo akong i-Google, pero wala ka nang makikitang higit pa riyan."

Tinapos ni Homer si Salt, at tumayo si Salt mula sa upuan. "Pasensya na kailangan kong tumakbo, pero nasiyahan ako sa usapan. Subukan mo ang bulletin board. Sa tingin ko magiging interesante iyon. Pero maging patas ka sa pagpapaliwanag."

Sabi ni Ellen, "Sisiguraduhin naming patas siya tungkol sa larong pampulitika ng football."

Habang paalis na siya, dagdag ni Salt, habang nakatingin kay Homer, "Siya nga pala, Homer, magandang senyales iyan na nandito ka sa sulok. Mabuti naman." Hindi nagsalita si Homer kundi ngumiti at tumango kay Salt.

Tinanong ni Salt si Georgie, "Siya nga pala, kumusta ang Hair-i-Care?"

"Maaaring may bagong aplikasyon para sa Hair-i-Care sa susunod mong pagpunta, pero hindi ka pa rin kwalipikado." Ngumiti si Georgie habang nagmamadaling lumabas si Salt para kunin ang kanyang bagong suit mula kay Roy, na pumayag na tapusin ang mga suit ngayon at makipagkita kay Salt sa tindahan ng mga lalaki. Kailangan din niyang linisin ang kanyang sasakyan.

Umalis si Don sa bahay ni Georgie pagkatapos ni Salt at tinawagan ang parehong numero na tinawagan niya pagkatapos ng kanyang unang pagkikita kay Salt sa barbershop. Nagtanong ang kabilang panig, "Kumusta?"

Sumagot si Don, "Ang bagong dating kinakasama ay bumalik sa bahay ni Georgie ngayon, nagmamarunong tungkol sa pagkontrol ng baril, mga panatikong kaliwa, at lahat ng uri ng bagay. Sinusubukan niyang magmukhang walang kasalanan, pero hindi niya ako niloloko. Sa tingin ko ang lalaking ito ay maaaring maging problema sa hinaharap. Nagdududa pa rin ako kung siya ay isang undercover na FBI, pero mahirap sabihin nang sigurado."

"Sige, salamat," sabi ng kabilang panig. "Magpapagawa ako ng ilang takdang-aralin tungkol sa kanya at babalikan kita. Pero layuan mo siya at huwag kang gagawa ng anumang gulo hangga't hindi natin napagdedeterminahan kung sino at ano talaga ang lalaking ito. Baka maling alarma lang ito. Ano nga ba ang pangalan niya?"

Sandaling nag-isip si Don. “Ang tawag niya sa akin ay Salt Pepper, pero sa palagay ko ang tunay niyang unang pangalan ay Staunton o Stan o isang bagay na katulad niyan. Tandaan mo, isa siyang abogado sa latian sa DC.”

“Sige—salamat,” sabi ng kabilang panig, “pero magkwento ka pa tungkol sa usapan.” Matapos makinig kay Don, sinabi ng kabilang panig, “Parang para sa akin, ang lalaking ito ay isa lamang napakasamang liberal na nakatakas mula sa DC. Hindi siya makakasagabal sa ating pagdedemonstrasyon laban sa mas maraming lockdown dahil sa COVID-19 o iba pang mga bagay na narinig natin. Manatiling kalmado hanggang sa makatanggap ka ng tugon mula sa akin.”

KABANATA 27

Mga Kaisipan sa London Transit

Pebrero 22, 2021

Ginugol ni Salt ang Linggo sa pag-aalis ng mga kahon, pagdaragdag sa kanyang mga regalo, at pag-iisip kung ano ang kailangan niyang i-empake papuntang London. May panahon na naglakbay siya nang husto kaya't maging ang paglalakbay sa ibang bansa ay naging rutina na lamang.

Ngunit iyon ay ilang taon na ang nakalilipas. At may ilang bagay na nagbago.

Maganda ang simula ni Salt noong Lunes ng umaga—habang madilim pa—kaya madali niyang nagagawa ang flight niya sa umaga mula Dulles International patungong London Heathrow airport. Hindi maisip ang lungkot na dadanasin niya kung sakaling hindi siya makasakay sa flight, simula (ngunit hindi magtatapos) kay Louise. Mabuti na lang at maaga siyang nagsimula dahil magulo ang Interstate 66 kumpara sa tinatawag nilang "wintery mix" sa Washington area—na sa totoong buhay ay walang kahulugan. Gayunpaman, sa DC area, nangangahulugan ito ng malalaking problema sa trapiko, at siyempre, naunahan pa siya ni Louise hanggang sa lounge sa concourse C, kahit na maganda ang simula.

Nagbiro siya tungkol sa pagiging huli nito kaysa sa kanya, ngunit buti na lang at hindi mahilig sa umaga sina Louise at Salt, kaya pareho silang kuntento na magbasa ng dyaryo at ng pinakabagong Economist habang naghihintay na sumakay. At, siyempre, wala silang masyadong mapag-usapan habang nasa eroplano. Ang mga upuan sa economy (hindi business class, siyempre) ay nasa two-three-two configuration na may pitong upuan bawat hilera at dalawang aisle. Sina Salt at Louise ay nasa isa sa mga two-seat pair malapit sa bintana, ngunit kahit sa isang bakanteng eroplano na walang nakaupong upuan sa gitna, halos walang sapat na privacy para magkaroon ng makabuluhang usapan, lalo na't kailangan lang sumigaw gamit ang maskara para marinig. Ang mga flight attendant at pasahero ay binibigyan at kinakailangang magsuot ng maskara habang nasa eroplano.

Nagbiro siya tungkol sa pagiging huli nito kaysa sa kanya, ngunit buti na lang at hindi mahilig sa umaga sina Louise at Salt, kaya pareho silang kuntento na magbasa ng dyaryo at ng pinakabagong Economist habang naghihintay na sumakay. At, siyempre, wala silang masyadong mapag-usapan habang nasa eroplano. Ang mga upuan sa economy (hindi business class, siyempre) ay nasa two-three-two configuration na may pitong upuan bawat hilera at dalawang aisle. Sina Salt at Louise ay nasa isa sa mga two-seat pair malapit sa bintana, ngunit kahit sa isang bakanteng eroplano na walang nakaupong upuan sa gitna, halos walang sapat na privacy para magkaroon ng makabuluhang usapan, lalo na't kailangan lang sumigaw gamit ang maskara para marinig. Ang mga flight attendant at pasahero ay binibigyan at kinakailangang magsuot ng maskara habang nasa eroplano.

Malinaw na sumagot si Louise, "Huwag kailanman mag-iwan ng hindi kinakailangang bakas kapag naglalakbay. Ang mga taksi ang pinaka-hindi kilala, ang tren ng Heathrow Express ang susunod, at ang Uber ay nag-iiwan ng napakaraming elektronikong bakas. At tandaan na may mga kamera kahit saan, lalo na sa London."

Bumaba sila papunta sa tren ng Heathrow Express sa mas mababang palapag ng terminal at pinalad na hindi maghintay nang masyadong matagal bago sumakay. Tunay na nagustuhan ni Salt ang London, ngunit ang medyo maikling biyahe sa tren papuntang Paddington Station ng London sa dilim ay hindi magandang tanawin. Pagdating nila sa Paddington nang gabing-gabi na, halos walang tao sa istasyon—mabuti na lang dahil nangangahulugan ito na hindi masyadong mahaba ang pila para sa taksi. Pumila sila sa pila para sa isang itim na taksi sa London, napansin ang halos pare-parehong paggamit ng mga maskara sa istasyon, at, nang makarating sa unahan ng pila, nalagpasan nila ang halos walang tao na mga kalye ng London nang walang insidente. Kalaunan (paglipas ng ilang oras pagkalipas ng 11:00 p.m.) ay nakarating sila sa Marriott sa Grosvenor Square, malapit sa dating embahada ng US. Mabuti na lang at inasikaso sila ni Louise dahil alam niya kung anong mga pangalan at credit card ang ginagamit nila para sa dalawang kwarto.

Mabuti na lang at bukas pa rin ang bar sa hotel—hindi palaging ganito sa London—at nakapag-usap sila nang ilang minuto sa katahimikan, bagama't ipinaalala ni Louise kay Salt na ang mga dingding ng isang bar na ganito kalapit sa dating embahada ng US ay maaari pa ring magkaroon ng mga tainga, at kailangan nilang maging maingat.

Nagkomento siya na nagulat siya na si Stuart ay gumagastos nang malaki sa isang hotel para sa kanila, lalo na ang isang hotel na maaaring tumagas. Hindi matukoy ni Salt kung sa tingin niya ay baliw o maingat si Louise. Hindi mahalaga, dahil susunod sila sa kanyang mga patakaran. Ang katwiran sa pagpili ni Stuart ng hotel ay naging mas malinaw nang ang isang taong nagngangalang Ed Jordan, na may hawak na hindi kilalang titulo sa embahada ng US, ay sumama sa kanilang mesa nang may social distancing at nagmungkahi ng isa pang round.

Kilala ni Louise si Jordan mula sa isang naunang engkwentro, ngunit walang alam si Salt tungkol sa kanya. Paliwanag ni Jordan, "Wala akong masyadong alam tungkol sa kung sino ka, Salt. Hindi ko alam kung ano ang ginagawa mo rito, gaano katagal mo ito gagawin, paano nasangkot si Louise, o kung may katuturan ba ang alinman sa mga ginagawa mo. Ang mga utos ko ay magsilbing tagapag-ugnay para sa iyo, tumulong kapag tinanong kung ito ay isang makatwirang kahilingan, huwag kang banggitin kahit kanino sa London, at lumayo sa gulo."

"Natutuwa akong makilala ka, Ed," sabi ni Salt, "at magkakasundo tayo nang maayos dahil mas marami akong alam kaysa sa iyo tungkol sa ginagawa namin dito." Alam ni Jordan na ang ibig sabihin ng komentong iyon ay hindi mag-uusap sina Salt at Louise, kaya ang usapan ay naging sosyal at medyo panandalian lamang. Nagpalitan sila ng impormasyon sa pakikipag-ugnayan at naghiwalay. Naghahanda sina Louise at Salt para harapin ang jet lag habang sinusubukang matulog. Mabuti na lang at may balita sa BBC sa TV.

KABANATA 28

London Day – Mga Panimula

Pebrero 23, 2021

Hindi sila nakatulog nang maayos, at nagkita-kita sila sa restawran bandang alas-otso ng umaga kinabukasan. Hindi naman siksikan—buti na lang at nakakalat ang mga upuan. Pareho silang may tradisyonal na almusal na Ingles na may maraming kape sa halip na tsaa. Tinanong ni Salt si Louise kung ano ang alam niya tungkol kay Ed Jordan. Ang sagot ay halos wala. Napagpasyahan nilang bawasan ang pakikipag-ugnayan sa kanya.

Pagkatapos ay nagpalitan sila ng mga kuro-kuro kung paano dapat matuloy ang pagpupulong kasama ang mga Briton at pagkatapos ay umalis para sa pagpupulong sakay ng isang hindi nagpapakilalang itim na taksi.

Noong oras ng pagmamadali sa London, ngunit kahit sa UK, na mas may kontrol sa COVID-19 kaysa sa Estados Unidos, ang mga natitirang epekto ng pandemya ay kitang-kita pa rin. Ito ay makikita sa mga sasakyan at mga naglalakad at sa maraming face mask at social distancing sa pagitan ng mga naglalakad. Hindi masyadong iniinda ni Salt ang mabagal na trapiko. Nasiyahan siya sa hitsura, dating, at kasaysayan ng London at nadismaya na ang mga skyscraper ay nagsisimula nang mangibabaw sa skyline ng mga lugar na tinatawag na City at Canary Wharf. Si Salt, bilang isang tradisyonalista, ay mas gusto ang mas mababang mga gusali na may mas kaunting salamin. Lalo niyang nasiyahan ang mga lugar ng Whitehall at Westminster. Ngunit alam niya na ang kanyang tradisyonalismo ay kailangang magbigay-daan sa mga benepisyo sa gastos ng mas matataas na gusali; kailangan na lang niyang malampasan ito. Nagkomento siya kay Louise na nagpapasalamat siya sa mga paghihigpit sa taas na umiiral pa rin sa Distrito ng Columbia.

Kahit na nabawasan ang trapiko, mabagal pa rin ang takbo habang unti-unting pumapasok ang taksi mula sa hotel patungo sa British Foreign and Commonwealth Office sa King Charles Street, malapit sa St. James Park at Churchill's War Rooms. Dumating sila sa tamang oras (ibig sabihin ay sampung minuto ang mas maaga), kinuhanan ng temperatura, binigyan ng mga bagong maskara, at ipinasok sa isang maganda at pormal na conference room na walang dudang may kahanga-hangang kasaysayan.

Kung makapagsasalita lang sana ang mga dingding na nababalutan ng seda. Sumunod sa kanila si Peter Banks at tatlo sa kanyang mga kasamahan sa loob ng ilang minuto—isang magkakaibang grupo ng mga millennial.

Si Peter ay magalang sa perpektong paraan ng pagiging Briton. Siya rin ang eksaktong maituturing na isang bihasang diplomat ng UK—mula sa pagiging central casting. Siya ay malamang na 5'10", payat, may itim na buhok, at nakasuot ng perpektong maitim na asul na suit at tradisyonal na kurbata. Walang duda na nag-aral siya sa mga tamang paaralan. Pagkatapos ng mga kinakailangang pagpapakilala, na medyo mas maikli kaysa sa karaniwan, nagbukas si Peter ng kanyang mga salita at dumiretso sa punto: "Sana ay hindi mo alintana na sumama sa amin ang ilan sa aking mga kasamahan. Hindi ibinigay sa amin ni Stuart ang isang malinaw na larawan ng iyong misyon, kaya mahirap malaman kung sino ang dapat na nasa aming pagpupulong. Gayunpaman, tinitiyak ko sa iyo na walang sinuman sa mga labi sa silid na ito ang maluwag, at sila ang ilan sa aming mga pinakamaalalahanin na tao."

"Salamat, Peter," tugon ni Salt. "Perpekto iyan, dahil hindi pa natin lubos na malinaw kung paano ilalarawan ang ating misyon. Ang pagliligtas sa kaayusan ng mundo ay maaaring medyo kahanga-hanga, ngunit hindi naman malayong mangyari iyon."

Pagpapatuloy ni Salt. "Dahil sa pagkaunawa na tayong lahat ay mga kasamahan sa sining ng ugnayang panlabas at kumikilos sa ilalim ng kilalang kono ng katahimikan, hayaan ninyong maging direkta ako. Ang ilan sa bagong administrasyon ng US, kabilang ang Pangulo, ay may sakit na batid na ang kaayusan ng mundo ay lumala dahil sa kakulangan ng atensyon at respeto sa Estados Unidos. Kinikilala nating lahat na ang kaayusan ng mundo na binuo ng mga pigura tulad nina Churchill at FDR noong at pagkatapos ng Ikalawang Digmaang Pandaigdig ay hindi mabubuhay nang walang pagbabago, at maraming pagbabago ang natugunan sa paglipas ng mga taon. Ngunit ang presyur para sa makatotohanang akomodasyon ay minsang nagpapahina sa pagtuon sa mas malawak na kabutihan pabor sa mga pagtatangka na maling gamitin o iwasan ang mga institusyong multilateral na nagsilbi nang mabuti sa atin. Ang ilan sa mga ito ay dahil sa ego, ang ilan ay dahil sa kamangmangan na humahantong sa mga nahuhulaang pagkakamali, ang ilan ay dahil sa mga prayoridad sa badyet, at ang ilan ay dahil sa masamang hangarin. Hindi natin kailangang ayusin ang lahat ng iyon para sa ating mga layunin.

Kinikilala namin na, depende sa pulitika ng isang tao, ang mga pag-unlad na ito ay maaaring ituring na kasama ang mga bagay tulad ng kamakailang nasyonalistikong tendensiya ng Estados Unidos na batikusin ang NATO at ang magulong pag-alis ng UK mula sa EU.

Sumagot si Peter, "Tama man o mali, naniniwala kami na bagama't ang Estados Unidos ay naging bahagi ng solusyon sa halos lahat ng panahon pagkatapos ng Ikalawang Digmaang Pandaigdig, ito ay naging isang elemento ng problema nitong mga nakaraang taon. Bawat isa sa atin ay may mga pasanin na dapat pasanin, isang dating Pangulo na marahil ay masyadong nakikisama sa ating Punong Ministro, at siyempre, ang Ukraine. Nauunawaan ko na ang Ukraine ay hindi kasali maliban marahil sa cocktail chatter, na palaging ang pinakabanal, at kasabay nito, ang pinakawalang kabuluhang anyo ng pag-uusap. Gayunpaman, naniniwala kami na ang US ay maaaring—sa paglipas ng panahon at sa pamamagitan ng napatunayang mabubuting gawa—muling gumanap ng isang nakabubuo na papel sa pamumuno sa mundo.

Sumagot si Salt: "Hindi namin ipinapalagay na ang papel na ginampanan ng Estados Unidos noong Cold War ay maaaring maitatag muli, ni hindi rin ito maaaring ibenta sa Estados Unidos. Ngunit sa palagay namin ay para sa interes ng karamihan sa mundo na ang Estados Unidos ay muling maging mas konstruktibong nakikibahagi. Kailangan nating ipagpalit ang isolationism para sa tinatawag ng ilan na inklusibong multilateralismo. Hinihingi namin ang input ng maingat na piniling mga kaalyado kung anong papel ang makatuwiran para sa Amerika, ano ang mga hadlang, at kung ang mga kaalyadong ito ay maaaring handa—sa paglipas ng panahon—na maging lantaran na sumusuporta."

"Hangad ng ating bagong Pangulo na ibalik ang ilang elemento ng demokratikong kaayusan sa mundo, ngunit lubos na nalalaman ng Pangulo ang kamakailang pag-uugali ng Estados Unidos at, sa katunayan, ang mga pangyayari noong Enero 6. Nauunawaan niya na siya ay kilala at iginagalang bilang isang Senador ngunit isa siyang bago at hindi pa nasusubukang manlalaro sa pandaigdigang eksena. Dahil sa mga pambihirang bagay na nangyayari sa mundo nitong mga araw, ang

Pangulo ay wala sa posisyon para gumawa ng malaking hakbang dito. Sa madaling salita, handang sumugal ang Pangulo sa pamumuno kung susuportahan ng iba ang Estados Unidos sa ganoong tungkulin, ngunit hindi ang panganib na masaksak sa likod o maakusahan ng kalokohan. At, siyempre, hindi ito maaaring ituring na pag-agaw ng kapangyarihan ng Estados Unidos dahil hindi naman ganoon—bagaman marami ang tatangging tanggapin ang panukalang iyon."

"Sa madaling salita; narito tayo sa unang ganitong uri ng pagpupulong upang malaman kung may mga ibinahaging alalahanin sa panig ng UK, at—kung may interes na sumali sa mga pagsisikap na muling itayo ang tunay na multilateralismo—kung paano uunahin ang mga pagsisikap at isyu at kung anong papel ang dapat gampanan ng Estados Unidos sa paglipas ng panahon.

Hindi naman sa pagbibigay ng masyadong malinaw na punto, ngunit kung hindi natin matukoy ang mga ibinahaging alalahanin at kahandaang lumahok sa pagitan ng Estados Unidos at UK, walang gaanong saysay na ituloy pa ito sa iba. Hindi ito para subukang maglagay ng labis na presyon sa UK, ngunit kailangan nating maunawaan kung iniisip ng iba na tayo ay sadyang baliw para subukang buuin muli si Humpty Dumpty gayong alam nating kasangkot tayo sa pagtulak sa kawawang Humpty palabas ng pader."

Tumigil si Salt. Ngumiti si Peter Banks. Natigilan ang lahat nang ilang sandali. Sa wakas ay binasag ni Peter ang katahimikan. "Hindi ko alam kung ano ang aasahan, pero hindi ito ganito. Ang panukala ay kakaiba, kung tutuusin, at ang buong paksa ay medyo mas mataas kaysa sa aming mga marka sa suweldo. Sa terminong militar, ito ay isang bagay na kailangang pag-usapan sa mga heneral, at kami ay mga pribado. Sa tingin ko ay isang pagkakamali para sa amin na tumugon ngayon. Mayroon kaming grupong ito sa aming panig na maaaring mag-usap hanggang bukas. Sa halip na bumuo ng isang tugon nang hindi sinasadya, iminumungkahi kong huminto muna tayo at hayaang mag-usap ang aming mga grupo at marahil ay ilan pang iba. Pagkatapos ay maaari tayong magtipon muli sa umaga para sa isang paunang tugon at magpasya kung ano pa, kung mayroon man, ang may katuturan sa oras na ito. Maaaring hindi lang natin ito kayang harapin sa maikling panahon. Ang iyong binalangkas ay hindi naman ambisyoso, kung tutuusin. Sa anumang pagkakataon, umaasa kaming makakasama ninyo ang ilan sa amin para sa isang pribadong hapunan ngayong gabi dito sa Whitehall."

"Makatwiran naman iyan," sabi ni Salt. "Pero medyo nag-aalala ako na hindi ko pa lubusan o maayos na naipahayag ang ating kaso."

"Sa tingin ko ay sapat na ang paliwanag mo," sabi ni Peter. "Mas mahusay ka sa pagsasalita. At bukod pa riyan, ito ang uri ng paksang pinag-uusapan mo sa simula nang apatnapung minuto o apatnapung oras. Wala tayong oras para sa apatnapung oras na bersyon."

"Kailan tayo dapat bumalik?"

"Target natin ang 4:30 ng hapon kung sakaling may mga tanong tayo, pero kakain tayo ng hapunan, na ayon sa akin ay alas-6:00 ng gabi pagkatapos ng mga cocktail."

KABANATA 29

London: Karagdagang Pagninilay

Habang papaalis sina Salt at Louise, pababa ng hagdan sa harap ng British Foreign and Commonwealth Office, bumukas ang bibig ni Salt at natatawang sinabi, "Medyo sigurado akong pinalayas lang tayo sa British Foreign and Commonwealth Office nang walang saysay, pero hindi ko masabi kung kinilabutan sila o natawa. Pero napakagalang naman ng lahat. Paano ko ba ito ipapaliwanag sa Pangulo at kay Stuart Bacon?"

"Huwag kang mag-alala kung ano ang sasabihin mo sa Pangulo," sabi ni Louise. "Kung wala namang patutunguhan ito, sisisihin ka ni Stuart in absentia, at wala kang pagkakataong magpaliwanag ng kahit ano sa Pangulo. Pero hindi ako sigurado kung hindi mag-eeksperimento ang mga Briton, kahit kaunti. Bagama't malamang na gugustuhin nila ito nang paunti-unti at mapapanatili ang kapani-paniwalang pagtanggi sa lahat ng oras."

Sa itinakdang oras ng umaga, bumalik sina Salt at Louise sa Tanggapan ng Ugnayang Panlabas at Komonwelt at muling nakipagkita kay Peter Banks at sa pangkat. Lahat sila ay nasa matigas na posisyon sa itaas na bahagi ng kanilang bibig at mahirap basahin.

Pagkatapos ng mga magiliw na salita, sinimulan ni Peter Banks ang talakayan. "Una," sabi ni Banks, "lubos naming pinahahalagahan ang iyong pagbisita at ang kawili-wiling konsepto na pinagbabatayan ng talakayan. Gaya ng naiintindihan mo, sa puntong ito, hindi pa tayo sapat na mataas sa food chain para gumawa ng higit pa sa pakikinig at pag-react, at ang grupong ito ay hindi maaaring sumali sa anumang bagay. Bukod sa pagsali ng iba, kailangan ng matinding pagsisikap dito. Gayunpaman, sa prinsipyo, sinusuportahan namin ang aming sarili sa ilang hindi tiyak na lawak at, napapailalim sa ilang makatwirang kundisyon, handa kaming ipagpatuloy ang mga talakayan."

"Bueno," sabi ni Salt, habang tumatawa, "dapat ay finalist iyan para sa pinakamaraming caveat sa lahat ng panahon. Gusto mo pa bang magdagdag?"

Tahimik ding tumawa si Banks, na nagsasabing, "Alam kong maiintindihan mo ang mensahe."

"Sige," sabi ni Salt, "ano ang mga kondisyon?" Tugon ni Peter: "Walang partikular na pagkakasunod-sunod:

"Hangga't hindi namin pinapayuhan ang kabaligtaran, ang UK ay hindi dapat tawaging kasangkot, lalo na ang sumusuporta. Sa totoo lang, hindi kami nasunog nang isang beses ng iyong nakaraang administrasyon, at kakailanganin ng oras upang maibalik ang tiwala kung maibabalik man ito. Mangangailangan ito ng aktwal na karanasan. Hindi makakarating doon ang kahit anong usapan.

"Maaari mong ibunyag nang palihim sa isang paunang naaprubahang listahan ng mga gobyerno na napag-usapan na natin ang paksa at handang pag-isipan ito, ngunit hindi hihigit doon.

"Kailangan nating sumang-ayon sa ilang pangunahing elemento na magbibigay ng mas maraming nilalaman sa talakayan. Mahalaga ito. Aalis tayo kung hindi natin matukoy ang mga ibinahaging layunin sa simula pa lamang.

"Kailangan nating maging updated sa mga talakayan sa iba. Ayaw natin ng kapangyarihang mag-veto sa kung sino ang kausap mo o pang-araw-araw na mga update, ngunit kailangan natin ng kapangyarihang mag-veto sa kung sino ang kausap mo tungkol sa posibleng pagkakasangkot natin at kung paano.

"May karapatan tayong umatras sa mga talakayan anumang oras at sa anumang kadahilanan."

Tiningnan ni Salt si Louise para sa tahimik na pagsang-ayon at natanggap niya ito, kaya sumagot siya. "Ang lahat ng iyon ay sapat na makatarungan at napagkasunduan," sabi ni Salt. "Ibinabahagi ko rin ang mga isyu ng tiwala. Bilang tugon sa iyong pangangailangan para sa mas maraming nilalaman, hayaan mong ibuod ko ang ilan sa mga puntong tinalakay natin kasama ang Pangulo at si Stuart Bacon. Kailangan kong bigyang-diin na ang mga ito ay parehong bahagyang at paunang-una." Sa puntong iyon, sa diwa, ginawa ni Salt ang halos lahat ng nilalaman ng Napkin B bilang mga gabay na prinsipyo at layunin, dahan-dahang binasa ang kanyang listahan upang makapagtala ang mga Briton:

- mga pagtatangkang may mabuting hangarin para sa Estados Unidos na muling sumali sa Paris Climate Accord
- mga pagtatangkang may mabuting hangarin para sa Estados Unidos na muling sumali sa Trans-Pacific Partnership
- mas limitado at naka-target na paggamit ng mga taripa at unilateral na mga parusang pang-ekonomiya
- malakas at kolaboratibong suporta ng NATO, na hindi hadlangan ang patuloy na presyon sa paggastos sa depensa ng mga estadong miyembro
- diskarte sa Hilagang Korea na maging malapit na koordinado sa mga kaalyado, lalo na sa Timog Korea at Japan

- isang bagong diskarte sa Iran na maging malapit na koordinado sa mga kaalyado, lalo na sa mga partido sa Iranian Joint Comprehensive Plan of Action na tinalikuran ng ating dating pangulo
- isang maalalahanin at kolaboratibong diskarte sa mga hamon ng Ukraine

Ang Estados Unidos ay lumalayo sa Brexit at mga kaugnay na isyu (maliban sa mga talakayan sa kasunduan sa kalakalan ng US-UK)—ang mga iyon ay para sa UK at EU na lutasin

~*~*~*~

Binigyang-diin pa ni Salt na ang administrasyong Evans ay nasa proseso ng pagtanggal ng mga prayoridad na aksyon na nasa listahan ng mga isyu ng Salt/Louise. Halimbawa:

- Muling sumali ang US sa Paris Climate Treaty
- Hindi pa sumasali ang US sa Trans-Pacific Partnership, ngunit umiiral na ang kasunduan sa submarino ng US/UK/AU
- Mas malakas kaysa dati ang NATO

Ang US ay gumaganap ng pangunahing papel sa Ukraine

Nagtapos si Salt sa pagsasabing may ilang iba pang mga bagay na hindi kasama sa maikling listahang ito ngunit mahalaga. Kabilang dito ang ugnayan ng US sa WTO at WHO. Binigyang-diin din niya na natutuwa ang Estados Unidos na tanggapin ang mga mungkahi mula sa UK.

"Isang kawili-wiling listahan," sabi ni Peter. "Ngunit balik tayo sa isyu kung bakit ka narito, sa halip na ang iyong kalihim ng estado, at bakit ako at ang aking pangkat sa halip na ang ating kalihim ng panlabas?"

Huminga nang malalim si Salt at sumagot, "Mayroon din akong parehong tanong sa ilang antas. Gaya ng tinalakay natin kaninang umaga, dapat nating kilalanin na ang Estados Unidos ay dumanas ng malaking pagbaba ng kredibilidad sa buong mundo, maging sa pakikipag-ugnayan sa mga kaibigan o kaaway. Tinitingnan tayo bilang pabago-bago, xenophobic, isolationist, hindi maaasahan, at hindi mapagkakatiwalaan. Ang kawalan ng tiwala ay isang malalim at seryosong problema. Nag-aatubili tayong magtapos na ang mga taong tinitingnan bilang mga hinirang sa politika o kung hindi man ay malapit na kaalyado ng bagong administrasyon ay hindi magiging kasing epektibo ng mga taong iyon noon, kahit sino pa sila. Ang sinasabi nila sa iba sa mundo ay ituturing na mas blah, blah, blah. At ang sinasabi nila ay mananatili lamang hangga't nariyan ang taong iyon, sa pinakamabuti. Ang layunin ay upang maiparating ang mga paksang ito nang mas lubusan sa mga kamay ng matatalino, mapagkakatiwalaan, at walang pakialam na mga senior career diplomat na maaaring magtrabaho dito nang walang kinalaman nang maaga nang hindi napipilitang ibunyag ang uri at katayuan ng proyekto. Nag-uulat kami kay Stuart Bacon at sa Pangulo.

"Kung bakit kayo ng iyong koponan," patuloy ni Salt, "ang pagkakaintindi ko ay nagkasundo sina Stuart at ang iyong kalihim ng ugnayang panlabas sa komposisyon ng mga koponan. Hindi ko alam kung ano ang mga detalye."

"Bueno, pinahahalagahan ang iyong katapatan kung iyon nga ang ibig sabihin nito," tugon ni Peter. "Kailangan natin ng mas maraming oras para pag-usapan ito sa ating sarili ngayong hapon. Bumalik ka ulit mamaya, kapag maaari tayong maghapunan dito at, mangahas akong sabihin, isa o dalawang gin at tonic. Hindi ko inaasahan na magkakaroon pa tayo ng mas maraming makabuluhang talakayan ngayong gabi, ngunit marahil ay maaari nating iplano ang mga susunod na hakbang."

Habang inilalakad ni Peter sina Salt at Louise palabas, hinila niya sila sa tabi at mahinang nagsalita. "Ayokong lumampas dito, pero kailangan ninyong maunawaan na sa sandaling pumasok kayo sa pintuan ngayon, malamang na natukoy na kayo bilang mga taong posibleng interesado sa intelligence ng Russia. Hindi ito dapat ipagmalaki, dahil sa tingin namin ang label na iyon ay naaangkop sa halos sinumang pumapasok sa pintuan hangga't hindi napapatunayang hindi gaanong interesado."

Ipinaalala sa kanila ni Peter na ang UK ay may kamakailang karanasan sa pakikitungo sa Russia na kumikilos nang palihim at agresibo sa loob ng mga hangganan ng UK. Noong 2018, nilason ng serbisyo ng intelligence ng militar ng Russia ang isang dating espiya ng Russia na nakatira sa isang maliit na bayan sa Inglatera at ang kanyang anak na babae gamit ang weapons-grade nerve agent na Novick. Kung ang iminungkahi nina Salt at Louise ay lumakas, magiging interesado ito sa mga Ruso, diin ni Peter, at dapat mag-ingat sina Salt at Louise.

"Salamat, siguro," sabi ni Louise. "At inaasahan kong darating ang ating pag-iisip ngayong gabi."

Paglabas nina Salt at Louise ng gusali, tiningnan siya ni Salt at tinanong, "Totoo ba iyon?"

"Panahon na ang makapagsasabi," sabi ni Salt. "Kung hindi mo mamasamain, kailangan kong maglakad-lakad nang tahimik at mag-isip ng mga bagay-bagay. Bakit hindi tayo magkita sa lobby ng hotel bandang 4:30 ng hapon?"

"Ayos lang," sabi ni Louise.

Karaniwang makulimlim at mamasa-masang araw ng taglamig sa London, pero hindi umuulan. Naglakad-lakad nang matagal si Salt sa mga kalapit na lugar ng London. Dahil nasa kapitbahayan sila, dahan-dahan siyang naglakad sa Westminster Abbey at Parliament at halos nakarating pa nga sa Buckingham Palace. Habang naglalakad, napagdesisyunan niyang maging optimistiko at isipin kung ano ang sasabihin niya sa mga Briton ng Foreign and Commonwealth Office tungkol sa mga susunod na hakbang. Inilabas niya mula sa bulsa ng kanyang suit coat ang kanyang gusot na bersyon ng Napkin B mula sa kanilang diskusyon kay Stuart at sa Pangulo. Binasa niya itong muli:

- Si Stuart Bacon ang kalihim ng estado.
- Direktang nag-uulat si Pepper kina Bacon at Pangulong Evans, kabilang ang makatwirang direktang pag-access kay Evans.
- Sa G-7 at iba pang piling mga bansa, isang direktang pakikipag-ugnayan sa embahada ng US, na katanggap-tanggap kay Pepper, ang itatatag, kung saan ang mga naturang pakikipag-ugnayan ay nag-uulat lamang kay Pepper at sa kalihim ng estado kaugnay ng proyektong ito; ang proyekto ay hindi dapat ibahagi sa mga hinirang sa politika.
- May mabuting hangarin na muling sumali sa Paris Climate Accord.
- May mabuting hangarin na muling sumali sa TPP.
- Mas limitado at naka-target na paggamit ng mga taripa maliban kung napagkasunduan ng G-7 o ibang grupo na may katulad na interes.
- Malakas na suporta ng NATO, na hindi hadlangan ang presyon sa paggastos sa depensa ng mga estadong miyembro.
- Ang diskarte sa Hilagang Korea ay ang mahigpit na koordinasyon sa mga kaalyado, lalo na sa Timog Korea at Japan.
- Paglapit sa Iran na mahigpit na koordinasyon sa mga kaalyadong partido sa kasunduang nukleyar ng Iran na binawi ng US (Joint Comprehensive Plan of Action), at lumayo sa mga digmaan sa Gitnang Silangan.
- Pangako na palakasin ang mga senior professional staffing sa State Department.

- Ang mabilis na paggalaw tungo sa panibagong mga usapang New START nang hindi kinakailangang lumahok ang Tsina.
- Ukraine.

Isinama niya sa isip ang WHO at ang mga isyu sa pandaigdigang kalusugan sa kaniyang bersyon ng listahan. Napagtanto rin niya na isinama niya muli ang kasunduan sa New START at ang Ukraine.

Naalala niya na sinabi ng Pangulo na ang listahan ay para sa talakayan at hindi para sa pagbabahagi. Sinabi rin niya na hindi pa kayang tanggapin ng bagong administrasyon ang komprehensibong reporma sa imigrasyon. Matapos itong pag-isipan nang mabuti, napagpasyahan niyang kakausapin niya si Louise tungkol sa pasalitang pagpaliwanag sa mga Briton tungkol sa mga naaangkop na bagay—kung sakaling mayroon silang anumang interes.

KABANATA 30

London – Gabi kasama ang mga Briton

(Pebrero 23, 2021)

Pagdating sa hotel, pumunta sila sa bar. Uminom sila ng tubig sa pagkakataong ito.

Sinabi ni Louise na napag-usapan na niya ang seguridad ng bar kay Ed Jordan ng embahada, na sa tingin niya ay ligtas ito hanggang sa magkaroon sila ng dahilan para maniwala na may nakatutok sa kanila.

"Ano sa tingin mo?" tanong ni Salt.

Sumagot si Louise, "Siguro ito ay tungkol sa kung ano ang dapat sana nating inaasahan sa isang optimistikong kaso, batay sa reaksyon na nakuha mo mula sa iyong kaibigang Canadian. Sa tingin ko kailangan nating magsimula sa isang lugar, at ang UK ang tamang lugar para diyan. Mukhang si Peter Banks ay isang disente at prangka na tao. At, siyempre, ang mga Briton ay may kanya-kanyang isyu, kaya may limitasyon sa kung gaano karaming pambabatikos ang maaari nilang ibigay sa atin. Kailangan nating isipin ang mga susunod na hakbang. Para sa akin, kailangan nating pumili ng isa o dalawang bagay na pagtutuunan ng pansin at sana ay simulan ang pagbuo ng kredibilidad."

"Sige," sabi ni Salt. "Pag-isipan natin 'yan habang nagre-refresh tayo para sa hapunan."

Nang magkita sila sa lobby ng hotel, parang ibang tao na si Louise. Hanggang noon, itim na pantsuit at puting blusa lang ang nakikita ni Salt kay Louise. Ngayon, nakasuot na siya ng isang kapansin-pansing bestida—hindi katulad ng maituturing ni Salt na cocktail dress pero napakaganda ng kulay at elegante pa rin. At may mga bagay siyang ginagawa sa kanyang buhok. "Hindi ako sigurado kung ano ang mga patakaran ngayon," sabi ni Salt, "pero sana ay hindi kita masaktan kung sasabihin kong maganda ka. Ang tanong ko lang ay kung kasya ba ang baril mo sa maliit na handbag na iyon."

"Walang masama, at salamat," sabi ni Louise, "at kasya na ang baril." Patuloy niya, "Sana hindi kita masaktan, Salt, pero pareho ba iyan ng damit at kurbata na suot mo kaninang hapon?"

"Oo," sabi ni Salt. "Ano naman?"

Napakunot ang noo ni Louise at nagtanong, "May malinis ka bang damit sa kwarto mo?" "Oo," muling sabi ni Salt.

"Sige," sabi ni Louise. "Umakyat ka at isuot ang pinakamakapal at malinis na puting kamiseta na dala mo. Habang ginagawa mo iyan, pupunta ako sa isang tindahan ng mga lalaki na nakita ko kaninang hapon para ibili ka ng bagong kurbata. Mayroon kang limang minuto. Sige na."

Pagkalipas ng walong minuto, tinutulungan na ni Louise si Salt sa kanyang bago at mas maayos na kurbata. "Ayan," sabi niya. "Ngayon, mukhang nakapunta ka na sa London dati."

"Salamat," bulong ni Salt habang sumasakay sila sa isang taksi. "Ngayon, ano sa tingin mo ang kalagayan ng mga bagay-bagay ngayon?"

Tugon ni Louise, "Tama ka; kailangan natin ng napakaikling listahan ng mga layunin. Kailangan itong maging isang bagay na makakakuha ng atensyon ng UK para sa iba pang mga dahilan. At kailangan itong maging isang bagay na sa tingin natin ay mabilis nating mapapaunlad. Kailangan natin ng maagang panalo kung maaari."

"Lubos na sumasang-ayon," sabi ni Salt. "Tingnan natin kung ano ang kanilang gagawin."

Pagbalik nila sa Foreign and Commonwealth Office at sinalubong sila ng batang lalaking katulong ni Peter Banks, na siyang esensya ng kagandahang-asal at pag-iingat habang kinukuha niya ang kanilang temperatura. Maingat niyang sinunod ang lahat ng mga kaugnay na protokol. Dinala sila sa isa pang pormal at magarbong silid-pulungan na may mga pantakip sa dingding na seda at malalaking chandelier na salamin. Ang pangkat ng Foreign and Commonwealth ay nagtitipon at umiinom ng kanilang tradisyonal na gin and tonic habang pinapanatili ang social distancing at iniiwan ang mga maskara. Magaan ang pag-uusap at nanatili sa ganoong paraan sa pamamagitan ng isang tradisyonal na hapunan ng Britanya na lamb o Dover sole, na tumatalakay sa mga paksang tulad ng Royals, COVID-19 at ang pagkabigo ng parehong bansa na harapin ito nang maayos, ang politika ng estado at lokal ng US, ang paghahambing ng House of Commons at ng US Congress, mga pangyayari sa Hong Kong at sa iba pang lugar sa Asya, ang huling segundong pag-iwas sa isang no-deal Brexit sa pagtatapos sa katapusan ng Disyembre ng kasunduan sa kalakalan ng UK-EU, at ang kilusang Black Lives Matter sa Estados Unidos at UK, kabilang ang mga mahahalagang demonstrasyon sa London. Habang kumakain ng panghimagas, nagkakape, at nagkakape, pinagdebatehan nila kung si Winston Churchill ba ay isang rasista. Nagpatuloy ang talakayang iyon kalaunan at kinailangan ng isang after-dinner cordial.

Nanguna si Peter papunta sa mga Briton pagkatapos ng panghimagas, na nakakuha ng atensyon sa pamamagitan ng pagtayo at maingat na pag-inom ng walang laman niyang baso. "Salt at Louise, pinag-iisipan namin ang ating naunang usapan. Hindi kami umaatras sa aming sinabi, ngunit isang karangalan para sa amin na bigyang-diin kung gaano kahirap ito. Posibleng sirain ang reputasyon ng isang bansa sa napakaikling panahon batay sa ilang isyu. Mas mahirap ibalik ang tiwala at kumpiyansa sa isa't isa, at ang mga pagsisikap sa pagpapanumbalik ay kailangang tumuon sa mga isyung mahalaga sa ating dalawa. Ang pag-unlad sa maliliit na isyu ay hindi sapat. Habang mas iniisip natin ito, mas iniisip natin na ang pagsisikap na ito ay tinatawag ninyong mga Yankee na isang napakabigat na gawain na aabutin ng mahabang panahon. Kung magpapatuloy tayo, kailangan nating pamahalaan ang mga inaasahan ng ating kani-kanilang mga pinuno."

Nagsalita si Louise, sumasang-ayon sa pangkalahatang-ideya ni Peter. Ipinagpatuloy niya ang paliwanag, "Peter, sa tingin namin kailangan nating tukuyin ang isa o dalawang bagay na sapat na mahalaga upang makakuha ng kinakailangang antas ng atensyon, nasa larangan ng magagawa at hindi gaanong kumplikado na malamang na aabutin ng maraming taon upang magkaroon ng tiwala sa mga bagay na iyon."

"Mayroon ka bang nasa isip?" tanong ni Peter.

"Mayroon kaming ilang bagay na itatanong sa iyo," tugon ni Louise.

Natuwa si Salt na si Louise ay kumikilos at nagkukusa, at humanga siya at nanatiling tahimik.

Nagpatuloy si Louise. "Ang mga negosasyon sa kalakalan ng US-UK pagkatapos ng Brexit ay natigil sa ilang aspeto. Pumili tayo ng dalawa sa mga isyung iyon para pagtuunan ng pansin ng ating working group. Bukod pa rito, ituon natin ang pansin sa isa o dalawang elemento ng relasyon sa Ukraine. Ngayon na ang Estados Unidos ay may bagong administrasyon na naniniwala na dapat kilalanin ang Ukraine at hindi pa lumilitaw ang mga bagong komplikasyon, dapat ay mas madaling gumawa ng progreso sa pagitan ng ating mga bansa at pagkatapos ay sa NATO at sa huli sa Russia."

"Paumanhin sa pag-abala," sabi ni Peter, "ngunit mahalaga ito. Pag-iisipan namin ang listahang iyan, na sa unang tingin ay tila makatwiran. Ang negosasyong pangkalakalan ng US-UK ang nasa isip. Sa totoo lang, nag-aalala kami tungkol sa Estados Unidos sa larangan ng kalakalan. Nakatuon kaming lahat sa patuloy na krisis ng COVID-19, kung gagana ba ang dalawang bakunang pinagtutuunan ng pansin, kung gaano kabilis, at ang mga epekto ng patuloy na resesyon. Nakikita ng ating mga ekonomista ang pagmamanupaktura ng US na nasa problema. At ang Estados Unidos ay walang iniwang maraming kagamitang domestiko upang harapin ang mga isyung ito. Naubos na ninyo ang karamihan sa inyong tuyong pulbos sa anyo ng mga pampasiglang monetary at fiscal, at maaaring nakakaakit na sisihin ang Brexit at Europa at magpataw ng mas maraming taripa. Ang Europa at titingnan namin iyon bilang isang anyo ng digmaang pang-ekonomiya. Ang ilan sa amin ay nag-aalala rin na ang mga aral sa supply chain ng karanasan sa COVID-19 at ang kaligtasan ng ilan sa mga temang America-first ay magiging dahilan upang yakapin ng pribadong sektor ng US ang near-shoring at mamuhunan nang malaki sa mga bagong pasilidad. Maaaring kasama rito ang paggamit ng robotics at artificial intelligence upang maprotektahan ang pagmamanupaktura mula sa mga gastos sa paggawa at gawing posible sa pananalapi ang paglipat ng mas maraming pagmamanupaktura pabalik sa… ang Estados Unidos."

"Tama lang," sagot ni Salt. "Pero huwag nating kalimutan ang papel ng UK at Brexit sa mga usapin ng pagwawasak ng kalakalan at pagsira sa mga alyansa. Medyo kinakabahan din kami sa iyong politika, kasama na ang iyong punong ministro, na tila walang tamang ugali para pamahalaan ang isang bansa, at ang pinuno ng kilusang pro-Brexit. Hindi lang namin gaanong alam ang tungkol sa bagong pinuno ng iyong Labour Party. Mayroong medyo malapot at hindi mahuhulaan na nilaga sa UK pati na rin sa Estados Unidos."

Sumangguni si Louise. "Lahat tayo na kasangkot sa prosesong ito ay kailangang suriin kung sa tingin natin ay makakaligtas ang

European Union sa pinagsamang epekto ng Brexit, COVID-19, ang resesyon, at ang pag-usbong ng kanan sa buong mundo."

Sumang-ayon si Peter. "Sa kasamaang palad, lahat ng iyan ay kailangang nasa ating radar." Nakangiting dagdag niya, "Sa palagay ko, kayong mga taga-Indiana ay dapat may kilala kayong pinunong hindi kwalipikadong magpatakbo ng isang bansa kapag nakakita kayo ng isa. Sino ang makakalimot sa palabas noong Hulyo 2018 sa Helsinki?"

Nagpatuloy si Peter, "Balik sa inyong listahan, gusto sana naming idagdag ang pagpapanumbalik ng Paris Climate Accord at ang kasunduan ng JCPOA sa Iran at iba pa, ngunit sa tingin namin ay masyadong ambisyoso ang mga iyon sa lahat ng paraan. At ang Estados Unidos ay wala sa posisyon na manguna sa mga iyon. Sa anumang pagkakataon, kailangan nating tukuyin ang mga parametro ng ating mga target na isyu nang mas detalyado at tiyaking mayroon tayong ibinahaging pag-unawa sa kung ano ang magiging isang mutual na panalo sa mga isyung iyon para sa ating working group. Tingnan natin kung makakamit natin ang kahulugang iyon sa susunod na linggo o higit pa."

"Salamat, Peter," sabi ni Salt. "Naririnig ka namin sa mga target na isyu. Kakailanganin naming pag-usapan ang mga ito kay Stuart bukas, at walang dudang kakailanganin niyang sumangguni, ngunit gagawin namin iyon at babalikan namin. Sana, magkaroon tayo ng pagkakaunawaan sa lalong madaling panahon at magkasundo rin kung sino ang dapat kasangkot. Ang isa pang paksang maaari nating ilagay sa maikling listahan ay ang pamamahala sa mga pandaigdigang pandemya, ang papel ng WHO, ang papel ng Tsina kaugnay ng WHO, at kung ano pa ang maaaring kailanganin upang suportahan ang WHO. Sa anumang pagkakataon, salamat sa iyong oras at mga saloobin ngayon, hindi pa kasama ang hapunan."

"Walang anuman, Salt at Louise. Ipaalam ninyo sa amin kung ano ang reaksyon ni Stuart sa ating napag-usapan at kung kailan ninyo iniisip na maaaring simulan natin ang mga bagay-bagay. Sa palagay ko ay mayroon tayong ilan sa mga parehong saloobin at hamon sa loob ng bansa na nakapalibot sa mga paksang ito. Kaugnay nito, ang kasaysayan ay maaaring maging kawili-wili at nakapagbibigay-liwanag, at sinuri ko nang mabuti ang ilang mga bagay ngayong hapon. Noong Agosto 30, 2013, tumanggi ang ating House of Commons na suportahan ang kahilingan ng ating Punong Ministro para sa awtoridad na makialam sa digmaang sibil sa Syria upang tumugon sa, bukod sa iba pang mga bagay, ang paggamit ng mga sandatang kemikal. Ang pagtangging iyon ay isang unang uri at isang sorpresa. Pagkalipas ng dalawang linggo, ang mga pagsisikap ni Pangulong Obama na makuha ang pag-apruba ng Kongreso ng US para sa pagsisikap na iyon ay dumanas ng parehong kapalaran. Gayunpaman, isang kasunduan sa Russia ang nagligtas sa isang magkasanib na pagsisikap na alisin ang mga sandatang kemikal. Pagkatapos ay halos tatlong taon na ang lumipas, noong Hunyo 23, 2016, inaprubahan ng mga mamamayang British ang Brexit at, sa epekto, higit pang paghihiwalay. Kalaunan sa parehong taon, inihalal ng mga mamamayan ng Estados Unidos si Pangulong Pope, na naging tagahanga ng Brexit at mga uri ng bagay na kinakatawan nito, kabilang ang Amerika muna, na talagang nangangahulugan ng Amerika." una, huli, at magpakailanman.

Kaya mayroong lawak kung saan ang mga mamamayang Briton at ang Parlamento ay maaaring maging pangunahing tagapagpahiwatig ng kung ano ang gagawin ng Estados Unidos—isang uri ng barometro. Kailangan nating matuto mula sa penomenong iyon.

"Siya nga pala, tandaan din na maging alerto kapag umalis kayo ngayong gabi. Nagdududa ako na nakakuha na kayo ng maraming hindi kanais-nais na panlabas na atensyon, ngunit sulit na maging maingat." Pagkatapos ay ngumiti si Peter at idinagdag, "Siya nga pala, kung, bilang mga Hilagang Amerikano, makakabuo kayo ng sagot kung paano ninyo lulutasin ang isang problema tulad ni Prinsipe Harry, isa itong bonus. Sa totoo lang, gusto namin ang binata at ang kanyang asawa."

Sinadya nina Salt at Louise na maglakad pabalik sa hotel sa halip na maghanap ng taxi. Pagkalipas ng halos sampung minuto, tinanong ni Louise si Salt, "Para sa iyo ba ay parang may sumusunod sa atin?"

Madilim, siyempre, pero nasa maliwanag na lugar sila ng Whitehall sa London. Tumingin si Salt sa paligid at sinabing, "Wala akong nakikitang kakaiba."

Tahimik na tumawa si Louise. "Malayong hindi makakita ng tao sa ganitong sitwasyon. Sinumang mabait ay hindi makakakita. Halos maramdaman mo sila."

"Kaya may nararamdaman kang mali?" tanong ni Salt.

"Hindi sigurado," sabi ni Louise. "Pero pakiramdam ko ay may nagmamasid sa atin. Siguro ang sinabi ni Peter ay nakakainis. Sumakay tayo ng taxi." At ginawa nga nila.

Pagdating sa hotel, pumunta sila sa kwarto ni Salt at nagpadala ng naka-encrypt na mensahe kay Stuart, humihingi ng oras para mag-usap kinabukasan. Uminom sila mula sa minibar at nag-usap nang ilang minuto.

Nag-isip-isip si Salt at nagkomento, "Salamat sa tulong mo ngayon. Ang galing mo at epektibo. Magaling. At saka, kung maaari kong sabihin, bukod sa pagkuha ng atensyon nila sa sinabi mo, halos masira mo ang konsentrasyon nila sa mga kapansin-pansin mong tingin. Gaya ng sinasabi ng mga Briton, 'Susmaryosep!' At ipaalala mo sa akin kung ano ang utang ko sa iyo para sa bagong kurbata."

"Salamat, Salt," sabi ni Louise. "Sa palagay ko, puwede tayong maging mahusay na team kung pagsisikapan natin."

At pagkatapos, nagtungo na sila sa kama.

KABANATA 31

Pag-alis sa Ruta: Paglihis sa Gitnang Silangan

Pebrero 24, 2021

Bumangon si Salt sa kama bandang alas-sais y medya ng Miyerkules ng umaga at tiningnan ang kanyang shoe phone para sa mga email mula sa Estados Unidos. Wala pa rin. Kahit hatinggabi na sa Washington, umaasa siyang makakuha ng gabay sa shortlist na ipo-propose kay Peter at sa kanyang team bago pa sila mawalan ng panibagong araw. Nagbihis siya at pumunta sa coffee shop sa lobby para mag-almusal. Naroon si Louise, nakasuot na ng itim na pantsuit.

"Sana ay nakatulog ka nang maayos kagabi," sabi niya.

Tugon ni Salt, "Natagalan ako noong una, pero kalaunan ay nakatulog ako nang mahimbing. Sa tingin ko ay nawala na ang jet lag. Kumusta ang tulog mo?"

"Sige, salamat—pero, tulad mo, natagalan din bago ako nakatulog. Masyadong maraming iniisip."

Pagkatapos ay bumaling sila sa maikling listahan ng mga isyu sa kalakalan ng US-UK pagkatapos ng Brexit na maaaring pagtuunan ng pansin kasama ang mga Briton bilang pagsubok para sa pagsasanay sa pagpapaunlad ng ugnayan. Napakarami—halos lahat ay mga potensyal na isyu sa kalakalan sa pagitan ng dalawang bansa—kaya't napagpasyahan nilang mas makatuwiran na ipagkatiwala kina Peter at Stuart at sa kanilang mga koponan; mas nasa posisyon sila upang matukoy ang mga bagay na parehong apurahan at mahalaga para sa UK, at magkakaroon sila ng mas mahusay na ideya kung ano ang medyo madaling ayusin. Ang mga talakayang ito ay hindi nagsisimula nang walang anumang paunang pag-uusap. Marahil kailangan nilang kumuha ng isang maikling listahan mula sa mga Briton at pagkatapos ay kumunsulta tungkol sa mga prayoridad kasama ang mga tamang manlalaro sa Estados Unidos.

Pagkatapos ay epektibong itinuro ni Louise na, bagama't hindi pa nabubuo ng koponan ang mahahabang listahan ng mga nagawa, ang US sa kabuuan ay may mga bagay na natatanggal sa listahan ng grupo bago pa man ito magsimula.

Kinuha ni Salt ang mga kailangan mula sa panaderya at, bago niya makalimutan at lalong nagpagulo sa mga bagay-bagay, pagbalik niya sa mesa, tinanong niya si Louise kung maaari silang magkaroon ng tahimik na hapunan sa lugar ng DC sa Linggo ng gabi upang mabigyan sila ng oras upang maghanda para sa pagpupulong sa Lunes ng hapon kasama si Stuart at ang koponan na nakumpirma na. Sinabi ni Louise na gagana ang hapunan sa Linggo.

~*~*~*~

Tinalakay din nila ang isang maikling listahan ng mga isyu sa Ukraine at nagpasya silang magmungkahi ng ilang bagay kay Stuart. Hindi nila tinalakay o nagkomento sa huling pagdaragdag ni Salt ng pamamahala sa mga isyu sa kalusugan sa mundo. Ayaw banggitin ni Louise ang bagay na iyon.

Pagkatapos ay sandaling bumaling sila sa kung ano ang susunod na heograpikal na target.

France? Germany? Sa isang lugar na mas kakaiba?

Habang tinatapos nila ang almusal, nakatanggap sina Salt at Louise ng mga email message sa kanilang mga shoephone na nagtuturo sa kanila na pumunta sa isang ligtas na lokasyon kung saan maaari silang makipag-usap sa isang landline na may speakerphone. At mas maaga pa. Tinawagan nila si Ed Jordan sa embahada at ginawa ang mga kinakailangang pagsasaayos. Pagkatapos ay sumakay sila ng taxi at nakarating sa embahada ng US bandang 10:30 a.m. oras sa London—o 5:30 a.m. sa Washington. Pinatira sila ni Ed Jordan sa isang ligtas na conference room sa embahada at pagkatapos ay malugod na umalis.

Alas-10:45 ng umaga, oras sa London, tumunog ang telepono. Si Stuart pala at isang grupo ng mga limang iba pa ang nagkukumpulan sa paligid ng isang telepono. Lumabas na ang grupo sa Estados Unidos ay nasa Situation Room sa silong ng White House.

Si Stuart ang nagbukas ng tawag. "Sabik na sabik kaming malaman ang kalagayan ng mga bagay-bagay sa London, ngunit kailangan naming magbago ng pananaw upang mas maging prayoridad ang mga ito."

"Karaniwang alam ninyong dalawa ang tungkol sa kasunduan ng JCPOA sa Iran at iba pa. At bibigyan namin kayo ng kumpletong debrief mamaya. Gaya ng matatandaan ninyo, ang kasunduan ay nilagdaan sa Vienna noong Hulyo 2015 ng limang permanenteng miyembro ng UN Security Council (China, France, Russia, UK, at Estados Unidos), Germany, European Union, at Iran. Binawi ni Pangulong Pope ang Estados Unidos mula sa kasunduan noong Mayo 2018. Ang kasunduan ay nanatiling hindi umuusad hanggang 2020, nang lumala ang mga bagay-bagay, kabilang ang pagsiklab ng mga labanan sa iba't ibang antas sa pagitan ng Iran, Iraq, Estados Unidos, at iba pa. Bukod sa medyo maliliit na labanan at patuloy na kalituhan, walang makabuluhang nangyari sa natitirang bahagi ng 2020 at sa proseso ng halalan sa US. Ngunit ang Iran ay nagkaroon ng malubhang laban sa coronavirus at sinisi ang Estados Unidos at ang rehimen ng mga parusa nito dahil sa hindi pagtanggap ng Iran ng mas maraming tulong at tulong upang harapin ang pandemya.

"Nangampanya si Pangulong Evans batay sa pagsasabuhay muli ng isang bagay tulad ng JCPOA. Ngayong naluklok na si Pangulong Evans, pumunta na lang ang Iran sa Germany para sabihing handa silang makipag-usap, ngunit dapat itong maging mabilis at ligtas, hindi pampubliko. Alam naming lampas na ito sa iyong responsibilidad, ngunit nais naming tumulong ka sa paglulunsad nito. At sa lalong madaling panahon."

"Gaano katagal ang malapit na?" tanong ni Louise. "Bukas," sabi ni Stuart.

Tutol ni Salt, "Pero baguhan pa kami rito at medyo walang alam tungkol sa mga tao at sa mga detalye kung paano kami nakarating dito. Magiging labis-labis ang aming kaalaman sa unang araw. At mas mahalaga, may mga talagang mabubuting tao na magagamit sa Estado at iba pang mga lugar na maaaring umikot sa amin."

"Kailangan ninyong tumakbo nang mabilis," pag-amin ni Stuart, "pero kaya ninyo ito. At ito pa lang ang unang hakbang. Kailangan nating panatilihing tahimik ito, kaya kailangan muna nating maglagay ng isang napakaliit at halos hindi makilalang pangkat. Iyon ay kayong dalawa kasama si Gretchen Grant ng Kagawaran ng Estado, na kasangkot sa mga detalye ng JCPOA ngunit hindi sa paraang kitang-kita. Marahil ay may isa o dalawang Aleman na nakakakilala sa kanya. Sasakay si Gretchen ng eroplano patungong Berlin ngayong gabi, darating sa umaga. Ang unang hakbang ay ang makipagkita sa mga Aleman sa Berlin, na marahil ay nagpapanatili ng pinakamahusay na relasyon sa Iran. Gusto naming mangyari iyon bukas, ngunit sa totoong mundo, kailangan itong gawin sa Biyernes. Naiisip namin ang unang pagpupulong kasama ang mga Iranian sa susunod na linggo, na ang mga petsa at lokasyon ay hindi pa matutukoy. Sasali ba kayo?"

"Ano ang gagawin natin sa mga Briton kung magsisimula tayong magtuon dito sa halip na sa ating napag-usapan sa kanila?" tanong ni Salt.

Mapuwersa si Stuart. "Sinasabi namin sa kanila ang totoo. Sinasabi naming ilang araw ka nang nalihis ng atensyon at, samantala, pinag-aaralan namin sa Washington ang mga resulta ng iyong mga diskusyon sa London para mabalikan namin ang mga ito sa lalong madaling panahon.

Hindi namin maaaring at hindi namin ipagpapaliban ang mga ito. Napakahalaga ng pagsisikap na iyan." "Naku, Stuart." Bumuntong-hininga si Salt. "Alam mong hindi kami ang nag-sign up para dito."

"Inaamin," sabi ni Stuart, "ngunit ang buhay ay minsan ay nagpapakita ng mga hindi inaasahan at mahahalagang hamon."

"Sige, simulan na natin ang laban at huwag nang sayangin ang oras," sabi ni Louise, sabay pasok sa labanan. "Kung makikipag-ugnayan tayo sa mga Aleman at kay Gretchen, tutulungan natin itong ilunsad."

Napanganga si Salt. Halatang naiirita na siya, at lumitaw ang pagiging control freak niya. "Ano ba 'to, mga bata. Nababaliw na ba kayong lahat? Diyos ko, anong nangyayari dito?"

Nagsimulang sumagot si Stuart, pero pinutol siya ni Louise. "Tingnan mo, Salt; isa kang Boy Scout na may makabayang hilig at matalino. Sa huli ay papayag ka rin na gawin ito, kaya maglaan tayo ng labinlimang minuto ng mga histrionics at simulan na nating alamin ang tungkol sa cluster na ito. Halos pareho lang ang tsansa nitong magtagumpay gaya ng mga hindi gaanong nalutong kalokohan na ibinato natin sa mga Briton kahapon. Sa edad mo, hindi makakasira sa résumé mo ang isa o dalawang malaking pagkabigo. Sa kabilang banda, ang karera ko sa diplomasya/paniniktik ay magiging maayos din. Sa madaling salita, lampasan mo na ito."

Sumunod ang ilang sandali ng katahimikan. Kumunot ang noo ni Salt at sinabing, "Nakikinig ako."

"Mabuti," tugon ni Stuart. "Ipinapasa ko na kayo kay Walter Williams, na palipat-lipat sa pagitan ng Estado at CIA nitong mga nakaraang taon ngunit nanatiling nakatutok sa mga isyung nakapalibot sa JCPOA at Iran. Tulad ni Gretchen, isa siya sa aming pinakamahusay at pinakamaalam. Salamat sa lahat." Agad na tinapos ni Stuart ang tawag, at sumali si Walter at nagpakilala. Hindi tulad ni Louise, walang karanasan si Walter sa kalye, ngunit malinaw na matalino at maalam siya.

Iminungkahi ni Walter, "Magsimula tayo sa simula." At ginawa nga niya.

KABANATA 32

Panimulang Impormasyon sa Iran I; Mga Bakas sa Niwanag

Pebrero 24-25, 2021

Gaya ng ipinaliwanag ni Walter, ang mayamang kasaysayan ng Persia ay nagsimula pa noong unang panahon. Noong mga taong 600, ang pagkakawatak-watak sa pagitan ng mga sektang Shia at Sunni Muslim sa tinatawag ngayong Syria ay umunlad, tila dahil sa magkaibang pananaw kung sino ang nakapagpakahulugan ng Koran, mga inapo ni Muhammad, o isang mas malawak na grupo. Ang Persia (tinawag na Iran noong 1935) ay mas naniniwala sa Shia, na may limitadong pananaw kung sino ang maaaring magpaliwanag ng Koran. Ang Iraq ngayon ay naglalaman ng parehong paniniwala, bagama't si Saddam Hussein ay isang Sunni. Ang ilan sa mas malalaki at mas mayaman sa langis na mga bansa sa lugar ng Gulpo ay mas naniniwala rin sa Sunni. Hindi kailangang magkaroon ng degree sa kasaysayan ng Gitnang Silangan para mapagpasyahan na ang pagkakawatak-watak ng Shia/Sunni ay malalim at malamang na panghabang-buhay at dapat igalang. Hindi ito mawawala sa ating panahon.

Maging ang mga pambungad na pahayag na ito ay nagdulot ng mga tanong, na mabilis at matiyagang hinarap ni Walter. Ang ugnayang

Shia-Sunni at kung aling sangay ng pananampalatayang Muslim ang nangingibabaw at saan ang partikular na naging interesante.

Matapos harapin ang mga tanong at sagot, mahusay na sumulong si Walter sa loob ng ilang siglo at maraming mahahalagang pangyayari. Ang Iran ay neutral noong Ikalawang Digmaang Pandaigdig ngunit sinakop ng UK at Russia. Noong 1953, isang kudeta militar na sinuportahan ng Estados Unidos at UK ang nagpabagsak sa isang pamahalaang anti-Kanluranin. Dito pumasok ang Shah ng Iran, na, kasama ang kanyang pamilya, ay nanatiling may kontrol sa loob ng maraming taon. Ngunit noong 1979, naganap ang rebolusyong Iranian, ang Shah ay napatalsik, at itinatag ni Ayatollah Khomeini ang isang malakas na rehimeng Shiite sa anyo ng Islamikong Republika. Nasaksihan din sa taong 1979 ang krisis sa hostage sa pagitan ng US at Iran, na tumagal ng 444 na araw, na nagtapos noong 1981 sa araw na inagurasyon si Ronald Reagan.

Ipinaalala sa kanila ni Walter na simula pa noong 1980, ang rehimeng Assad sa Syria at ang Hezbollah sa Lebanon, na parehong Shia sa paniniwala, ay sinuportahan na ng Iran. Ang suporta ng Iran kay Assad ay naging partikular na malakas simula noong 2011. Ang mabangis na digmaang Iran-Iraq ay naganap mula 1980 hanggang 1988, simula sa pagsalakay ng Iraq sa Iran noong 1980.

Nanatili ang Iran sa gilid ng halos lahat ng panahon noong kasagsagan ng Digmaang Golpo (Operation Desert Shield) sa pagitan ng 1990 at unang bahagi ng 1991, kasunod ng pagsalakay ng Iraq sa Kuwait at ang kasunod na pagsalakay ng US sa Iraq (Operation Desert Storm) noong 1991.

Matapos harapin ang ilang mga katanungan, huminga nang malalim si Walter at nagpatuloy, "Ang Iran ay direktang nasangkot sa maraming labanan sa Estados Unidos na may iba't ibang lakas sa nakalipas na dekada o higit pa. Kabilang dito ang iba't ibang insidente na kinasasangkutan ng Estados Unidos at Iraq, at, sa mas mababang antas, ng Israel. Nagkaroon din ng kaguluhan sa loob ng bansa sa Iran paminsan-minsan, dahil ang populasyon ng Iran ay hindi pantay na sumusuporta sa kung ano ang maituturing na isang teokrasya na sinasalanta ng mga paratang ng pandaraya at katiwalian. Nagkaroon ng malaking kaguluhan sa loob ng bansa sa Iran noong 2009 at 2010. Noong 2014, nakialam ang Iran sa Digmaang Sibil sa Yemen, na nagpapatuloy pa rin."

Ipinaalala sa kanila ni Walter na ang sitwasyon sa pagitan ng Estados Unidos at Iran ay naging mas tensyonado noong 2019, kung saan ang Iran ay naglunsad ng pana-panahong pag-atake ng rocket sa Iraq, isang pag-atake sa embahada ng US sa Baghdad noong Enero 2020, at ang tinutukoy ng ilan bilang pagpatay ng Estados Unidos sa kilalang pinuno ng militar ng Iran at bayani ng bayan, si Heneral Qassim Soleimani, kumander ng Iranian Forces (kabilang ang Quds Force ng Islamic Revolutionary Guards Corps), sa isang pag-atake gamit ang drone noong Enero 3, 2020 malapit sa paliparan ng Baghdad. Bilang konklusyon, ipinaliwanag ni Walter, "Simula ng pangyayaring iyon, masasabing ang Iran, Iraq, at Estados Unidos ay nagkaroon ng mas magulong relasyon. Sa pagtatapos ng unang quarter ng 2020, naging malinaw na ang Iran ay hindi lilipat sa direksyon ng seryosong mga talakayan sa Estados Unidos o sa mga kaalyado nito hangga't hindi naidaraos ang halalan sa pagkapangulo ng US."

Wala nang naging makabuluhang mga pangyayari simula noon. Malaki ang naidagdag ng pandemya ng coronavirus sa mga panloob na isyu ng Iran at sa kaguluhan ng mamamayan."

Matapos sagutin ang maraming tanong, humingi ng time-out si Walter, at sinabing, "Sa tingin ko iyon ang dapat kong talakayin ngayon. Sa tingin namin ay makakatulong kung makikipagkita kayo kay Gretchen Grant sa Berlin bukas at hayaan din naming subukang mag-iskedyul ng pagpupulong kasama ang mga Aleman sa Biyernes. Umaasa kaming magtangkang makarating sa Huwebes, ngunit si Gretchen ay jet-lag, at sa tingin namin ay makatuwiran para sa inyong dalawa ni Gretchen na magkaroon ng oras na magkasama sa Berlin bukas ng gabi bago makipagpulong sa mga Aleman sa Biyernes.

"Siya nga pala," dagdag ni Walter, "Si Gretchen ay isang seryosong manlalaro rito. Alam niya ang kanyang mga ginagawa. Hindi siya naging prominente noong mga talakayan sa Iran noong 2014–2015, ngunit naroon siya at mahigpit na sinusubaybayan ang Iran mula noon. At siya ay lubos na iginagalang ng mga Aleman."

"Salamat, Walter," sabi ni Salt. "Alam mo, ang makatwirang pagtalakay sa kasaysayan ay isang magandang bagay. Dati akong nakatrabaho ng isang napakatalinong tao na nagsabing, kapag sinusuri ang mga tao, mahalagang sundan ang 'mga bakas sa niyebe.' Sa madaling salita, marami kang masasabi tungkol sa kung saan patungo ang isang tao, isang bansa, o isang grupo sa pamamagitan ng pag-unawa kung saan sila nanggaling at kung saang direksyon sila patungo. Ang pagsunod sa tilapon ng mga bakas sa niyebe ay hindi tiyak, ngunit ito ay isang magandang simula. Kaya ang kahalagahan ng kasaysayan. Isang bagay na hindi naiintindihan ng lahat ng mga pinuno sa politika. Kaya, salamat."

Pagkatapos ng presentasyon ni Walter at ng kanilang mga tanong at kaugnay na talakayan, alas-kwatro na ng hapon ng Miyerkules sa London. Ibinaba ni Walter ang telepono. Mahaba ang tawag at mahaba ang araw na walang pahinga sa tanghalian.

Pagkatapos ibaba ni Walter ang telepono, humarap si Salt kay Louise. "Sino itong si Walter, at alam niya ba ang mga bagay na ito? Mukhang alam niya hindi lamang ang mga katotohanan kundi kung paano ito magkakaugnay at nakakaimpluwensya sa mga pangyayari."

"Tama ka," sabi ni Louise. "Palipat-lipat siya sa pagitan ng Ahensya at Estado, hindi dahil problema siya kundi dahil napakatalino niya. Isa siyang African American, napakatalino, nagtatrabaho nang maayos, napapanahon, maaaring may photographic memory, at maaasahan. Maaaring mayroon siyang kaunting nerd sa kanya at hindi kailanman kikilos sa larangan, ngunit walang pakialam."

"Mabuti," sabi ni Salt. "Siguraduhin nating mananatili siya sa koponan."

KABANATA 33

Paglalakad sa Parke, Usapan, at Iba Pa

Pebrero 24, 2021

Kaunting liwanag na lang ang natitira sa isang malamig ngunit hindi masyadong mamasa-masang gabi sa London. Humarap si Salt kay Louise at sinabing, "Sa tingin ko kailangan kong maghanap ng protein bar at maglakad-lakad sa Hyde Park at pag-isipan ang lahat ng ito."

Sumagot si Louise, "Maglakad ka na. Kailangan kong tumakbo. Paano kung magkita tayo sa lobby ng hotel sa loob ng dalawang oras? Ang trabaho mo ay kausapin ang concierge at kumuha ng reserbasyon para sa alas-sais y medya o alas-siyete sa isang disenteng Indian restaurant na malapit lang sa hotel. Karaniwang masarap ang pagkaing Indian sa London. Ang isa mo pang trabaho ay magbantay habang naglalakad at maging alerto sa sinumang sumusunod sa iyo. Tatawagan ko ang assistant ni Stuart at ihahatid kita sa isang flight papuntang Berlin sa umaga at sa isang hotel bukas ng gabi."

"Opo, ginang," tugon ni Salt, "bagaman sa tingin ko ay labis ang panganib na masundan ako."

"Mas mabuti nang mag-ingat kaysa mag-alala," sabi ni Louise. "Magkita tayo sa loob ng dalawang oras."

Kailangan nilang magpahinga, at habang iniisip nila ang mga bagay-bagay, walang matibay na konklusyon ang narating habang naglalakad o tumatakbo. Inisip ni Salt kung dapat ba siyang lumipad patungong Berlin sa umaga, pasanin ang buong operasyon na ito, at bumalik sa Estados Unidos at sa bukid malapit sa Carterville. Ang pagsisikap na ito ay patungo sa ibang direksyon kaysa sa inaakala niya noong una.

Ang interes ni Salt ay ang paglutas ng mga isyu sa kalakalan sa paraang makakatulong sa mga ordinaryong Amerikano—tulad ng mga nasa loob at paligid ng Carterville—at parangalan si Meredith sa pamamagitan ng pagsisikap na mapabuti ang mga pandaigdigang tugon sa mga isyu sa kalusugan. Sa diwa, isa siyang malayang mangangalakal. Naniniwala siyang isang pagkakamali ang pagbibigay ng artipisyal na proteksyon o pagpapataw ng mga artipisyal na paghihigpit sa mga negosyo at industriya. Sa kalaunan, kailangan nilang makipagkumpitensya.

Ngunit maraming tulong mula sa gobyerno ang ipinamamahagi sa buong mundo sa pagsisikap na mapigilan ang resesyon. At maging si Salt ay pabor sa mga hakbang upang matiyak ang mga bagay tulad ng pantay na larangan, naaangkop na proteksyon sa intelektwal na ari-arian, at pagpapaunlad ng mga bagong negosyo. Ang ganitong uri ng mga isyu ay nakapag-udyok kay Salt na makilahok sa isang misyon. Ang pakikipagkita sa mga Briton upang talakayin ang mga kasunduan sa malayang kalakalan ng US-UK, na tiyak na makakaapekto sa mga kasunduan sa kalakalan ng US-EU, ay nakakuha rin ng kanyang atensyon. Siyempre, ang elepante sa silid na ito ay ang Tsina, at ang pagpapabuti ng napakakumplikado at magulong relasyon sa kalakalan (o digmaan ba ito?), kabilang ang kontrobersiya ng Huawei, ay maaaring magkaroon ng malaking epekto sa sariling bansa. Iyon ang uri ng bagay na ipagpapaliban ni Salt ang kanyang pagreretiro.

Ang pakikitungo sa Iran ay hindi nangangakong lubos na mapapabuti ang mga isyu sa kalakalan sa Estados Unidos. Ang Estados

Unidos ay mahalagang malaya sa enerhiya, at ang sitwasyon sa Iran ay isang gulo na talagang nagsimula nang ilang siglo. Ang Iran ay talagang napakahalaga, ngunit hindi ito magiging karapat-dapat na lugar para sa Salt, at hindi siya natutuwa na itinutulak siya sa direksyong ito. Nag-aalala siya na nahihila siya sa kaguluhan ng Beltway gayong gusto naman talaga niyang magtuon sa pagtulong sa mga nasa labas ng Beltway.

Ang pakikitungo sa Iran ay hindi nangangakong lubos na mapapabuti ang mga isyu sa kalakalan sa Estados Unidos. Ang Estados Unidos ay mahalagang malaya sa enerhiya, at ang sitwasyon sa Iran ay isang gulo na talagang nagsimula nang ilang siglo. Ang Iran ay talagang napakahalaga, ngunit hindi ito magiging karapat-dapat na lugar para sa Salt, at hindi siya natutuwa na itinutulak siya sa direksyong ito. Nag-aalala siya na nahihila siya sa kaguluhan ng Beltway gayong gusto naman talaga niyang magtuon sa pagtulong sa mga nasa labas ng Beltway.

Nagkita sina Salt at Louise sa lobby ng hotel bandang alas-sais y medya at nag-ulat tungkol sa kanilang mga assignment. Si Louise ang may mga inaayos na flight, at si Salt naman ang may reserbasyon para sa Indian dinner. Tahimik silang naglakad papunta sa restaurant at agad nilang napansin ang pagsunod ng mga staff sa mga kinakailangan sa mask at distancing pagpasok nila.

Pagkatapos makaupo at umorder ng mga inumin at appetizer, sinimulan ni Salt ang diskusyon. "Kaya, Louise, sabihin mo sa akin ang iyong palagay tungkol sa lahat ng ito at kung ano ang kahulugan nito para sa iyo. Ano ang gusto mong makuha mula rito?"

"Aba, komplikadong mga tanong iyan," sagot ni Louise, "at naisip ko ang mga ito habang tumatakbo ako ngayong hapon. Gaya ng napag-usapan natin sa Helen's Place sa Carterville—na parang napakatagal na panahon na ang nakalipas—sabik akong mapalapit sa diplomatic corps sa kahit anong paraan, kaya isa itong napakalaking pagkakataon para sa akin kung magagawa natin ito sa anumang kapansin-pansing antas. Naiintindihan ko na tayo ay nasa magkaibang lugar sa ating buhay at nagiging makasarili ako at ginagamit kita sa ilang antas, ngunit totoo rin na hindi ka sigurado sa gusto mong gawin. Handa ka na ba talaga para sa pagreretiro sa bansa? Isa kang maalalahanin na tao at isang makabayan sa sarili mong paraan, ngunit hindi ka kailanman lalabas at magmamaneho ng traktor. Nagdududa ako kung handa ka nang isakripisyo ang mga ito, at ganoon ka rin. Sa tingin ko ay mababaliw ka."

Insutil na sumagot si Salt. "Hindi ko alam na isa ka palang psychiatrist at isa rin sa tinatawag ng bagong barbero ko na mga miyembro ng Deep State na matutulis ang ulo. Pero aaminin kong hindi ka naman nagkakamali. Nahihirapan ako at handa akong aminin iyan sa iyo. Napakalaki ng nakataya sa partikular na larong ito. Sa madaling salita, hindi tayo ang malamang na makakagawa nito, at kung hindi lang kailangan ng virtual na anonymity, hindi tayo uupo rito. Para sa akin, isa itong palaisipan. Kung gagawin natin ito, hindi natin ito masisira. Sino ang may kailangan ng ganoong pressure?"

"Totoo ang pressure, inaamin ko," sabi ni Louise, "pero isipin mo kung gaano kaganda kung gaganap ka ng kahit maliit na papel sa pagsisimula ng pagpapanumbalik ng Estados Unidos sa isang lugar na may tunay na respeto, impluwensya, at moderasyon sa mundo, kabilang na sa larangan ng pangangalagang pangkalusugan. Sa isang banda, lahat tayo ay narito para makagawa ng kabutihan. Gawin na lang natin ang ating makakaya."

Gusto ni Louise na ihinto muna ang pag-uusap at bigyan ng oras ang kanyang mga komento para maintindihan ito. Sabi niya, "Pasensya na, kailangan kong pumunta sa ladies' water closet. Isipin mo kung ano ang maaari nating makamit, at baka masisiyahan pa tayo sa pakikipagtulungan sa isa't isa. Hindi ka naman kasing-dinosauro gaya ng inaakala nating dalawa." Pagkatapos ay wala na siya.

Pagkabalik ni Louise, nagpatuloy sila sa mas magaan na pag-uusap, tinapos ang hapunan, at binayaran ni Salt ang tseke.

Habang nagsisimula silang maglakad patungo sa hotel, nagtanong si Louise, "Nakita mo ba ang dalawang lalaking iyon sa dilim habang palabas tayo ng restaurant? Nakatayo lang sila doon paglabas natin ng restaurant, pero ngayon ay naglalakad na sila mga animnapung yarda sa likuran natin. Maghiwa-hiwalay tayo. Sasakay ako ng taxi papunta roon, at maglakad ka pabalik. Tingnan natin kung ano ang gagawin nila."

Huminto ang dalawang lalaki at tahimik na nag-usap habang naghihiwalay sina Louise at Salt. Dahil walang ibang taxi na malapit sa kanila, lumingon sila para sundan si Salt. Ngunit nanatili silang tahimik habang papalapit si Salt sa hotel. Inamin na ngayon ni Salt sa kanyang sarili na tama si Louise tungkol sa posibleng paghabol. Pero ano ang gagawin tungkol dito? Wala, pagtatapos ni Salt, maliban sa pagiging alerto at maingat. Bukod pa riyan, nasa Berlin na sila ng madaling araw bukas.

Pagdating sa hotel, nagkita muli sina Salt at Louise sa bar ng hotel, at ibinahagi ni Salt ang kanyang kasunduan kay Louise tungkol sa buntot. Napagkasunduan nilang babanggitin nila ito kay Stuart sa susunod na tawag na magbibigay ng pagkakataon. Pagkatapos ng isang baso ng alak, biglang tumayo si Louise at hinalikan si Salt sa ulo at, matapos lingunin si Salt habang palabas ng bar, pumunta sa kanyang kwarto nang walang imik. Nang makaalis si Louise, napaisip si Salt kung ano ang ibig sabihin noon at paano siya makakatulog pagkatapos ng ganoong klaseng teaser.

Pareho silang natulog na nag-iisip ng mga bagay-bagay.

Mga isang oras pagkatapos nilang umalis sa bar, gumamit si Louise ng isang gizmo para buksan ang electronic lock sa pinto ni Salt at pumasok. Mukhang maganda pa rin siya at halos walang suot. Walang imik, umakyat siya sa kama kasama si Salt, at mas nagkakilala sila. Wala na si Louise nang magising si Salt noong Huwebes ng umaga.

Matapos umupo sa gilid ng kama kinabukasan, napaisip si Salt kung panaginip lang ba ang nangyari noong isang gabi. Isa itong napakasamang panaginip, kung iyon nga iyon. Ngunit mayroong sikolohikal na komplikasyon. Nagsimulang makaramdam ng pagkakasala si Salt na parang niloloko niya ang kanyang asawa.

Pumanaw na ito siyam na buwan na ang nakalilipas, ngunit nanatiling tapat si Salt sa kanyang alaala, at araw-araw niya itong hinahanap-hanap. Tapat na naniniwala si Salt na kailangan niyang magpatuloy sa kanyang buhay, at iyon ang gugustuhin ng kanyang asawa.

Ngunit naroon pa rin ang hindi mapakali na pakiramdam.

Nagkita sina Salt at Louise sa lobby. Pareho silang tahimik nang umalis sa hotel sakay ng taxi, pagkatapos ay sa paliparan, at sa eroplano. Walang bakas ng buntot—kung mayroon man. Ngunit sinabi ni Louise na nararamdaman niya ito sa kanyang mga buto.

KABANATA 34

Berlin – Pagkuha ng Direksiyon

(Pebrero 25, 2021)

Dahil hindi pa ganap na naipapatupad ang Brexit, hindi nila kinailangan ng mga visa o iba pang bagong dokumento sa paglalakbay para sa mga flight ng Heathrow patungong Berlin.

Kinailangan nga nila ang kanilang mga sertipiko sa pagsusuri sa COVID-19. Hindi naman ganoon katagal ang flight, at nakakagulat na siksikan ito, dahil karamihan sa mga pasahero ay nakasuot ng maskara, kaya walang seryosong pag-uusap. Sumakay sila ng taxi sa paliparan ng Berlin at, sa pagpupumilit ni Louise, patuloy silang nag-iingat sa kanilang mga sinasabi sa mga pampublikong lugar at sa loob ng taxi. May nagsanay sa kanya nang mabuti.

Habang papunta sa sentro ng Berlin mula sa paliparan, naalala ni Salt kung gaano kawili-wili at magkakaiba ang Berlin at kung gaano ito kakumplikado. Ang Berlin ay parang isang mas bagong lungsod kaysa sa maraming iba pang kabisera sa Europa, at karamihan dito ay mas bago pa. Nagdusa ito ng malubhang pinsala noong Ikalawang Digmaang Pandaigdig at pagkatapos ay nahadlangan ng pagiging isang isla sa loob ng Silangang Alemanya, kung saan ang lungsod mismo ay hinati ng pader mula 1961 hanggang 1989. Pagkatapos ng muling pagsasama-sama noong Oktubre 3, 1990, nagkaroon ng napakalaking pamumuhunan sa Silangang Alemanya at Silangang Berlin, na nagresulta sa mga mas bagong gusali na may kakaibang arkitektura kumpara sa Paris o sa malaking bahagi ng London.

May nananatili pang iba't ibang bakas ng nakaraan sa lungsod. Kabilang dito ang mga kahanga-hangang museo, ang Checkpoint Charlie, ang Brandenburg Gate, at ang mga labi ng Berlin Wall—na muling gumigising sa alaala ng mga sapat na ang edad upang maalala ang sinabi ni Pangulong Reagan kay Mikhail Gorbachev noong 1987, sa isang talumpati sa Brandenburg Gate: **"Tear down this wall."**

Naroon din ang maraming mapagnilay na mga memorial na nagpapakita ng malalim na pambansang kamalayan sa Holocaust.

Natagpuan nina Louise at Salt ang Novatel hotel malapit sa Foreign Office, nag-check in, at kumain ng tanghalian habang hinihintay si Gretchen. Noong taong 2000, lumipat ang Foreign Office mula sa Bonn, ang kabisera ng Kanlurang Alemanya, bago ang muling pagsasama. Ang kanilang pagpupulong noong Biyernes ng umaga ay gaganapin sa Federal Foreign Office, na matatagpuan sa isang modernong gusali sa Werderscher Market, hindi kalayuan sa Spree River sa lugar ng Berlin na kinaroroonan ng ilang museo at gusali ng gobyerno.

Isa pang kamakailang pagbabago ang kinasangkutan ng gobyerno. Pagkatapos ng 16 na taon sa pamumuno, nagbitiw si Angela Merkel bilang German Chancellor. Ang Germany ay mayroong hanggang 38 partido. Upang palitan si Ms. Merkel, ang konserbatibong CDU/CSU at ang Christian Democrats, parehong partidong center-right, ay bumuo ng isang partidong koalisyon. Taglay ang malawak na karanasan sa EU, si Olaf Scholz ay itinalagang Chancellor, at si Johann Wadephul ay itinalagang German Federal Minister of Foreign Affairs.

Naghintay sina Salt at Louise sa coffee shop para sa pagdating ni Gretchen Grant. Lumapag na siya sa Berlin nang umagang iyon sakay ng isang karaniwang naantalang komersyal na red-eye flight mula DC, naghintay nang matagal sa mga naka-check in na bagahe, at pagkatapos ay umidlip sandali pagdating sa hotel. “Paano kung may backgrounder tungkol kay Gretchen?” tanong ni Salt kay Louise habang naghihintay sila.

“Napakahusay,” sabi ni Louise. “Hindi siya kailanman magdadala ng armas sa larangan, ngunit magagamit niya ang kanyang mahusay na kasanayan sa pakikisalamuha sa halos anumang sitwasyon. Nakakapagsalita siya ng dalawa o tatlong wika, may mahusay na pagpapasya, at kilala ang lahat sa Ahensya at Estado. Palagi siyang hinahanap-hanap. At isa rin siyang mabait na tao.” “Pero nakakakita ba siya ng mga buntot?” tanong ni Stuart, medyo nagbibiro lang.

“Oo naman, at masusundan ka niya nang walang anumang kahirap-hirap,” nakangiting sabi ni Louise. “Para sa akin iyon,” sabi ni Salt. “Siguro kailangan kong bigyan ng kredito si Stuart. Binigyan niya ako ng mga all-star na makakatrabaho. Siguro iniisip niya na kailangan ko ng tulong, at tama siya.”

Sumali si Gretchen sa kanila noong 3:00 n.h. Medyo mas matangkad at mas mabigat siya kaysa kay Louise, hindi gaanong mukhang atletiko, may kulot, mahaba, at maitim na buhok, at kaakit-akit. Animnapung segundo lang ang lumipas bago niya napagtanto na matalino pala siya, at isa sa mga lengguwahe niya ay Aleman.

Nagkape sila sa isang tahimik na sulok ng coffee shop at pagkatapos ay tumuloy sa kwarto ni Salt para sa mas detalyadong pag-uusap at pag-update.

“Well,” sabi ni Salt, “dapat ay interesante ito. Magiging ibang-iba ang pagpupulong na ito kaysa sa ginawa namin sa London. Sa kasong ito, nakipag-ugnayan ang mga Iranian sa mga Aleman sa isang tila pagsisikap na buksan ang mga bagay-bagay. Nangangahulugan ito na si Johann Wadephul, ang bagong pederal na ministro ng Alemanya para sa mga ugnayang panlabas, ay may alam at makakasangkot sa ilang antas. Sa pinakamababa, mas mataas ang ranggo namin. Makakasiguro tayo na nakausap na ni Stuart ang ministro. Inaasahan kong darating ang ministro sa mga pagpupulong na ito. Hihilingin natin kay Martin Weber, na tila isang uri ng taga-troubleshoot para sa ministro at kasangkot sa mga negosasyon ng JPCOA."

"Kilala ko siya," sabi ni Gretchen. "Kasangkot siya sa mga nasa laylayan ng JCPOA at matalino at medyo mahirap tanggapin. Napaka-linear niya sa kanyang pag-iisip at gugustuhin niyang manguna. Iminumungkahi kong makinig tayo sa halos lahat ng aspeto, ipahayag ang ating kahandaang maglaro ng bola, pag-usapan ang mga susunod na hakbang, at hayaang makipagbuno si Stuart o ang Pangulo kay Martin at sa ministro kung sino ang mangunguna dito. Sa pagkakaintindi ko, sasamahan tayo ni Walter Williams sa telepono bukas at ipaalala sa atin ang background para makasiguro tayong lahat ay kumakanta mula sa iisang himno."

"At siya nga pala," sabi ni Gretchen, "ang balita ay sa pagtatapos ng araw ngayon sa Estados Unidos, ipapadala ng Pangulo sa Senado ang nominasyon ni Stuart Bacon para maging kalihim ng estado."

Sabi ni Salt, "Naku. Alam kong darating ito pero hindi ko alam ang tiyempo. Dapat ay may mataas na tungkulin si Stuart sa bagong administrasyon, pero sa maikling panahon, malilihis siya ng atensyon dahil sa paghahanda para sa mga pagdinig sa kumpirmasyon ng Senado at napakahirap makuha.

Kailangan nating tandaan na, neto, neto, ang nominasyon ni Stuart ay isang magandang bagay sa pangmatagalan. Kailangan lang nating tiisin ang mga isyu sa logistik sa maikling panahon, at magkakaroon ng mas mataas na panganib ng mga tagas kaysa kung hindi ka kasama sa proyekto. Walang simple."

Binigyan ni Gretchen sina Salt at Louise ng mga kopya ng detalyadong pakete ng background briefing na ipinangako. "Isang bagay para hindi kayo mainip ngayong gabi bago tayo makipagkita sa mga Aleman bukas ng umaga," sabi niya. Napagkasunduan nilang magpahinga muna si Gretchen ngayong gabi at sina Salt at Louise ay magkakaroon ng room service at pag-aaralan ang mga briefing package na dala ni Gretchen sa eroplano gamit ang kanyang carry-on baggage.

KABANATA 35

Paunang Kaisipan ng Koponan

(Pebrero 26, 2021)

Nagkita sila para magkape noong Biyernes ng umaga at pagkatapos ay tumungo sa Foreign Office. Habang papunta roon, sinabi ni Louise kay Gretchen ang posibilidad ng mga buntot. "Kawili-wili," komento ni Gretchen. "Hindi ko talaga inaasahan iyon. Dios ko po"

Binati sila ni Martin Weber sa Foreign Office, kinuha ang kanilang temperatura, binigyan ng mga maskara, at sinamahan sila sa isang panloob at modernong conference room na walang mga bintana, kulay abong dingding, puting mga counter, at mga mesang salamin. Walang anumang bagay sa mga dingding. Malamig at payat ang pakiramdam ng silid, ngunit ang anumang silid na moderno ay kailangang maging ligtasIpinakilala ni Weber ang tatlo pang miyembro ng koponang Aleman, Ministro ng Ugnayang Panlabas Wadephul sa lalong madaling panahon.

Ipinakilala ni Salt si Walter Williams, na sumama sa pamamagitan ng isang ligtas na landline mula sa Washington, kung saan hatinggabi na noon. Ipinaliwanag ni Salt na hindi siya sigurado kung sino ang nag-ayos para sumali si Walter sa sesyon, ngunit lahat ay sumang-ayon na ang pagtiyak na ang grupo ay may mga karaniwang impormasyon sa background ay isang magandang ideya. Hiniling ni Salt kay Walter na magbigay ng pinaikling bersyon ng Reader's Digest. Biyernes nga pala iyon sa Berlin, at magkakaroon ng mga limitasyon sa mga saklaw ng atensyon.

Ibinigay ni Walter ang pangkalahatang-ideya ng kanyang pinagmulan at ipinaalala sa kanila na ang Joint Comprehensive Plan of Action, o ang JCPOA (ang tinatawag ng karamihan na "kasunduan sa nukleyar ng Iran"), ay nilagdaan noong Hulyo 2015 pagkatapos ng halos dalawang taon ng negosasyon. Ang mga partido ay ang Iran at ang limang permanenteng miyembro ng UN Security Council (China, France, Russia, UK, at Estados Unidos), kasama ang Germany at ang European Union—isang mahirap na grupo kung mayroon man. Ang kasunduan ay nauna sa mga taon ng mas maliliit na negosasyon ng grupo, simula noong 2003. Tumanggi ang Estados Unidos na lumahok sa mga talakayang iyon.

Nagpatuloy si Walter, "Hindi perpekto ang kasunduan, gaya ng nililinaw ni Pangulong Pope noon. Ngunit sa maraming aspeto, ito ay kahanga-hanga. Ang pagsasama-sama lamang ng mga partidong iyon at pagsang-ayon sa kahit ano sa loob ng labinlimang taon ay isang maliit na himala."

"Sinasaklaw ng kasunduan—at binigyan namin si Gretchen ng ilang nakasulat na impormasyon tungkol dito upang ibahagi sa inyo: (1) kakayahan sa nukleyar, kabilang ang isang imbentaryo ng enriched uranium at mga centrifuge at inspeksyon ng International Atomic Energy Agency; (2) mga maagang yugto ng mga eksepsiyon mula sa mga probisyong nukleyar na nagpapahintulot sa pagluwag ng ilang mga parusang pang-ekonomiya; at (3) mas malawak na kaluwagan mula sa mga parusang pang-ekonomiya sa paglipas ng panahon.

"Ang JCPOA ay kontrobersyal sa Estados Unidos noong panahon at kasunod ng pag-aampon nito noong 2015. Sinuportahan ng administrasyong Obama ang kasunduan, ngunit nangampanya si Pangulong Pope laban sa kasunduan noong halalan sa pagkapangulo noong 2016. Tulad ng alam ninyo, si Pangulong Evans ay isang tagasuporta ng mga prinsipyo sa likod ng kasunduan noong mga negosasyon at kampanya noong 2020 ngunit hindi niya inendorso ang kasunduan bilang ganito."

Matalas na tanong ni Martin, "Maaari mo ba kaming ipaalala noong huminto ang Estados Unidos sa kasunduan?"

Sumagot si Walter, "Umatras si Pangulong Pope sa kasunduan noong Mayo 8, 2018, at kasabay nito ay nagpataw ng mas mahigpit na parusang pang-ekonomiya sa Iran. Ang pag-atras ay kasing kontrobersyal ng pagpasok sa kasunduan sa simula pa lang. Ang aming pagkakaintindi ay ang mga kaalyado ng US ay noong una ay natulala, pagkatapos ay nagalit nang husto. Sinubukan ng ibang partido na panatilihin ang kasunduan, ngunit ito ay nasira, habang hinihintay ang resulta ng halalan ng US noong 2020. Ang kahirapan sa pagpapanumbalik ng kasunduan ay pinatindi rin ng pagkakasangkot ng Iran sa iba't ibang labanan sa Iraq, Syria, Yemen, at Lebanon noong 2020 at ng pandemya ng COVID-19. At, siyempre, ang katayuan ng kasunduan ay naapektuhan ng mga geopolitical na pag-unlad na kinasasangkutan ng Estados Unidos, Russia, at China. Ang paksang ito ay isang napakakumplikadong sapot."

Napansin ni Salt sa kanyang sarili na mahusay ang ginagawa ni Walter sa pagbibigay ng balanseng pagsasalaysay ng kaugnay na kasaysayan. Kakaunti lamang ang pabor-Amerikanong pagbaluktot sa mga katotohanan. Mahalaga iyon para sa pagbuo ng kredibilidad. Kinilala rin ito ng mga Aleman at hindi nagbigay ng mga hindi balanseng tanong o komento. Napakagalang ng tugon. Nagpatuloy si Walter, "Ang kasalukuyang kalagayan ay, sa praktikal na aspeto, ang kasunduan ay patay na. Nagpahiwatig na ang administrasyong Evans ng interes na ayusin ang kasunduan, ngunit ang mga hinihingi ng

Iran ay masyadong mataas sa ngayon. Mayroong ilang mga partido na nagnanais na mapabuti at maibalik ang kasunduan. Bukod dito, ang posibleng paggamit ng mga reserbang petrolyo ng Iran upang mabawi ang pagkawala ng mga suplay mula sa Ukraine ay maaaring maging isang malaking pag-unlad ngunit malamang na isang panaginip lamang (walang nilalayong biro). Hindi iyon mangyayari kung walang malakas na senyales ng seryosong interes mula sa Estados Unidos at Iran. Dahil sa mga hamong kaugnay ng Estados Unidos, Tsina, at Russia sa kasalukuyang panahon, ang unang pakiramdam ay mas makatuwiran para sa Estados Unidos at Iran, at marahil sa Alemanya, na mag-usap sa isa't isa at gumawa ng progreso bago tipunin ang isang koleksyon ng iba pang mga partido sa mesa, na sa kasalukuyan ay parang eksena sa bar sa unang pelikulang Star Wars. Gaya ng pinatunayan ng unang pakikipag-ugnayan dito, ang Alemanya ay maaaring ang pinaka-nakatutulong sa mga partido na hindi Amerikano sa kasunduan. Ngunit kailangan nating tandaan na ang mga Ruso at Iranian ay patuloy na nakikipag-usap."

Nagtapos si Walter, "Kaya, iyan ang JCPOA para sa matatalinong tao, kumpara sa mga bobo. Ang isang buong briefing ay aabutin ng ilang araw, at wala kaming mga araw. At lantaran kaming nagdududa na kailangan ninyong maging handa para sa mga makabuluhang talakayan."

Sama-samang nagpasalamat ang grupo sa Germany kay Walter, na pagkatapos ay pumirma. Nagpahinga sila para sa tanghalian ng mga salad, maliliit na sandwich, at mga crisps na dinala. Sa kabila ng lahat, nakakagulat na relaks ang mood. Inisip ni Salt kung nahihirapan ang mga German na seryosohin ito.

Sa panahon ng tanghalian, inirekomenda ni Martin Weber na, sa anumang pagpupulong na gaganapin sa susunod na linggo hanggang sampung araw, ay hindi dapat magkaroon ng dahilan para subukang gumawa ng makabuluhang pag-unlad. Ang agenda ay kung seryoso ba ang Estados Unidos at Iran sa pag-uusap, kung sino ang dapat na kasangkot, at ang logistik na nauugnay sa kung ano ang kailangang maging lihim na negosasyon kung maaari.

Nagkomento si Louise, "Para sa akin ay mayroong isang araw na sesyon ng pagkilala na may sapat na nilalaman upang maging kapaki-pakinabang tayo sa antas ng interes ng Iran sa makabuluhang mga talakayan." Sumang-ayon ang iba sa maikling pangkalahatang-ideya na iyon.

KALAMATA 36

Pagbisita ng Ministro ng Alemanya

Pebrero 26, 2021

Pagkatapos ng tanghalian, tinanong ni Martin ang pangkat ng mga Amerikano, "Saan sa tingin ninyo tayo pupunta mula rito?" Sa sandaling iyon, pumasok si Ministro ng Ugnayang Panlabas na si Johann Wadephul at sumali sa pulong. "Tamang-tama ang tiyempo," sabi ni Martin, "dahil nagsisimula pa lang kaming mag-usap tungkol sa kung ano ang gusto naming gawin sa pagkakataong ito—kung ito nga ay isang pagkakataon."

Iminungkahi ni Salt na makakatulong na muling talakayin ang eksaktong sinabi ng mga Iranian kay Martin at sa kanyang pangkat noong kamakailan lamang ay nagtanong sila tungkol sa pagpapatuloy ng mga talakayan. "Tama iyan," sabi ni Ministro Wadephul sa perpektong Ingles, "ngunit bago tayo tumuloy diyan, sino ka ba, Salt? Mayroon kaming mga matataas na tao rito sa Ministri na kasangkot sa US sa iba't ibang bagay, at matagal na akong naglilibot sa mundo ng diplomasya at, walang pagsisisi, bigla kang sumusulpot mula sa kung saan sa ngalan nina Pangulong Evans at Stuart Bacon, na pinag-uusapan ang ilang napakahalagang bagay."

"Pasensya na, akala ko binigyan ka ni Stuart ng backgrounder," sagot ni Salt.

"Oo," sagot ni Ministro Wadephul, "pero alam mo naman si Stuart; mabilis siyang gumalaw sa mga bagay-bagay kahit minsan lang.

"Buweno," sabi ni Salt, "Hindi naman talaga ako ang pinakakwalipikadong tao para sa ginagawa ko rito, at maaaring hindi ako kwalipikado, pero iyon din ang dahilan kung bakit ako nandito. Walang sinuman sa mundo ang mag-aakalang may ginagawa akong seryosong diplomatikong bagay, at walang sinuman ang mapagkakamalang isang tagagawa ng desisyon. Mababa ang posibilidad na isipin ng media o ng iba na gumagawa ako ng isang bagay na dapat ibalita. Sa palagay ko, sa ilang aspeto, ako ang personipikasyon ng pamamahala ng mga inaasahan. Ngunit sinusuportahan ako ng dalawang magagaling na umuusbong na diplomat, sina Louise at Gretchen, pati na rin si Walter, at sapat ang aking talino para hindi magpakamatay sa diplomasya. Alam kong hindi dapat ako ang nasa isip ko.

At hindi ako narito dahil malaki ang naiambag ko sa politika kaninuman. Sa esensya, wala akong pakialam sa politika ngunit nakatuon ako sa paghahanap ng gitnang landas sa halos lahat ng aking ginagawa. Hindi maaaring magkaroon ng labis na panalo at talunan sa aming ginagawa—isang pamamaraang tinanggihan ng huling administrasyong US."

Nagpatuloy si Salt sa pagbibigay ng kaunting karagdagang impormasyon tungkol sa kanyang karera sa Treasury, State, at law firm. Si Ministro Wadephul at ang iba pa ay nakinig nang mabuti.

Nagpatuloy si Salt, "Maaari ko ring maging ganap na prangka tungkol sa aming misyon dito. Nang umalis kami sa Estados Unidos noong unang bahagi ng linggong ito, bibisitahin namin ang malalapit na kaalyado, kabilang ang Alemanya, tungkol sa kung paano ayusin at pahusayin ang diplomatikong relasyon sa mga pangunahing kaalyado at iba pa sa buong mundo. Ang Alemanya ay nasa tuktok ng listahan, at gusto at kailangan naming makipag-usap sa inyo tungkol sa Alemanya, EU, NATO, Ukraine, at sa rehiyon sa pangkalahatan, at mga pandaigdigang isyu sa kalusugan. Ngunit natanggap ninyo ang tawag mula sa Iran, at kinailangan naming lumihis. Hindi ibig sabihin nito na hindi kami lubos na interesado sa mga talakayan ng Alemanya-Europa. Sa katunayan, ilalarawan namin ang mga paksang iyon bilang parehong apurahan at mahalaga."

Nang matapos si Salt, sinabi ng Ministro, "Bueno, salamat sa huling bahagi. Nakakatulong ito na magbigay ng konteksto kung paano ka nahikayat na sumali sa mga talakayang ito. Isa kang kakaibang pagpipilian para sa lahat ng ito, ngunit nasa isang hindi pangkaraniwang misyon ka. Kaya marahil perpekto ka. Pakitandaan lamang na ang kredibilidad ng Germany—hindi pa kasama ang aming suplay ng gas—ay nakataya rin sa gawaing ito, at dapat sabihin na ang aming karanasan sa iyong huling administrasyon ay nakakasira sa aming reaksyon sa iyo. Sa totoo lang, madalas na kaming naloko ng Estados Unidos; mag-iingat kami rito. Ang kawalan ng tiwala ay ramdam na ramdam sa buong Germany. Hindi lamang ang ating mga diplomat ang mag-aalala tungkol sa pakikipagtulungan sa Estados Unidos, kundi pati na rin ang pangkalahatang publiko. Hindi tayo dapat ituring na masyadong nakatuon sa anumang bagay. Pakiunawa na hindi ito personal—kahit papaano hindi pa sa ngayon." At noon lamang ngumiti si Ministro Wadephul.

"Naiintindihan ko," sabi ni Salt. "At pinahahalagahan ko ang iyong katapatan. Maaaring magkasundo tayo."

"Mabuti," sabi ni Ministro Wadephul. "Maaari kang makipag-usap kay Martin na parang kinakausap mo ako, at inaasahan kong palagi niya akong inaalam. Ituloy mo lang." At umalis na siya.

Hindi sigurado si Salt kung ano ang gagawin sa usapan nila ng Ministro, na tila makatwiran at nakakagulat na direkta at impormal. Malinaw na ayaw ng Ministro na makita ang kanyang mga bakas ng daliri sa pangyayaring ito, at sapat ang kanyang paniniwala tungkol doon para ibigay ang kontrol sa isang taong malamang na hindi dapat manguna. Napakaganda ng sitwasyon para sa mga Aleman. Mayroon silang kapani-paniwalang pagtanggi at may masisisi kung sakaling humantong ang mga bagay-bagay sa timog. Walang lakas ng loob, walang karangalan, naisip ni Salt.

KABANATA 37

Berlin: Mga Susunod na Hakbang

Pebrero 26, 2021

Nagkunwari si Salt na hindi niya naayos ang mga bagay-bagay sa sarili niyang isipan. "Naku," sabi niya. "Hindi tayo nakarating sa susunod na hakbang kasama ang Ministro bago siya umalis."

"Tama," sabi ni Martin. "May dalawang dahilan para diyan. Una, sa tingin niya ay ayos lang sa iyo kung isang kakaibang pagpili. Sa ngayon, mayroon kang benepisyo ng pagdududa. Pangalawa, sa anumang pagkakataon, gusto niya ng makatuwirang personal na pagtanggi. Kakalinis mo lang pagkatapos ng ilang kamakailang halalan at nahaharap sa midterms. Si Pangulong Pope, na hindi natin mapagkasunduan, ay natapos ang isang halalan sa Estados Unidos at nakikipaglaban na sa susunod. Narito ang pakikitungo natin sa isang bagong gobyerno na wala pang bigat ng dating Chancellor Merkel. Gayunpaman, binigyang-diin niya na ang isang malakas na koalisyon ay sumusuporta sa Gobyerno, at ang mga Aleman, tulad ng sinuman, ay naiintindihan ang mga implikasyon ng Ukraine, kabilang ang kung paano painitin ang mga bahay sa susunod na taglamig. Kaya, sa madaling salita, tulad ng sinasabi ninyong mga Amerikano, pareho tayong medyo walang magawa sa mga tuntunin ng pangangasiwa. Mas mabuti pang huwag nating sirain ang mga bagay-bagay."

Dahil doon, nagpahinga sila nang labinlimang minuto, kung saan ang bawat koponan ay pupunta sa kani-kanilang sulok ng malaking silid. Ipinaliwanag ni Salt ang kanyang pagsusuri sa sitwasyon, at sumang-ayon naman ang iba. Gusto man natin o hindi, ang pangkat ng US ang mangunguna sa pagpupulong kasama ang Iran.

Nagpatuloy sila, si Martin ay bumalik sa tanong kung ano ang sumunod na nangyari at si Salt ay bumalik sa tanong kung ano ang sinabi ng mga Iranian.

"Sige," sabi ni Martin, "Mauna na ako. Nasa silid ako, at kakaunti lang ang kanilang sinabi. Dalawa lang sila. Sinabi nila na, dahil sa pagpapalit ng administrasyon ng US, tila lohikal na sandali para isaalang-alang ang pagpapatuloy ng mga talakayan. Gayunpaman, hindi pa sila gaanong komportableng nakikipag-ugnayan sa bagong administrasyon ng US. Dahil kilala nila ang ilan sa amin, nagpasya silang hingin ang aming mga saloobin." Sinuri ni Martin ang ilan sa mga diyalogo mula sa pulong.

Tinanong ng mga Aleman kung may mga panukala ang mga Iranian, lalo na sa mga isyung nuklear. Ang sagot ay wala. Tinanong din ng mga Aleman kung ano ang mga layunin ng Iran para sa anumang talakayan, at ang sagot ay mabilis na pag-alis ng mga parusa sa ekonomiya, na lumilikha ng kawalang-tatag sa loob ng bansa at nagpapalala sa matinding kondisyon ng COVID-19. Tumugon ang pangkat ng Aleman na ang pag-uusap tungkol sa pag-alis ng mga parusa nang walang mga isyung nuklear na nasa mesa ay hindi dapat pag-usapan. Sa pinakamababa, kakailanganin ang sabay-sabay na pag-unlad, at sinabi ng mga Aleman na ang mga kaalyado at iba pang partido ay maaaring mangailangan ng pag-unlad sa mga isyung nuklear bago makamit ang anumang tulong. Nagpahayag ng pagkadismaya ang mga Iranian sa balitang iyon, ngunit sa totoo lang, alam nilang iyon ang magiging sagot.

"Sa madaling salita," pagtatapos ni Salt, "sa unang tingin, ang pagpupulong ay pag-aaksaya lamang ng oras, ngunit isa pa rin itong senyales na ang Iran ay may mga isyu sa kaguluhan sa loob ng bansa dahil sa mga epekto ng mga parusa at ng coronavirus at nais nitong makasama tayo sa isang silid." "Medyo pinasimple iyon ngunit tama," sabi ni Martin.

Napansin ni Louise, "Ang ibig sabihin nito ay ang unang pagpupulong na kinasasangkutan ng Estados Unidos ay kinakailangan ngunit magiging parang walang kwenta lamang. At sa totoo lang, wala tayong anumang panukala na mapag-uusapan. Parang mag-aaksaya tayo ng oras at pera sa isa pang ehersisyo na marahil ay isang bagay na kailangan nating gawin ngunit mahirap ikatuwa sa positibong paraan."

Tanong ni Gretchen, "Sinasabi ba natin na handa tayong magkaroon ng pagpupulong hangga't hindi tayo mag-aalok o magbibigay ng kahit ano at gagamitin ito para subukang makakuha ng karagdagang impormasyon mula sa kanila?"

"Sa palagay ko," sabi ni Salt. "Ano ang masasabi mo, Martin?"

Sinabi ni Martin, "Nagkakasundo tayo, pero kailangan kong subukang maabutan ang Ministro bago siya umalis. Bakit hindi tayo umalis ng conference room nang isang oras para masubukan mong makarating sa Estados Unidos, at makikipag-ugnayan tayo sa Ministro? Siya nga pala, ano ang maimumungkahi natin para sa isang lugar ng pagpupulong?

Berlin? Vienna? Geneva?"

Nag-isip si Salt nang ilang sandali. "Ayos naman ang lahat ng iyan, pero lugar iyon para sa seryosong mga talakayan. Hindi ako sigurado kung handa na tayo para sa isang prime-time na lokasyon kung saan maaaring mapansin tayo ng isang sopistikadong press. Susubukan ko ang Prague.

Isa itong magandang lungsod at mas mababa ang profile kaysa sa iba. Kung makapag-ayos tayo ng meeting, susubukan kong gamitin ang isang meeting room sa Zofin Palace sa ilog sa timog ng Old Town area sa Prague."

"Okay lang sa akin," sabi ni Martin. "Babalikan ka namin sa loob ng isang oras."

Dahil mas madalas siyang pumunta sa State, tumawag si Gretchen para subukang makausap si Stuart sa Estados Unidos. Hindi sinasagot ang mga tawag sa kanyang shoe phone, na hindi naman nakakagulat, at wala silang ideya kung sino ang nakausap ni Stuart, bagaman malamang na may kinalaman ito sa proseso ng kumpirmasyon ng Senado. Tinawagan nila si Walter, ipinaalam sa kanya ang petsa, at hiniling sa kanya na subukang hanapin si Stuart at makakuha ng berdeng ilaw.

Pagkatapos ng muling pagpupulong, ipinaalam nila kay Martin ang kalagayan ng laro kay Stuart, at may magandang balita si Martin—payag si Ministro Wadephul sa plano ngunit may ilang kundisyon. Una, kailangan itong manatiling lihim. Kung sakaling mabunyag ang pagtatakip, titigil ang mga Aleman sa pag-uusap at itatanggi na nagkaroon ng mga pag-uusap kamakailan. Pangalawa, nais niyang buuin ang posisyon ng mga kaalyado sa pagpapayaman ng uranium na maaaring gamitin bilang malabong teaser sa mga Iranian, ngunit kailangan itong maging isang mahirap na kahilingan. Panghuli, bago pumasok sa seryosong mga talakayan, kinakailangang maibalik ang mga kaugnay na bihag. Kailangang tukuyin ng pangkat ang ibig sabihin nito.

Napagkasunduan ng mga pangkat na mag-caucus sa kanilang mga sarili tungkol sa mga atas na ito sa Sabado at magkita muli sa Linggo ng ala-una ng hapon upang maunawaan ang kalagayan, bumuo ng mga puntong pag-uusapan, at maging handa para sa isang pagpupulong kasama ang mga Iranian sa lalong madaling panahon sa susunod na linggo. Dahil kasali siya sa mga huling talakayan kasama ang mga Iranian, napagkasunduan na hihilingin ng pangkat ng US kay Martin na tumawag upang magmungkahi ng isang pagpupulong sa susunod na linggo. Ang mga may atas ay umalis upang asikasuhin ang mga ito.

Pagkalipas ng tatlumpung minuto, binuksan ni Martin ang isang panel sa isang dingding ng conference room na may nakatagong bar, at naging impormal sila sa mga meryenda sa bar, mga alak, at German beer. Kalaunan, napagkasunduan nina Gretchen, Louise, at Salt na magkaroon ng isang hindi pangnegosyong hapunan at magkita ng ala-una ng hapon ng Sabado upang bumuo ng mga ideya para sa mga talakayan kasama ang kanilang mga bagong kaibigang Aleman sa Linggo ng hapon—maliban na lang kung may mangyaring hindi maganda (literal o matalinghaga) pansamantala.

Nagtatalon-talon ang Berlin noong Biyernes ng gabi, hindi masyadong pinapansin ang social distancing at mga maskara, kinailangan pang maghintay ng mesa ang US team sa isang usong restawran, ngunit nakaligtas sila at nasiyahan sa pagkaing-dagat. Naisip ni Salt na hindi ito Carterville.

Pumunta agad sila sa kani-kanilang mga kwarto pagkabalik sa hotel. Nang gabing iyon, pagkatapos maghanda para matulog, nag-ahit si Salt at kumatok sa pinto ni Louise sa pasilyo. Pinapasok niya ito. Muli, walang nagsalita.

KABANATA 38

Berlin—Nagsisimulang Mabuo ang mga Plano

Pebrero 27, 2021

Naging abala ang araw ng Sabado ngunit hindi kasing-siksikan ng nakaraang linggo. Nag-ehersisyo at naglakad-lakad si Salt, nag-ehersisyo at tumakbo si Louise, at tinalakay naman ni Gretchen ang iba pang mga bagay na naisip niya bago siya nagboluntaryo para sa kakaibang gig na ito.

Nagtipon ang team bandang ala-una sa silid ni Salt at pinag-usapan ang pangkalahatang kalagayan at mga pamamaraan sa pulong kasama ang mga Iranian. Bilang bagong manlalaro sa team, pinangunahan ni Gretchen ang kanyang pambungad na pahayag at sinabing hindi man lang tinangka ng Ministro na itago ang kanyang pananaw na ang mga manlalaro ng US ay isang hindi pangkaraniwang at iba't ibang grupo, at siyempre, mahirap na hindi sumang-ayon sa pagtatasa na iyon. Natuwa si Salt na ang interaksyon sa pagitan ng mga miyembro ng team ng US ay maayos kung wala ang karaniwang hirarkiya sa ganitong mga pagsisikap. Si Gretchen at Louise ay prangka, at sinabing alang-alang kay Salt na sila—higit pa kay Salt—ang kailangang maging maingat at umiwas kapag nagsimulang magbato ng sisi, gaya ng halos tiyak na mangyayari.

Habang nag-uusap, tumawag si Martin at sinabing nakausap na niya ang mga Iranian, at nagkaroon ng pansamantalang kasunduan sa isang palihim na pagpupulong sa Prague sa susunod na Miyerkules.

Ito ay magiging isang paunang pagpupulong. Sa isang banda, walang dapat paghandaan, dahil walang pag-uusapan. Ang mahalaga ay ang makinig upang maunawaan ang ipinapaalam sa halip na magambala sa sinasabi.

Ang mga pangunahing parametro sa talakayan ay kinabibilangan ng (1) ang punto ng hostage na sinabi ni Ministro Wadephul, (2) ang tuluyang paghinto ng Iran sa pagtaas ng antas ng cyberwarfare, (3) ang pagbabalik ng mga probisyong nukleyar na may malinaw na mga milestone na medyo mas mahirap kaysa sa JCPOA at kahit papaano ay mapapatunayan din tulad ng mga hakbang na kasama sa unang kasunduan, (4) ang pag-alis ng mga parusa na naaayon sa pag-uugali ng Iran laban sa Ukraine na magaganap sa paglipas ng panahon at hindi maaaring ituring na isang pahiwatig, (5) ang paghinto ng Iran sa pagsuporta sa mga terorista, (6) ang ilang emergency COVID-19 na tulong sa Iran at (7) mga hostage. Wala sa mga ito ang magiging madali. Totoo ito lalo na pagdating sa kakayahan sa nukleyar, dahil naging malinaw na lumampas na ang Iran sa antas ng enriched uranium na pinahihintulutan ng JCPOA pagsapit ng unang bahagi ng 2020. Hindi ito isang kaso ng paghinto sa pagpapayaman sa kasalukuyang antas kundi sa halip ay pag-atras mula sa kasalukuyang kalagayan.

Binuo nila ang kanilang balangkas, inilagay ito sa isang email kasama ang mga bullet point upang repasuhin nina Walter at Stuart bago ito ibahagi sa mga Aleman, at pagkatapos ay pinindot ang send. Nag-react si Walter sa pamamagitan ng ilang komento kalaunan ng araw na iyon.

Bago maghiwalay, pinag-usapan nila kung sinundan ba sina Salt at Louise. Naniniwala si Louise na sinundan sila sa London, at ang kanyang matalinong hula ay mga Ruso ang mga sundo. Walang magandang dahilan sina Salt at Gretchen para hindi sumang-ayon. Maaaring halos kahit sino, kabilang ang mga Aleman, Iraqi, Turko, o Iranian. Kung sino man iyon, mabubuti sila. Tila mababa ang posibilidad ng isang insidente, ngunit ang antas ng interes ay magbabago nang malaki kung at kapag naging malinaw na ang pangkat ng US ay makikipag-usap sa mga Iranian.

KABANATA 39

Berlin: Diretsong Usapan

Pebrero 28, 2021

Gumawa na ng mga plano si Gretchen para makipagkita sa isang matandang kaibigan para sa hapunan sa Linggo. Dahil dito, sina Louise at Salt na lang ang nag-asikaso. May posibilidad itong maging awkward. Nahihiyang tanong ni Louise, "May iba ka bang plano, gusto mo bang mapag-isa, o gusto mong maghapunan nang magkasama?"

"Kung wala ka nang ibang plano, sobra na ang mga hapunan ko nang mag-isa sa mga nakalipas na taon. Hayaan nating maghanap ang concierge ng lugar para sa atin na medyo tahimik at malapit, kung saan mas mahalaga ang katahimikan kaysa sa malapit," mungkahi ni Salt.

"Mabuti," sabi ni Louise. "Bakit hindi mo na lang kausapin ang concierge, pumili ng lugar, at sabihin mo na lang sa akin kung anong oras at kung may dress code."

"Tapos na."

Nagkita sila sa lobby ng 6:30. Nakasuot na ng maong si Salt kaninang umaga, pero nakasuot na siya ng sport coat at pantalon ngayon. Nakasuot na ng pang-ehersisyo si Louise kaninang umaga at hindi pa nagpalit ng itim na pantsuit. Nakasuot pa rin siya ng pantsuit, pero ibang-iba ang itsura nito kumpara sa ibang mga bersyon. Inisip ni Salt kung ano ang sikreto niya sa pag-iimpake.

Nakarating sila sa restaurant, umorder ng isang bote ng masarap na red wine, at naghintayan para basagin ng isa't isa ang katahimikan.

"Sige," sabi ni Salt, "Mauna na ako." Mahina at maingat niyang sinabi. "Pasensya na at nadidismaya ako sa sarili ko na baka sinamantala kita sa biyaheng ito. Hindi pa ako nakakagawa ng ganoon dati, at hindi na ito mauulit. Hindi ko kailanman niloko ang asawa ko habang naglalakbay—o sa ibang paraan—at hindi ako tipo ng lalaking mahilig makipag-one-night stand.

At kasama na riyan ang mga babaeng halos bata pa para maging anak ko. Matalino ka, maganda kahit nakasuot ng itim na pantsuit, at tila wala sa isang relasyon, kaya napakaganda mo sa iba't ibang paraan.

Kailangan mo ring mag-ingat. Maaaring kailanganin nating iulat ito sa isang nasa chain of command para matanggal nila ako, kahit na teknikal akong isang consultant na maaaring tanggalin anumang oras. Kung hindi ka komportable, aalis na ako sa Berlin ngayon at irereport ang dahilan kay Stuart. Kung matiis mo, sa palagay ko dapat tayong maghintay ng ilang araw para matapos ang unang Iranian meeting na ito. Pagkatapos ay maaari na akong mawala nang walang anumang awkwardness."

"Shhhheeesh," tugon ni Louise sa mainit na tono. "Una, kaya kong alagaan ang sarili ko. Kung naging sapat kang hangal para pilitin ako sa isang bagay—at alam kong hindi mo iyon gagawin—kakailanganin mo ng medikal na pangangalaga. May mga kasanayan akong hindi mo pa nakikita. Lagpasan mo na 'yan. Pangalawa, sa tingin ko ako ang unang lumabag dito, at humihingi ako ng paumanhin tungkol doon—o baka hindi. Pangatlo, kahit sinusubukan kong huwag magmukhang ganoon, ang edad ko ay nagsisimula sa numerong lima. Pang-apat, hula ko ay hanggang ilang araw na ang nakalipas, wala sa amin ang nakipagtalik sa isang miyembro ng kabaligtaran na kasarian sa loob ng halos isang taon. Hindi iyon maganda. Panghuli, tulad ng sinabi ko dati, isa kang

Boy Scout, ngunit walang likas na mali sa Boy Scouts. Alam mo ang motto ng Boy Scout ay 'maghanda.' Magandang payo iyan para sa pakikitungo sa akin. At noong unang beses na gumapang ako sa kama kasama ka, handa ka na.

"Tingnan mo," patuloy niya, "Hindi ko sinasabing naiinlove ako sa iyo o anumang bagay na tulad niyan—sino ang nakakaalam kung paano mo haharapin iyon—pero sa tingin ko ay masisiyahan ako sa iyong piling maliban sa pagtatrabaho nang magkasama, lalo na kung nasanay ka na sa mga itim na pantsuit para sa akin at mas magandang kurbata para sa iyo. At alam ng Diyos na kailangan natin ng kaunting pampawi ng stress. Iminumungkahi kong huwag tayong masyadong mag-alala tungkol dito, pilitin ang isa't isa, o hayaan ang anumang kailangan natin na makagambala sa misyon. Sa madaling salita, tingnan natin kung paano ito uunlad at, pansamantala, malampasan ito."

"Mukhang magandang resolusyon iyan sa ngayon." Ngumiti si Salt. "Salamat."

"Kita mo?" sabi ni Louise. "Maaari ka talagang ngumiti."

Nagpatuloy sila sa masarap na hapunan at pag-uusap tungkol sa mga bagay na hindi tungkol sa misyon. Pagbalik nila sa hotel, naging awkward ito. Tahimik sila sa elevator at habang naglalakad papunta sa kanilang mga kwarto. Sa wakas ay sinabi ni Louise nang makarating siya sa kanyang pintuan, "Mayroon kang sampung minuto para kumatok sa pinto ko. Pagkatapos niyan, matutulog na ako." Kumatok si Salt.

KABANATA 40

Patungo sa Prague

Marso 1, 2021

Noong Linggo, pagkatapos ng kape, pag-eehersisyo, mas maraming kape, at almusal, nagsama-sama ang pangkat ng US at naglakad papunta sa Tanggapan ng Ugnayang Panlabas ng Alemanya.

"Ayan na naman," sabi ni Louise. "Ano?" tanong ni Gretchen.

"Ang pakiramdam na parang may nagmamasid sa atin," sagot ni Louise. "Iniisip ko kung bumalik na sina Tweedledee at Tweedledum sa atin."

Walang sinuman ang sapat na hangal para huminto at tumingin, ngunit ang grupo ay bumilis nang kaunti. Habang naglalakad sila papunta sa Tanggapan ng Ugnayang Panlabas ng Alemanya, nagkomento si Salt na kahit siya ay naramdaman na ito ngayon at ang hula niya ay mga Ruso sila o isang taong nagtatrabaho para sa kanila. Inisip niya nang malakas kung ano ang nagpabatid sa kanila, ngunit marahil ito ay karaniwang pamamaraan lamang ng pagpapatakbo, tulad ng iminungkahi ni Peter Banks sa London. Sa anumang pangyayari, walang mga insidente sa paglalakad.

Pinapasok sila ni Martin Weber at iginiya sa parehong conference room na pinuntahan nila noong Biyernes. "Maligayang pagdating muli," sabi ni Martin, "at salamat sa inyong mga mungkahi. Nakausap na namin si Ministro Wadephul, at nasiyahan siya sa pangkalahatang direksyon. Gayunpaman, dapat sabihin na hindi siya optimistiko sa anumang mangyayari rito. Sa totoo lang, kung sa tingin niya ay magkakaroon ng positibong resulta ang inisyatibong ito—o kahit ang pulong na ito—ay maaaring gusto niyang pamunuan ang misyon mismo. Kaugnay nito, at walang intensyong makasakit, medyo nag-aalala siya na nagpapadala kami sa unang pulong na ito ng mga taong walang sapat na katayuan, kaya may panganib na masaktan ang mga Iranian."

Sabi ni Salt, "Buweno, naging malinaw kami tungkol diyan sa inyo ni Ministro Wadephul, pati na rin kay Stuart, nang sabihin naming mayroon kaming katulad na mga alalahanin, ngunit mayroon ding malaking panganib na mapunta ito sa media kung may mga tagalabas na makakapansin at seseryosohin ang inisyatiba. Susubukan ni Gretchen na makipag-ugnayan kay Stuart at ipaliwanag ito muli sa kanya, ngunit nagdududa ako kung magkakaroon ng pagbabago sa plano ng laro."

"Sige," tugon ni Martin. "Kung ganoon, natutuwa kaming ikaw ang maging pangunahing tagapagsalita, Salt." Ngumiti si Salt nang medyo parang asno sa larong pin-the-tail-on-the-asno, ngunit hindi na kailangang magdebate pa kung gagana ba ito.

Bumaling sila sa working draft ng mga bullet point na nagbabalangkas sa mga mensaheng ihahatid ngunit hindi ipapamahagi. Wala sa mga ito ang magiging madali. Aaminin ng pangkat ng US-German ang pangangailangang patuloy na paluwagin ang ilang mga parusa at magbigay ng ilang tulong sa COVID-19, ngunit hindi sila handang sundin ang hakbang na sinundan ni Pangulong Pope sa pakikitungo sa Hilagang Korea. Kailangan munang magkaroon ng aktwal at mapapatunayang pag-unlad sa aspetong nuklear bago magkaroon ng mahalagang kilusan para sa mga parusa. O—dahil maaaring mas madali ito at magpakita ng mabuting pananampalataya sa isa't isa—maaaring magkaroon ng kaunting tulong kung sakaling mapalaya ang mga hostage o mapatunayang pagbawas ng mga aktibidad ng mga sponsored terrorist. Magkakaroon din ng halaga ang pag-alis sa negosyo ng cyberwarfare. At, dahil kinikilala ang seryosong epekto ng mga parusa, handa ang mga kaalyado na mabilis na ituloy ang mga pag-uusap.

Pagkatapos ng ilang oras na diskusyon, napagpasyahan nilang wala nang ibang laro, at naghiwalay sila.

Habang palabas sila ng Foreign Office, hiniling ni Salt kay Gretchen na subukang hanapin si Stuart o, kung hindi ito sumasagot, kay Walter, na maaaring makausap si Stuart at sabihin muli kay Stuart na hindi nasisiyahan ang mga Aleman sa pagiging baguhan ng koponan, lalo na si Salt.

Habang pabalik sa hotel, pareho ang kanilang nararamdaman tungkol sa pagiging nakasunod sa kanila. Tahimik na tumawa si Salt at iminungkahi, medyo nag-aalangan, na maaaring sinusundan sila ng CIA. Sumang-ayon ang lahat na posible ang lahat dahil nagpaplano sila ng hapunan.

Pagkatapos ng hapunan, nang makabalik na sila sa hotel at nakababa na si Gretchen sa elevator sa mas mababang palapag, sinabi ni Salt kay Louise, "Nagdududa ako kung makakapagkita ako mamaya. May text ako mula kay Stuart na nagsasabing gusto niya akong makausap ngayong gabi at tatawag siya sa susunod na oras o higit pa."

Sabi ni Louise, "Hmm, dapat ay interesante iyon. Good luck, at magpahinga ka. Mag-text sa akin ng maikling buod kapag tapos ka na sa tawag." Ilang minuto ang lumipas, matapos makaupo si Salt sa kanyang kwarto, tumunog ang kanyang telepono para sa sapatos. Si Stuart pala iyon. "Ibinalita sa akin ni Walter ang mga bagong balita, kasama na ang mga mapangutyang komento ni Besecke. Kailangan na niyang makalimutan ito, ngunit mas mahalaga, ikaw rin. Huwag—uulitin ko, huwag—patuloy na sabihin na hindi ikaw ang tamang tao para dito. Nandito ka sa lugar at kailangan mong mamahala. Ikaw ang tamang tao sa dalawang dahilan. Sa katunayan, ikaw ang tamang tao. At naipagbili ka na bilang tamang tao. Alam nating lahat na wala kang pakialam sa sarili mo. Pero wala akong pakialam dito, at gayundin ang kina Louise at Gretchen. Gamitin ang iyong Lunes para mag-isip nang maayos at gumawa ng isang bagay tulad ng pagpunta sa ilang magagandang museo doon sa Berlin. At pumunta ka nang maaga sa Prague, para walang abala."

Tila nagsalita si Stuart nang hindi humihinga, at malinaw na dapat makinig si Salt at hindi masyadong magsalita, kung mayroon man. Ipinaliwanag din ni Stuart na, kahit hindi tiyak kung kakailanganin ang isa (nagsasalita si Louise ng Arabic), magpapadala ang State mula sa Baghdad, ng isang interpreter para sa pulong. Dapat ipagbigay-alam ni Salt at ng team ang impormasyon sa kanya.

"Sige—naiintindihan ko ang mensahe," sabi ni Salt. "Maaari nating pag-usapan ang pangmatagalan pagkatapos ng linggong ito. Siya nga pala, may nakapagbanggit na ba sa iyo ng dalawang lalaking ito na maaaring sumusunod sa amin sa London at dito sa Berlin?"

"Oo," sagot ni Stuart. "Kung sinusundan ka, hindi kami iyon. Siguro kailangan naming isipin ang pagbibigay sa iyo ng proteksyon, pero hindi iyon magiging napakababa ng profile. Sinabihan namin si Louise na maging maingat at handa. Sinusubukan ng lahat na alamin ang aming bagong patakarang panlabas; hindi nakakagulat na may mag-uusisa sa iyong ginagawa. Maaaring wala lang iyon, pero hindi ka maaaring maging masyadong maingat sa mga araw na ito. Good luck." Ibinaba ni Stuart ang telepono.

Nag-text si Salt kay Louise, "Walang pagbabago sa plano," at pagkatapos ay nag-text kina Louise at Gretchen tungkol sa pag-eehersisyo sa umaga bago mag-almusal, pagpapahatid sa kanila ng flight papuntang Prague sa Lunes ng gabi o Martes ng madaling araw, at mga kwarto sa Hilton malapit sa Old Town sa Prague para sa kanila at sa interpreter, at pagtitipon kasama ang interpreter sa Prague sa Martes. Sa pagkakataong iyon, mabilis siyang nakatulog.

Nakakarelaks talaga ang Lunes. Ipinaalam ni Salt kina Gretchen at Louise ang tungkol sa kanyang sesyon ng pakikinig kay Stuart habang nag-aalmusal. Pagsapit ng tanghali, naka-book na sila ng flight sa gabi papuntang Prague at handa nang maglaan ng oras sa paglilibot sa mga museo at pamimili. Ito ay isang pahinga na kailangan nilang lahat.

Ang flight papuntang Prague, pati na rin ang maikling biyahe sa taxi papuntang downtown, ay walang anumang nangyari. Sa loob ng taxi, ipinaliwanag ni Salt kina Louise at Gretchen na ang Prague ay isa sa mga paborito niyang lungsod sa mundo. Naiwasan ng Prague ang maraming pinsala noong Ikalawang Digmaang Pandaigdig at noong bahagi pa ito ng bloke ng Sobyet, at mayroon itong maganda at malaking lugar sa Old Town, kumpleto sa mga kalyeng cobblestone, ilang tindahan na nagbebenta ng lahat ng uri ng babasaging Czech, isang kahanga-hangang plasa ng bayan, at isang kamangha-manghang orasan na mula pa noong 1550s, at mga mesa sa labas para sa mga gustong tumikim ng Czech beer at pagkain. Tila puno ito ng masasayang kabataan. Ang Charles Bridge ay tumatawid sa ilog malapit sa Old Town, at sa kabilang panig ng ilog, sinundan ng mga naglalakad ang isang kalye na patungo sa isang burol patungo sa isang medyebal na kastilyo. Minsan ay may kasamahan si Salt na nakapaglakbay nang marami at inilarawan ang Prague bilang ang "lungsod na may pinakamahusay na kalidad ng museo" sa Europa. Sumang-ayon si Salt. Kung kailangan mang pumunta sa isang lugar sa Europa, ang Prague ay isang magandang lugar—kahit na malamig noong unang bahagi ng Marso.

Nakakaakit ang tanawin sa Town Square kaya napagpasyahan nilang huminto muna para kumain at uminom ng beer habang nakaupo sa isa sa mga mesa sa labas. Pagkahatid pa lang ng pagkain, may narinig na putok. Sigaw ni Louise na "Sniper," sabay baliktad ng mesa para kahit papaano ay matakpan sila. Tumalbog ang unang putok sa bangketa, na nagdulot ng sugat sa isa sa mga server. Nakalabas na ang baril ni Louise pero wala talagang nakitang target. Maya-maya ay may isa pang putok na umalingawngaw. Habang nakadapa ang team sa lupa, tumagos ang bala sa mesa. "Tara na!" sigaw ni Louise, na akala niya ay alam na niya kung saan nanggaling ang mga putok.

Tumayo siya at naglakad papunta sa lugar na iyon, mukhang payat na bersyon ni Clint Eastwood, nakatama ng anim na putok at pagkatapos ay tumakbo nang napakalakas sa ibang direksyon kumpara sa ibang team. Habang tumatakbo, hinubad niya at inihagis ang itim na coat ng kanyang pantsuit, naiwan ang kanyang puting kamiseta bilang pang-itaas. Alam niyang nanatili si Salt sa gilid ng plasa para makalabas sa plasa, na nauwi na sa kaguluhan.

KABANATA 41

Pagharap sa Hamon ng Iran

Marso 2, 2021

Martes ay isang nakapapawing araw pagdating sa mga pagpupulong. Nanatili sila sa loob ng hotel. Ngunit si Salt ay nerbiyos, patuloy na inuulit sa isip ang mga posibleng senaryo para sa pagpupulong kasama ang mga Iranian. Mabuti na lang at hindi na niya kailangang magpokus sa iba pa. Inaasahan niyang ganoon din ang pakiramdam ng iba pang miyembro ng koponan, ngunit pinababayaan siya nila. Hindi naman masama ang panahon, kaya nagkita-kita sila bandang hapon, naglakad sa Old Town, namili sa ilang tindahan ng kristal, at naglakad sa Charles Bridge papunta sa kastilyo at pabalik. Napansin nila na halos lahat ay nakasuot ng maskara. Wala namang bakas ng mamamaril o nina Tweedledee at Tweedledum. Maaaring nasa kahit saan sila, pero kampante si Louise na umalis na sila at wala na sa Prague.

Nakipagkita ang grupo sa hapon sa tagasalin, na isang mamamayan ng UK na ang pamilya ay lumipat mula sa Baghdad bago sakupin ng Iraq ang Kuwait at tunay na Ingles. Matalino siya at magiging mahusay kung kakailanganin.

Nag-ayos sila ng isang pribadong silid sa hotel para sa hapunan kasama ang maliit na koponang Aleman, na binubuo nina Martin Weber at dalawa pang iba. Inisip din nilang kumuha ng silid sa embahada ng Estados Unidos o ng Alemanya para sa hapunan, ngunit maaari itong maging isang low-profile na paglabag.

Sa simula, walang gaanong mahalaga ang napag-usapan sa hapunan. Mukhang handa na sila nang husto. Ngunit sinira ni Salt ang pagkabagot nang sabihin, "Gusto kong ibahagi ang isang bagay na pinag-iisipan ko buong araw. Malamang nakatengga lang ito, pero para lang kung sakali . . ."

Kung titignan mo ang mundo mula sa kalawakan, makikita mo na (1) ang digmaan sa Ukraine ay malamang na magiging pangmatagalang sakuna, huwag magpokus sa paglutas nito; (2) kailangan ng mundo ng mga produktong agrikultura at marahil ng ilang petrolyo mula sa Ukraine; at (3) ang Ukraine at Russia ay may mga planta ng kuryenteng nukleyar na parang bomba na nakatakdang sumabog. Sa katunayan, ang hilagang Ukraine ang tahanan ng kilalang Chernobyl plant na nakaranas ng malubhang insidente noong 1986; ang pinakamalaking planta ng Europa, ang Zaporizhshia Nuclear Power Plant na may 15 reaktor, at ilang iba pang mga planta ng nukleyar, na karamihan ay matatagpuan sa timog-silangan ng Ukraine, ay mga lugar ng panganib; ginagamit ng mga Ruso ang mga planta ng Ukraine bilang 'takip' dahil hindi ligtas para sa mga Ukrainiano na barilin ang planta; (4) ang US, France, UK, at Ukraine ay may mga tao at teknolohiya na maaaring makabuluhang magpababa ng mga panganib na nukleyar na kaugnay ng mga planta sa Iran; (5) May petrolyo ang Iran na kailangan ng Europa, at kailangan din ng Iran na pag-iba-ibahin ang pinagkukunan nito ng enerhiya; at (6) nagkakabagsak ang ekonomiya ng Iran at kailangan nitong makipagkalakalan nang mas malaya." Ang mga kundisyong ito, na buod sa isang magaspang na guhit na inimbento ni Salt (tingnan ang pahina 220), ay nag-aambag sa makabuluhang kaguluhang panloob.

Ang pagpupulong kinabukasan ay ginanap sa Zofin Palace, na itinayo noong 1836–37 at isang kamangha-manghang neo-renaissance na gusali sa isang pulo sa Ilog Vltava, katabi ng Old Town sa timog. Pag-aari na ito ngayon ng lungsod ng Prague. Maganda ito sa loob man o sa labas, ngunit hindi ito masasabing atraksyong panturista. Ginagamit ito para sa mga kaganapang pangkultura at bilang sentro ng kumperensya. Inayos ng koponang Amerikano ang paggamit ng isang hindi gaanong kilala ngunit napakagarang silid-pulong sa mezzanine na may tanawin ng ilog.

Naglakad mula sa hotel papunta sa pulong ang mga koponang Amerikano at Aleman at dumating bandang 10:15 ng umaga. Ang koponang Iranian, na binubuo ng tatlong miyembro at isang tagasalin, ay dumating nang eksakto sa 10:30 ng umaga. Ang pinuno ng koponang Iranian ay si Ashkan Gilani. May kaunti nang alam ang mga Aleman tungkol sa kanya mula sa mga naunang pag-uusap at pinabatid nila kay Salt na maaaring dumalo si Gilani sa pagpupulong. Nagsaliksik din si Gretchen tungkol sa kanya. Si Gilani ay hindi gaanong kilala sa Iran ngunit hindi siya mapipili kung hindi siya pinagkakatiwalaan ng pamunuan ng Iran.

Matapos isuot ang kanilang mga maskara at magpalitan ng mga kinakailangang pagpapakilala at magiliw na pagbati, naupo ang mga koponan nang naka-social distancing para sa talakayan. Si Gilani ang unang nagsalita. “Marunong mag-Ingles ang aming koponan, at inaakala kong ganoon din ang koponang Aleman. Kaya naman, iminumungkahi kong gaganapin ang pagpupulong sa Ingles, na tutulungan ng mga tagasalin kung kinakailangan.” “Sang-ayon,” sabi ni Salt.

Nagpatuloy si Gilani, “Bago tayo magsimula, may isang tanong kami. Walang masamang intensyon, pero sino ka, Ginoong Pepper? Wala kaming tala na naki-pulong ka dati kasama ang mga Iranian o Iraqi, at kailangan naming malaman kung ano ang papel mo rito.”

Isinaalang-alang ang babala ni Stuart mula sa tawag noong Lunes ng gabi, sumagot si Salt, "Sigurado akong hindi ninyo iniisip na magpapadala ang Estados Unidos sa isang pulong ng isang taong walang tiwala ang bagong administrasyon. Hindi ba't sa isang banda, hiniling ninyo ang pulong na ito dahil may bagong administrasyon sa US. Sa kontekstong iyon, dapat ninyong asahan na may makikitang mga bagong tao. Hindi ibig sabihin noon na sila ay ignorante o hindi pinagkalooban ng kapangyarihan. Gayunpaman, tinatanggap namin ang inyong tanong bilang may mabuting hangarin, kahit na medyo nakasasakit. Ang sagot sa inyong tanong ay ako ay isang opisyal na kinatawan ng Estados Unidos na may awtoridad na magsalita sa ngalan ng itinalagang Kalihim ng Estado na si Stuart Bacon."

"Salamat," sabi ni Gilani. "Tulad ng sinabi ko, wala kaming masamang intensyon. Kailangan ninyong maunawaan na nagtatanong kami kung kayo ba ay bagong bersyon ng, o kung paano kayo ikukumpara sa, tinatawag na personal na abogado ng nakaraang pangulo, si Ginoong Rubin."

Ngumiti si Salt. "Kailangan kitang bigyan ng puntos doon, Ashkan. Pero aaminin kong hindi ako makukumpara kay Ginoong Rubin."

Malinaw na naintindihan ni Gilani ang parehong halata at hindi halatang nilalaman ng tugon na iyon. Nagpatuloy siya, "Kung may mga tanong kayo tungkol sa aming kredibilidad, ikalulugod naming sagutin ang inyong mga tanong."

"Salamat," sabi ni Salt, "ngunit hindi iyon kailangan, dahil naghanda na kami bago dumating. At nauunawaan namin na habang ang aming mga pamahalaan sa Estados Unidos at Alemanya ay maaaring nasa iba't ibang yugto ng transisyon, ganoon din marahil ang sa inyo."

Ang patutong iyon ay nagdulot ng ilang sandaling katahimikan, kung saan ang mga miyembro ng delegasyong Iranian ay nagtitigan nang nakataas ang kilay.

Nagpasya si Salt na basagin ang katahimikan: "Ang inyong pamahalaan ang humiling ng pulong na ito.

Marahil makakatulong kung ipapaliwanag ninyo kung bakit.

"Talagang napakasimple lang," tugon ni Gilani. "Ang kasalukuyang kalagayan ng ugnayan sa pagitan ng Iran, sa isang banda, at ng Estados Unidos at ng mga kaalyado nito, sa kabilang banda, ay hindi batayan para sa kapayapaan. Sumang-ayon kami sa isang komprehensibong kasunduan noong 2015, ngunit, masasabi natin, biglaang umatras ang isang impulsibong pangulo ng Estados Unidos nang mag-isa sa kasunduan sa panahong lahat ng may kinalaman ay nagkasundo na sumusunod ang Iran sa mga obligasyon nito sa ilalim ng tinatawag ninyong JCPOA. Isang malaking insulto ito sa lahat ng partidong kasangkot, lalo na sa Iran. Kaya naman, mauunawaan na umatras ang Iran mula sa JCPOA, at maliban kung maaayos ito, hindi na namin ito papansinin. "

Sumagot si Salt, "Tiyak na alam ninyo, hindi sang-ayon ang bagong pamahalaan ng US sa ilang mga aksyon na ginawa ng administrasyong Pope at naipabatid na nito sa pamamagitan ng mga angkop na daluyan ang hangarin nitong muling sumali sa kasunduan. Siyempre, alam ng US na umatras na kayo sa kasunduan noong 2015, dahil lagpas na kayo ngayon sa limitasyon ng uranium na pinagyaman ng JCPOA, marahil ay sampung beses na ang layo. At alam namin ang pagsabog na naganap sa isa sa inyong mga pasilidad nukleyar noong Hulyo 2,000. ."

"Marahil," sabi ni Gilani. "Alam ninyo rin na maaari sana kaming gumawa ng mas agresibong aksyon bilang tugon sa mga provokasyon ng US ngunit nagpasya kaming huwag munang gawin iyon bago pa man namin lubos na maunawaan ang saloobin at plano ng US."

Pagkatapos, umupo nang tuwid si Gilani at nagsalita sa perpektong Ingles na walang akento, "Makinig— hindi kami gaanong nakakaunawa sa inyo o sa bagong administrasyon. Ngunit hindi na kami makapaghintay nang matagal para sa pag-unlad sa ugnayan ng US-Europa-Iran. At hindi kami makakapag-usap nang makabuluhan hangga't hindi kami nakakakuha ng makabuluhang ginhawa mula sa katawa-tawang mga ekonomikong parusa na ipinatutupad ng Estados Unidos laban sa Iran at sa mga nangungunang mamamayan nito. Sa totoo lang, kung may sandatang pangmasasamang pagkasira na sumabog, iyon ay ang mga parusa ng Estados Unidos. Nagdulot ito ng matinding at hindi makatarungang pinsala sa mga mamamayang Iranian, lalo na sa mga epekto ng COVID-19.

Alam ninyo mula sa inyong satelayt na pagmamasid na naghuhukay kami ng mga kanal bilang libingan para sa mga kaluluwang dukha na namamatay dahil sa sakit. Kailangan ninyong maunawaan ang tindi ng sitwasyon. Ito ay krimen. Dapat ding utusan ng Amerika ang mga aso nitong Israeli na regular na bumobomba sa aming mga tao."

Sandaling tumahimik si Salt, saka sumagot. "Idinisenyo namin ang mga parusa upang gumana nang mabuti at magkaroon ng mga epekto na katimbang ng mga kilos ng Iran kaugnay ng Iraq, ng mga kakayahan nitong nukleyar, ng suporta sa terorista, ng cybercrime, at iba pang mga isyung nakababahala. Ipinapakita rin ng aming pagmamasid sa pamamagitan ng satelayt na aktibo ang Iran sa Syria, Yemen, at Iraq. Nagtatampo kayo sa Israel at tinatawag ninyo kaming mga kriminal habang nagdudulot kayo ng hindi kapani-paniwalang antas ng kawalan ng pag-asa sa mga lugar tulad ng Syria at Yemen. Alam ng buong mundo kung ano ang ginagawa ninyo sa Venezuela. At gaya ng alam ninyo, gumawa kami ng mga eksepsiyon sa mga parusa para sa makataong tulong kaugnay ng COVID-19. Ako ay isang taong naghahanap ng gitnang posisyon, ngunit hindi maaaring pag-usapan ang pag-aalis ng mga parusa nang walang konkretong pag-unlad sa mga kaugnay na isyung ito. Iyan ang substansyal na posisyon ng Estados Unidos dahil ito ay tama, at kailangan ninyo ring maunawaan ang mga limitasyong pampulitika ng US sa kung ano ang maaari nitong payagan. Ang bagong administrasyon ay hindi susunod sa modelong diskusyon sa Hilagang Korea na inakda ng naunang administrasyon dito."

Kumunot ang noo ni Gilani. "Marahil kailangan nating magpulong nang mag-isa sa katabing silid para pag-usapan ang mga bagay-bagay sa pagitan natin. Masisiguro mo ba sa akin na walang nakakakiling na gamit sa pakikinig sa silid na iyon?"

Sumagot si Salt, "Sigurado akong may kable iyon para sa isang bagay, pero hindi kami kasali doon at wala kaming kakayahan para makinig sa silid na iyon. At hindi alam ng pambansang pamahalaan ng Czech Republic na nandito kami." Pagkatapos noon, naghiwalay ang mga koponan para sa kanilang sariling pag-uusap, na nauwi sa pagkain ng mga sandwich na dumating habang nag-uusap sila.

Nagpulong muli sila nang 1:00 ng hapon. Binuksan ni Gilani ang pulong. "Maaaring nasa patimpalak na tayo para sa araw na ito. Sinabi na namin sa inyo na kailangan namin ng agarang pag-aalis ng mga parusa bago kami makilahok sa mga substantibong pag-uusap. Maaari ba ninyong bigyan kami ng pangkalahatang-ideya ng mga kailangan ninyo para makamit iyon?"

Sumagot si Salt nang walang pag-aatubili. "Siyempre, at hindi kinakailangang ayon sa pagkakasunod-sunod ng prayoridad: (1) pagpapalaya ng lahat ng mga bihag na may kaugnayan sa mga partido sa JCPOA; (2) paghinto ng mga cyberattack na pinondohan ng estado; (3) muling pagpapatupad ng mga limitasyong nukleyar na may mas mahabang panahon, mas mababang antas ng pinagyamang produkto kaysa sa hinihingi ng JCPOA, at mas mataas na antas ng beripikasyon; at (4) paghinto ng suporta sa mga organisasyong terorista at mga aktibidad nito."

Agad namang tumugon si Gilani: "Ngunit nakakatawa ito. Iniwan mo ang isang kasunduan at saka hinihiling na pagandahin pa ang iyong posisyon kaysa sa dati sa ilalim ng kasunduan para ibalik ito. At naglakas ka pa ng loob na gawin iyon matapos mong agawin sa aming mga tao ang tulong laban sa coronavirus. Ang tipikal mo namang gawain, Amerika."

"Ikinalulungkot kong ganoon ang pakiramdam ninyo, lalo na't isinaalang-alang ang tulong na ibinigay namin para sa COVID-19," sabi ni Salt. "Marahil kailangan nating pag-isipan ang mga isyung ito at ipagpatuloy ang pag-uusap sa ibang pagkakataon, ngunit sa lalong madaling panahon."

"Kung ganoon, nakahanap tayo ng isang bagay na pinagkakasunduan ngayon," tugon ni Gilani habang tinitipon ang kanyang mga papeles at saka umalis kasama ang kanyang koponan.

Pagkatapos umalis ang mga Iranian, naglaan ng ilang minuto ang mga Amerikano at Aleman para paghambingin ang kanilang mga tala, at lahat ay sumang-ayon na ang pagpupulong ay tungkol sa inaasahan na sa unang pagpupulong. Mag-uulat si Martin Weber kay Ministro Wadephul, at mag-uulat naman ang mga Amerikano kay Stuart Bacon. Sasakay ang mga Aleman sa gabing flight papuntang Berlin. Naiwan ang koponang Amerikano sa Prague para sa gabi at sasakay sa umagang flight pabalik sa Washington na may koneksyon sa Frankfurt.

Pagkatapos umalis ang koponang Aleman, ginugol ng mga Amerikano ang oras sa silid-pulong ng Palasyo, nagkasundo sa mensaheng ipapabalik kay Stuart. Sa madaling sabi, hindi nakakagulat ang mga resulta, walang totoong pinsala (o kabutihan) na nagawa, at ang susunod na mga hakbang, kung mayroon man, ay nakasalalay sa ibabalik ng mga Iranian. Sinabi ni Salt na iniisip pa rin niyang ibunyag kay Stuart ang kanyang "malawak na pananaw," ngunit hindi ang telepono ang tamang paraan. Para maganap ang kasunduan, kailangang may kapakinabangan para sa lahat.

Pagkatapos noon, inimpake ng pangkat Amerikano ang kanilang mga papel at nagsimulang maglakad sa kahabaan ng ilog pabalik sa Old

Town at sa hotel. Habang naglalakad sila, isang batang atletikong lalaki na nakasuot ng stocking cap at maskara ang tumakbo sa likuran ni Louise at hinawakan ang kanyang bag na may mga papel. Agad niyang nalaman na nasa gitna siya ng isang krisis; magiging sakuna ito kung makuha ng isang dayuhang kapangyarihan ang kanyang napakaraming tala at iba pang materyales sa kanyang bag. Hindi naging problema ang itim niyang pantsuit, ngunit hindi angkop ang sapatos ni Louise para sa habulan sa magaspang na cobblestone na lugar, gayunpaman ay tumakbo siya nang parang kidlat pagkatapos ng lalaki, hinugot ang kanyang baril mula sa maliit na bag habang tumatakbo. Nang mapalapit siya sa lalaki, sinigawan niya ito, at ang mga tao sa bangketa ay nagsimulang lumipat mula sa gilid ng ilog at umiwas. Nagsimulang sumigaw si Louise sa Arabic ngunit walang nangyari. Sumigaw siyang muli sa Ingles, at hindi tumigil ang lalaki. Natatanggal na ang sapatos ni Louise at muntik na siyang maabutan. Wala nang ibang pagpipilian, pinaputok niya ang baril isang beses pataas at sumigaw muli, sa pagkakataong ito ay "Stohp!" na may accent na Ruso. Sinamantala ni Louise ang paghihiwalay-hiwalay ng mga tao, tumigil siya at itinutok ang baril. Marahil nakita ng lalaki na nag-aim si Louise. Matalino niyang iniwan ang bag at tumakbo. Hindi malinaw kung ang salitang "Stohp" sa Russian o ang baril ang naging epektibo. Pero hindi siya lumingon at nagpatuloy sa pagtakbo.

Kinuha ni Louise ang kanyang bag, at agad na nagmadali ang grupo papasok sa isang masikip at siksikang eskinitang batuhin, naghiwalay-hiwalay, at nagpatuloy sa paglalakad. Ang kombinasyon ng batong-bato na bangketa na imposibleng takbuhan gamit ang pangkaraniwang sapatos sa kalsada, ang kapal ng madla, at ang katotohanang halos hindi sila mukhang banta sa terorismo o krimen ang nagbigay-daan sa kanila na mabilis na maglaho sa gitna ng karamihan. Bawat isa ay nag-iisa; ang huling bagay na gusto nilang gawin ay humatak ng pansin sa sarili o mag-ulat ng anumang bagay sa lokal na pulisya.

Sa hotel, kinumpirma ni Louise na naibalik na lahat ng kanyang mga papeles. Pinag-usapan nila kung ito ay gawa ng lokal na grupo, ng mga sumusunod sa kanila mula pa sa London at Berlin, o ng bagong ipinadala mula sa Moscow o Tehran. Pumayag si Salt kay Louise na baka mas malawak ang pagmamanman sa kanila kaysa sa inaakala ng koponan. At maaaring ikinalat ng mga Iranian ang tungkol sa pagpupulong, sinadya man o hindi sinasadya. Ang lalaking kumuha ng bag ni Louise ay isang bagong manlalaro; sina Tweedledee at Tweedledum ay mas maingat at iba ang estilo.

Iniwan ni Louise ang kanyang bag sa front desk ng hotel para ilagay sa safe, tumawag si Gretchen at nagbigay ng update kay Walter, na siya namang magbibigay ng update kay Stuart, at nagpasyang lumabas ang koponan para maglakad-lakad muli sa Old Town, uminom ng matapang na inumin, at kumain ng masarap na hapunan.

Kinabukasan, Huwebes, namasyal si Gretchen, at sina Salt at Louise ay sumakay sa mahabang biyahe ng eroplano, na may koneksyon sa Frankfurt, at dumating sa Dulles International bandang alas-10 ng gabi nang walang aberya. Nasa coach class na naman sila at hindi masyadong nakapagsalita sa pamamagitan ng kanilang mga maskara habang nasa biyahe, ngunit pareho silang maraming iniisip. Alam nila na abala si Stuart sa Biyernes sa paghahanda para sa pagdinig ng kumpirmasyon sa Senado. Nag-iskedyul sila ng isang pagpupulong kay Stuart sa Lunes ng hapon. Naghiwalay sina Salt at Louise pagkatapos lumapag. Nakita ni Salt ang kanyang sasakyan sa pangmatagalang paradahan sa Dulles at nagtungo sa Carterville na may balak magpahinga sa Biyernes. Magkakaugnayan sila ni Louise sa pagtatapos ng linggo.

KABANATA 42

Pagbabalik sa Bukirin

Marso 9, 2021

Medyo masarap umuwi, pero kinailangan ni Salt na tanungin ang sarili kung ang bukid ba talaga ay tahanan—at ano ang gagawin niya sa lahat ng mga kahon na panglipat? Tila hindi nawawala ang mga ito nang kusa.

Nakatulog nang matagal si Salt noong Biyernes ng umaga, nakahanap ng instant coffee at mga lumang tinapay na hindi na makakain, naligo, at gumawa ng listahan ng mga bibilhin niya para sa panandaliang kaligtasan. Habang umiinom ng hindi magandang kape, sinimulan niyang isipin ang susunod na mangyayari. Masyado siyang pagod sa eroplano pabalik sa Estados Unidos para pag-isipang mabuti ang mga bagay na iyon at sa halip ay nagpokus sa panonood ng sunod-sunod na hindi magagandang pelikula. Mahirap na subukang mag-isip nang may katiyakan tungkol sa mga kumplikadong isyu.

Kabilang sa mga isyu ang: (1) gusto na bang magretiro si Salt?; (2) kung oo, saan?; (3) kung hindi, ano ang gagawin niya?; (4) interesado ba si Stuart na ipagpatuloy niya ang isang bagay?; (5) kung oo, ano?; (6) kumusta naman si Louise?; at (7) kumusta naman si Margie? Ito ay kumplikado—maraming magkakaugnay at gumagalaw na piraso.

Pinag-isipan ni Salt ang lahat ng mga isyung ito ngunit hindi niya nalutas ang alinman sa mga ito, dahil bahagi ito dahil nasa transisyon pa rin siya pagdating sa pagkawala ng kanyang asawa, paglipat, pagreretiro, at iba pa, at hindi niya talaga alam kung ano ang nasa isip ni Stuart para sa kanya (bagaman ang aklatan ng mga aklat na ibinigay sa kanila ni Stuart ay hindi masyadong banayad). Ang kanyang mga unang pagsisikap ay hindi nagkaroon ng kahanga-hangang mga resulta; marahil ay hindi na mahalaga si Stuart. Napagpasyahan ni Salt na kailangan niyang patuloy na pag-isipan ang mga bagay-bagay at muling suriin habang lumiliit ang bilang ng mga kawalan ng katiyakan. O isa lamang ba itong dahilan para maiwasan ang buong lata ng mga bulate?

Kinaumagahan, pumunta siya sa grocery at bumalik sa bukid para gumawa ng ham sandwich para sa tanghalian. Pagkatapos ay pinilit niya ang sarili na gumawa ng mas maraming kahon para sa natitirang bahagi ng hapon.

Gumawa siya ng isa pang ham sandwich para sa hapunan, uminom, nanood ng western movie na hindi nakapagpaisip sa kanya, at natulog.

Noong Sabado, natulog siyang muli, naligo, at gumalaw ng ilang kahon pa, nagkunwaring kumakatawan ito sa makabuluhang pag-unlad. Tapos na ang pinaikling season ng football dahil sa coronavirus, at hindi siya masyadong mahilig sa basketball sa TV, kaya walang anumang palabas sa TV na nagpapakita ng nakakahimok na libangan.

Dahil nababagot at walang sigla siya, kinumbinsi niya ang sarili na magpagupit muli. Tinawagan niya ang Georgie's at kumuha ng numero.

Mayroon siyang oras para ilaan, kaya tinawagan niya ang kanyang nangungupahan, si Jack Davis, para malaman kung kumusta na ang mga bagay-bagay. Ilang linggo pa lang ang nakalipas mula noong huli niyang nakausap si Jack. Gusto lang ipaalam ni Salt kay Jack na interesado siya. Sinagot ni Jack ang telepono.

"Hi, Jack," sabi ni Salt. "Nasa ibang lugar ako at naisip ko lang na mag-check-in. Kumusta na ang mga bagay-bagay?"

"Walang balita rito," sagot ni Jack. "Iniisip ko pa rin kung ano, kung mayroon man, ang itatanim. Mas makabubuti ba na kunin ko ang anumang ibibigay sa akin ng gobyerno para hindi na ito matanim, o dapat ba akong magtanim? Alam mo, ang pinakamalaking salik sa merkado ay ang Tsina. Hinihintay pa rin natin ang katapusan ng tinatawag na digmaang pangkalakalan sa Tsina na lulutasin sana ni Pangulong Pope bago pa siya magambala ng kaguluhan sa impeachment, at pagkatapos, pareho tayong mga Tsino at kinailangang magtuon sa pandemya ng coronavirus. Pagkatapos, nauna ang ating mga halalan. Bilang resulta, walang nareresolba. Samantala, ang mga magsasaka ng Amerika ay parang mga pion. Kailangan nang kumilos ni Pangulong Evans."

Sabi ni Jack, Salt, "Mayroon akong nakaimbak na butil na kailangan kong ibenta balang araw. Hindi ko alam kung ano ang gagawin o kailan. Kakailanganin ko ng pera kung magtatanim ako sa tagsibol, pero gaya ng sabi ko, hindi ko alam kung ano ang itatanim—o kung. Sana ay patuloy kang maging matiyaga at sana ay may isang tao sa DC na nakakaintindi na marami sa atin ang nag-aabang na lang."

"Madali lang iyan," sabi ni Salt. "Gawin mo ang pinaka-makatuwiran para sa iyo at sa iyong pamilya, at aayusin natin ang mga bagay-bagay kapag nagsimula nang maging maayos ang mga bagay-bagay."

Bago ibaba ang telepono, naglagay si Jack ng isa pang bagong elemento para isaalang-alang ni Salt, "Matagal ko na itong pinag-iisipan, Salt, at sa wakas ay napagpasyahan kong sasali ako sa Daughters and Sons of Liberty. Maaaring hindi mo pa sila naririnig, pero naisip kong dapat mong malaman.

Nag-react si Salt, "Ah, kilala ko sila, at wala akong anumang pagtutol sa puntong ito, at dahil wala pa tayong kontrata sa pag-upa ngayon, idadagdag na lang natin ito sa kasunduan sa pakikipagkamay."

Taos-puso si Jack nang sabihin niyang, "salamat."

Habang hinaharap niya ang ganitong mga isyu, nagpasya siyang makipag-ugnayan kay Dr. Sherman. Mayroon siyang bakanteng puwesto noong hapon ng Martes.

KABANATA 43

Ang Hiwalay na Opinyon ni Dr. Sherman

Marso 09, 2021

Naupo si Salt sa harap ng mesa ni Dr. Sherman at nagbukas ng pinto at ipinaliwanag na mas iniisip niya ang tungkol sa kanyang mga relasyon at iniisip kung may iniisip si Dr. Sherman.

"Oo," sabi ni Dr. Sherman, "pero sigurado ka bang gusto mong palaboin ang isip mo ng mas maraming input mula sa labas? Malamang alam mo ang tamang sagot; ayaw mo lang."

"Sa kaso mo, oo," sagot ni Salt. "Hindi pa tayo lubos na magkakilala, pero nagtitiwala ako sa iyo na sasabihin mo sa akin ang tunay mong iniisip, batay sa iyong mahusay na sentido komun at mga taon ng pagpapayo. Kaya handa na ako. Alam kong prangka ka."

"Sige," sabi ni Dr. Sherman, "sige na. Ang mga kasong tulad ng sa iyo ay hindi bago o malala. Maraming tao ang may ganitong mga isyu kapag nakikitungo sa kalungkutan. Gusto mong maayos gamit ang band-aid ang talagang nangangailangan ng oras at malaking operasyon. Nagkaroon ka ng espesyal na relasyon kay Meredith; walang katulad niya sa isang lugar, o kahit saan. Kailangan mong umayos, tanggalin ang band-aid, at harapin ang malaking operasyon pagdating sa iyong personal na buhay. Ang pinakamasamang kaso ay isang pagkakamali ng pagkukulang, hindi isang pagkakamali ng paggawa ng aksyon.

Ang mas komplikado pa, nakilala mo ang dalawang kaakit-akit, matalino, at interesadong babae sa simula pa lang ng proseso ng pagdadalamhati. Walang dahilan para hindi magkaroon ng mga kaibigang tulad nila, pero, Diyos ko, ibang-iba silang mga tao. Tiyak na nasaklaw mo na ang malawak na hanay ng mga posibilidad sa mga unang araw mo ng pagiging single. Sa isang banda, swerte iyon, pero kailangan mong maging tapat sa iyong sarili at sa kanila. Kung gusto mong guluhin ang buhay mo, malaya kang gawin iyon hanggang sa agad itong alisin sa atin ng Korte Suprema.

Handa ka na at kailangan mo ng malalim na pagkakaibigan. Palakasin mo sila, pero sabay-sabay mong harapin ang mga inaasahan ng lahat. Kung hindi sila handang "pamahalaan" sa ganoong diwa, lulutang sila palayo.

Kaya ang diagnosis ay isa kang baliw. May mabuti kang dahilan para maging ganoon. Pero huwag mo itong palalain! Ang reseta ang ating pinag-uusapan. Kailangan mong pasimplehin ang iyong buhay at pagalingin ang isang malalim na sugat bago gumawa ng mga desisyon sa buhay, at magiging lubhang hindi patas para sa dalawang magkaibang ngunit magagaling na babaeng ito na sumuko nang sobra, nang napakabilis.

Natahimik sandali si Salt at saka mahinang nagsalita. "Magandang payo iyan. Umasa akong iba ang sasabihin mo, pero mukhang nagkakasundo tayo. Sa totoo lang, ipinapatupad na natin ang pamamaraang iyan sa parehong kaso. Maaaring hindi iyon nangangailangan ng mahigpit na "walang pakialam" na rehimen.

Nagkibit-balikat lang si Dr. Sherman.

KABANATA 44

Si Salt at ang DSOL

Marso 9, 2021

Hindi pa tapos ang Salt kay Dr. Sherman. "Sige," sabi ni Salt, "handa na ba kayo para sa susunod?"

"Ang ibig mong sabihin ay ang ideya ng pagiging cockamamie na nagsasangkot sa iyo na magtrabaho para sa gobyerno at isang bagay na maluwag na kaakibat ng DSOL nang sabay?" pagtatapos ni Dr. Sherman, "Umaasa ako na tinanggal ka ng gobyerno sa isang bagay noong nagtanong ka tungkol sa tinatawag kong 'double deal.'"

Napangiwi si Salt at kinilala: "Ang totoo ay malayo pa tayo sa pagkakaroon ng isang konkretong bagay na maimumungkahi. Sa ngayon, ito ay isang walang kwentang burger. Ang ilan sa working group ay may parehong pananaw." Ibinalik ni Dr. Sherman ang kanyang tingin sa kanyang ulo. "Ang iba ay mas entrepreneurial," komento ni Salt. "Malamang na ang karamihan ay tutol dito."

Tuyong sabi ni Dr. Sherman, "Mahusay na gobyerno ang nagtatrabaho. Hindi nila ito gusto pero hindi sila magtatanong ngayon." Umiling si Doctor Sherman at bumulong, "Susmaryosep, nagbibiro ka siguro. At akala ko gagawin nila itong madali para sa akin. Lumalabas na wala silang lakas ng loob na mga kababalaghan ang mga ito. Aba, hilig mo na rin palang gawin ito. Maaari akong magkomento dito at sa iba pang mga kaso at mag-ayos pa ng ilang mga demonstrasyon.

Hayaan mong ipakita ng rekord," sabi ni Dr. Sherman, "Hindi ako bumoboto kung aktibo naming itinataguyod ang mga kasunduang ito, at hindi ko gagawin. Pero maaari ko namang magpasya kung ang isang tao o isang bagay ay karapat-dapat isaalang-alang. Magugulat ka kung gaano kadalas namin ginagawa ang mga palabas na ito ng aso at pony. Ngunit ginagamit namin ang mga kasanayan sa legal ng isang tao upang matiyak na kinikilala nila ang ganap na pagpapayo tungkol sa mga isyu ng conflict-of-interest.

KABANATA 45

Georgie's: Hakbang Patungo sa Gitna

Marso 9, 2021

Hindi naman talaga kailangan ni Salt ng payat, pero ayaw din niyang mag-isa buong araw. Isa pa, iniisip niya kung may nangyari ba sa laro niya sa pulitika. Nang tumawag si Salt at humingi ng numero, tinantya ni Georgie na tatawagan ang numero ni Salt bandang 4:15 p.m., kaya nagpasya si Salt na maging ligtas, at pumunta kay Georgie nang medyo maaga. Pagpasok ni Salt sa tindahan, napansin niya na nakasalansan pa rin ang mga sobrang upuan sa sulok para magkaroon ng social distancing, at lahat ng barbero at karamihan sa mga kostumer ay nakasuot ng maskara. Lahat ng mata ay nakatuon sa TV. "Anong palabas?" tanong ni Salt.

"Ibig mong sabihin ay hindi mo alam, matulis ang ulo?" tanong ni Georgie sa mas sarkastiko niyang tono. "Naku, ito ang Atlantic Coast Conference—tinatawag namin itong ACC—teritoryo ng basketball, at ang Virginia ay makakalaban ang North Carolina. Pakiusap, huwag mo akong pakialaman para mapanood ko ang laro nang hindi naaabala ang kasalukuyan kong kostumer. Kailangan kong mag-multitask kung gusto ko pa kayong makontak." "Sige, sige, pasensya na," sagot ni Salt. "Sino ang sinusuportahan mo?" "May iba pa ba maliban sa Duke at

North Carolina, at nasa tuktok ng listahan ng mga paborito dito ay ang Virginia," paliwanag ni Georgie.

"Malaking tao ka naman," komento ni Georgie. "Naglaro ka ba ng basketball noong high school ka rito?"

"Medyo," sagot ni Salt. "Kasama ako sa team pero hindi ako masyadong nakapaglaro." "Pasensya na," sabi ni Georgie, "pero ngayon kailangan kong magtanong. Gaano kalaki ang hindi kalakihan?"

"Sapat na isang araw, noong masama ang loob ng coach, sinabihan niya akong tumigil na lang sa pag-eensayo at mag-squat na lang." "Ano ang ibig sabihin noon?" tanong ni Georgie.

Ngumiti si Salt. "Sinasabi niya sa akin sa sarili niyang code na ang tanging gagawin ko ay ang tumayo mula sa bench sa mga time-out at sa pagtatapos ng quarters at pagkatapos ay umupo ulit, kaya mas mabuting gumawa na lang ako ng isang bagay na may kaugnayan tulad ng squats."

Marami sa barbershop ang nagpigil ng tawa.

"Huwag kang mag-alala," sabi ni Salt. "Tapos na ako at kailangan kong pagtawanan ang sarili ko. Siya nga pala, kumusta na ang laro ko sa football sa politika?"

"Tingnan mo mismo," sabi ni Georgie. "Ibaba mo ang ilan sa mga bagong abiso at tingnan mo kung ano ang hitsura ng bulletin board mo."

Ginawa ni Salt ang itinuro at natuwa sa kanyang natuklasan. Ayon sa pagkakaintindi, namahagi si Georgie ng mga pushpin at hiniling sa mga customer na maglagay ng pin sa corkboard—na parang isang ilustrasyon ng isang football field—upang kumatawan sa mga pananaw sa politika ng manlalaro. Karamihan sa mga pin ay nasa pagitan ng tatlumpu't limang yarda na linya. May ilan sa mga dulo (na maaaring tawagin mong mga pulang sona o maging ang mga dulong sona), at ang ilan, tulad ni Salt, ay nasa mismo o malapit sa linya ng limampung yarda.

"Naglaro kami nang tapat," sabi ni Georgie. "Hindi kami tumingin kapag inilagay ng mga customer ang kanilang mga pin sa bulletin board—well, wala naman—at wala kaming pakialam kung saan nila inilagay ang kanilang mga pin. Mas mainam ito kaysa sa isang news poll. Walang margin of error."

"Tama," komento ni Homer, ang isa pang lalaking barbero. "Pinanatili namin si Georgie sa tuwid at makitid na landas dito. At tama ka; karamihan sa mga tao ay naghahanap ng gitnang landas at hindi mga ekstremista."

"Karamihan sa mga tao," mabilis na sabi ni Don, ang retiradong lalaki, mangangaso, at miyembro ng NRA at SOL, "ang magiging operative phrase. Ako iyon sa tamang end zone at ipinagmamalaki kong naroon—at hindi ako nag-iisa, mapapansin mo."

"Maganda iyan," komento ni Salt. "Ang punto ng pagsasanay na ito ay mayroong malawak na spectrum ng mga pananaw sa politika, at kung gusto mong matapos ang isang bagay, malamang na kakailanganin mo ng pinaghalong suporta mula sa magkabilang panig ng linya ng limampung yarda. Hindi natin kailangang magkasundo sa lahat ng bagay, ngunit dapat nating gawin kung saan may pagkakasundo sa pagitan ng tatlumpu't lima at apatnapung yarda na linya."

"Aaminin kong medyo interesante," sabi ni Georgie, "at napagpasyahan namin nina Homer, Ellen, at ko na iiwan muna naming nakabukas ang bulletin board nang ilang linggo bago ito tanggalin. Pero ngayon ang tanong, ano ang gagawin ng mga matutulis mong kaibigan sa lahat ng kabutihang-loob na ito pagkatapos ng halalan? Mabuti pa't huwag nila itong istorbohin."

"Magugulat ako kung hindi nila iyon maintindihan," sabi ni Salt, umaasa sa sarili na matutupad ng bagong administrasyon.

Tinapos ni Georgie ang kanyang kliyente at sinabi kay Salt, "Sige, gising ka na.

Handa nang ibaba ang iyong mga tainga."

"Kailangan ko lang ng kaunting putulan," sabi ni Salt. "Hindi ako sigurado, pero baka may pupuntahan akong business trip at naisip kong dapat bawasan ang aking shaggy kung sakaling kailangan kong pumunta. Isa pa, gusto kong makita kung sinira mo ang larong pampulitika ng football."

Habang tinatapos ni Georgie ang kanyang ginagawa, sinabi ni Salt, "Kaya ngayong regular na ako rito, kwalipikado na ba ako para sa programang Hair-i-Care?"

"May bago tayong form para sa aplikasyon," sabi ni Georgie. "Tingnan mo muna habang tinatapos ko ang trim mo." Ibinigay ni Georgie kay Salt ang bagong form, na naglalaman ng mga sumusunod na tanong:

Aplikasyon sa Hair-i-Care Pangalan: ______________

Ikaw ba ay babae o lalaki na may itim o kayumangging balat? Kung oo, huminto ka rito—kwalipikado ka na.

1. Ikaw ba ay pitumpung taong gulang o mas matanda pa?
2. Limang beses ka ba nagpagupit dito sa huling anim mong pagbisita?
3. Nakilahok ka ba sa aming pampolitikang larong football?
4. Nagboluntaryo ka ba kahit saan sa nakalipas na dalawang buwan?
5. Kung ikaw ay lalaki at ginamit mo ang aming banyo para sa #1, itinaas mo ba ang upuan noong nakaraang mid-term elections?
6. Kung gayon, sapat ba ang tumpak ng iyong pagtutok para tumama sa butas?
7. Nasa kaliwa ka ba o nasa kanan ng gitna?

"Sa palagay ko, hindi ako kwalipikado," sabi ni Salt.

"Tama," sabi ni Georgie, "pero patuloy mo lang itong pagtrabahuhan. Balang araw, makakarating ka rin diyan." "Ilan ang kailangan mo para maging tama?" tanong ni Salt.

"Depende," sabi ni Georgie. "Saan?" tanong ni Salt.

"Maraming bagay," sabi ni Georgie, "kasama na kung anong klaseng mood ang meron ako. Kaya tumigil ka na sa pag-arte na parang isa sa mga liberal na reporter ng media sa cable news na laging nagtatanong ng napakaraming katangahan."

"Naiintindihan ko," sabi ni Salt. Tumahimik siya. Tapos na ang laro ng basketball sa ACC, na nag-iwan sa karamihan na masama ang mood dahil nalampasan ng North Carolina ang kuripot na depensa ng Virginia at nanalo. Nagsimulang mapuno ang tindahan halos kasabay ng pagtatapos ni Georgie kay Salt. Habang paalis na siya, humingi si Salt ng pahiwatig sa item walo ng mga tanong tungkol sa Hair-i-Care.

"Hindi pwede," sagot ni Georgie. "Isa kang matinis na miyembro ng Deep State mula sa Washington, DC; isa kang primo leak risk." Ngumiti si Salt, binayaran si Georgie, at umalis.

KABANATA 46

Si Salt sa Suits

Marso 9, 2021

Matapos makausap sina Jack Davis at Dr. Sherman, nakapunta na sa grocery, nagpagupit, at ayaw nang bumalik sa isang malungkot at magulong bahay-bukid, nagpasya si Salt na subukan ang pagkakataon at tawagan si Margie Hatcher. Sinagot niya ang telepono, at ipinaliwanag ni Salt na hindi inaasahang wala siya sa bayan at pakiramdam niya ay may utang na loob siya rito. Nawalan siya ng lakas ng loob at tinanong kung may oras pa siya para sa hapunan sa Linggo ng gabi.

Nakatakda siyang dumalo sa isang pulong sa simbahan sa Linggo ng gabi ngunit sinabi niya, "Kung wala ka nang ibang plano, sa halip na makipagbuno sa inyong bahay-bukid ngayong gabi, bakit hindi ka dumaan sa loob ng isang oras o higit pa, at magdaragdag ako ng dagdag na bahagi sa aking niluluto, at maaari ka bang sumama sa akin dito? Ang kailangan mo lang gawin ay dumaan sa panaderya sa bayan at bumili ng ilang cupcake para sa panghimagas. At baka makahanap ka ng isang bote ng puting alak sa grocery na babagay sa iyo."

"Maganda ang dating niyan," sabi ni Salt, "pero hindi ako masyadong bihis." "Ako rin," sabi ni Margie, "kaya pumunta ka na kung ano ka."

May oras pa si Salt bago magsara ang panaderya at grocery para dumaan sa tindahan ng damit ni Roy. Naroon si Roy—walang katulong o mga kostumer—at mukhang medyo nalulungkot. "Roy," sabi ni Salt, "Kailangan kong makita ang pinakamagagandang suit mo sa laki ko. Baka may mga meeting akong pupuntahan kasama ang ilang mamahaling dresser at kailangan kong maging maayos ang lahat."

"Tulad ng nahulaan mo," sabi ni Roy, "wala tayong mga taong kailangang manamit nang ganyan nang madalas, pero medyo pangkaraniwan ang sukat mo, at mas marami tayo sa ganitong saklaw kaysa sa ibang sukat. Tingnan natin kung ano ang maidaragdag ko sa navy blue suit na binili mo noong nakaraan."

Nagdala si Roy ng dalawang chalk-striped suit mula sa rack, isang kulay abo at isang napakadilim na asul. "Medyo pormal ang mga ito," sabi ni Roy. "Kakailanganin mo ng ilang de-kalidad na puting kamiseta at magagandang kurbata kasama nito."

Pinigilan ni Salt ang sarili na sumagot kay Roy nang ilang segundo. Hindi siya sigurado kung ano ang nangyari sa kanya. Narito siya na bumibili ng mga suit para sa trabaho sa Stuart sa DC bago niya napagdesisyunang tanggapin ang trabaho—nakakatakot. Gayunpaman, sumagot siya, "Sige, hayaan mo akong kumuha ng parehong suit, at pumili tayo ng ilang kamiseta at kurbata. At magandang balita, Roy: Hindi ko na kailangang gawin ang mga pagbabago ngayon sa pagkakataong ito."

"Magaling," sabi ni Roy. "Wala akong pakialam kung sabihin ko sa iyo na medyo mabagal ang mga bagay-bagay, dahil sa mga tanggalan sa mga pabrika at sa distribution center sa Route 81. Sana ay malutas na ng bagong pangulo ang mga isyu sa kalakalan, baguhin ang mga virus, monkeypox, at mas marami pang pagsubok bago tayo lahat malugi."

"Amen," sabi ni Salt.

Habang naglalakad si Salt papunta sa kanyang sasakyan, napaisip ulit siya kung ano ba ang ginagawa niya. Kagagupit lang niya at bumili ng dalawang suit dahil baka pupunta siya sa mga meeting kasama ang mga mamahaling mananahi. Ginawa niya iyon nang hindi alam kung nasaan ang ulo ni Stuart—o ang sarili niya, kung tutuusin. At pagkatapos, pumayag siyang kumain kasama si Margie nang hindi nireresolba ang sitwasyon ni Louise. Hindi ito parang pagpapasimple ng buhay.

Pagdating ni Salt kay Margie, hindi ito nakadamit nang pormal ngunit muli siyang mukhang napakaganda. Hindi siya nakasuot ng itim na pantsuit. Naisip ni Salt na naging komportable at matulungin siyang kasama sa kanilang isang hapunan at sa ilang pagkakataon na nag-usap sila. May kahulugan talaga iyon.

Mahinahon at hindi nakakaabala ang diskusyon habang kumakain. Nang matapos silang kumain at uminom ng alak, sinabi ni Salt, "Mabuti na lang at nakabalik na ako. Sana lang ay hindi ako hinihintay ng mga kahon. Hindi inaasahan ang aking paglalakbay at naging hadlang ito sa aking tunay na paglipat."

"Business ba o libangan ang biyahe mo?" tanong ni Margie.

"Talagang business. Kinailangan kong pumunta sa Europa para sa ilang meeting." "At dito, akala ko retirado ka na." Ngumiti si Margie.

"Tama ang punto," sabi ni Salt. Pero kinailangan niyang mag-stretch nang magpatuloy, "Parang mga follow-up meeting ito na may kaugnayan sa ilan sa mga ginawa ko ilang taon na ang nakalilipas noong nasa gobyerno pa ako at pagkatapos ay nasa law practice ko. Medyo nakakabagot na mga bagay tungkol sa kalakalan."

Itinuring ni Margie ang pahayag na iyon bilang pahiwatig na ang mga paksa ng biyahe ay hindi naman talaga nakakabagot at hindi na magsasalita pa si Salt.

"Dahil sa kuryosidad," tanong ni Margie, "paano mo bibigyan ng grado si Pangulong Evans sa ngayon?"

"Buweno," sabi ni Salt, "maganda at patas na tanong iyan. Pero sa tingin ko ay masyadong maaga pa para sabihin. Marami pang dapat pag-isipan ang pangulo, at malamang na matatagalan pa bago natin mabigyan ng grado ang bagong administrasyon. May mga mabubuting tao silang kinuha mula sa malawak na spectrum ng politika, at nakakapagpatibay iyon."

Kailangang ibahin ni Salt ang usapan, kaya nagtanong siya, "Kumusta naman kayo ni Carterville?"

"Ayos lang ako," tugon ni Margie, "pero hindi ako sigurado tungkol sa Carterville. Mas marami nang natanggal sa trabaho, at patuloy ang pagbagsak ng pagmamanupaktura; parang walang laman ang mga tindahan sa downtown, nabalitaan kong mabagal ang merkado ng real estate, sa kabila ng mababang interest rates (na alam nating lahat na hindi maaaring manatiling ganito kababa), at nag-aalala ang kolehiyo na mas marami pang estudyante ang mawala dahil sa patuloy na mga kaso ng coronavirus at sa ekonomiya."

"Napansin ko na tila walang laman ang tindahan ng damit ni Roy at ang panaderya para sa isang Sabado ng hapon," komento ni Salt.

"Walang duda na tama ka," sabi ni Margie, "bagaman isang malaking porsyento ng mga lalaki rito ay halos tiyak na nakadikit sa laro ng basketball ng ACC ngayong hapon."

Umalis si Salt ng 9:45 p.m. pagkatapos tumulong sa paghuhugas ng pinggan. Walang mga sandali ng awkward, bagaman napagtanto ni Salt na sa wakas ay napansin na niya talaga si Margie at nakilala ito bilang napakabait na tao. Nagbigay siya ng paalala sa kanyang sarili na mag-ingat. Hindi na niya kailangan ng mas maraming komplikasyon. Tama na ang mundo.

KABANATA 47

Sa Gitna ng Magulong Alon ng DC

Marso 10, 2021

Kinabukasan, nagmaneho si Salt patungong DC para sa kanyang hapunan kasama si Louise sa isang tahimik na restawran sa lugar ng Tysons sa Northern Virginia, malapit sa McLean. Habang kumakain, ipinaliwanag niya kay Louise kung bakit ayaw niyang ma-trap sa kaguluhan sa Iran. Ang pinakasentro ng kanyang pangangatwiran ay ang katotohanan na kahit 5% lamang ang posibilidad na may anumang bagay na manggagaling sa Iran, maaari itong maging nakakaubos ng enerhiya—at sa mahabang panahon. Nasa punto si Salt sa kanyang buhay kung kailan gusto niyang makapagtakda ng sarili niyang mga prayoridad at tumuon sa mga iyon. Kung gusto niyang magtrabaho sa mga prayoridad ng iba, nanatili sana siya sa law firm.

Ang sitwasyon sa Iran ay nakakaakit bilang isang hamon at maaaring makamit ang maraming kabutihan kung magtagumpay, ngunit ang tagumpay ay malayong mangyari, at ito ay isang isyu ng ugnayang panlabas na may mas kaunting epekto sa loob ng bansa kaysa sa iba. Ipinaliwanag ni Salt kay Louise ang loob/labas ng Beltway dichotomy na pinagtuunan ni Salt ng pansin noong naglalakad siya sa Hyde Park at nagmamaneho sa kanya. At naroon din ang kanyang pagnanais na gumawa ng isang bagay sa pandaigdigang larangan ng kalusugan.

Magalang na nakinig si Louise at pagkatapos ay siya na ang humalili. "Mabuti naman 'yan para sa iyo, Salt, pero sa totoo lang, mayabang at makasarili ka. Kung nasaan ka man naroroon, ang isip mo ay tungkol sa iyo. Oo, ang mga bagong kaibigan mo sa gitna ng kawalan sa kanayunan ng Virginia ay may papel sa iyong pag-iisip, pero ang totoo ay ang iyong pokus ay tungkol sa iyo. Maaaring mauunawaan at katanggap-tanggap iyon kung mayroon kang pagkakataong mapunta muli sa tamang lugar sa tamang oras, pero maging makatotohanan. Kaya gusto mong lutasin ang mga isyu sa kalakalan ng Tsina. Magaling. Kunin mo na lang ang numero sa likod nina Nixon, Kissinger, at isandaang iba pa, mga patay at buhay. Ang mga Tsino ay matalino, matiyaga, at mapagkontrol. May magandang maaaring magmula sa epektibong diyalogo, ngunit wala ka sa posisyon o kasama ang sinuman sa Tsina. Naku, may ilan na nag-iisip na seryosong iniisip ng Tsina ang pagsalakay sa Taiwan."

Masyadong mataas ang nakataya para sa isang taong may katulad mong pinagmulan. Ang mga nasa harap mo na may malalim na koneksyon sa Deep State ay tiyak na magpapabagsak sa iyo. Kahit papaano, pinalad kang maging pangunahing tauhan sa UK at marahil sa EU sa mga isyu ng kalakalan at sa pakikipag-usap sa Iran. Ano nga ba ang dahilan kung bakit mo iniisip na kaya mong gayahin ang posisyong iyon sa mga kasosyo sa kalakalan at mga kaaway sa Asya? O gumawa ng mas maraming kabutihan? Talaga?"

Kakainit lang ni Louise ng ulo. "At mayroon pang iba na nakalimutan mo na. Kami ni Gretchen, at ni Walter, ay handang isugal ang aming mga karera para lang magmukhang maganda ka. Oo nga't sa tingin namin ay may makukuha kami para sa aming sarili, ngunit maaari rin kaming mapunta sa isang matandang baguhan. Mayroon kaming sariling balanseng dapat gawin. At ang iyong pagiging makasarili ay nagpapahirap sa isang mahirap na sitwasyon."

Nabigla si Salt sa mga masasakit na salita. Kinailangan niyang aminin na nakakuha siya ng ilang balidong puntos, ngunit nasaktan pa rin siya. At pagkatapos ay binigkas niya ang pinakamasamang bagay na maaaring lumabas sa kanyang mga labi: "Ito ba ang dahilan kung bakit mo binuksan ang kandado ng aking silid sa London—para mas makontrol mo ako?"

Tumayo siya at sinabing, "Hindi ako makapaniwala na isa kang hangal para isipin iyon, lalo na ang sabihin mo. Magandang gabi, Papa." Lumabas siya ng restawran bago pa man maihain ang pangunahing putahe. Mag-isang umupo si Salt at kumuha mula sa magkabilang plato ngunit mas nagpokus sa kanyang cocktail.

Kahit gaano pa kabuti o kawalang-pinsala ang kanyang intensyon, malaki ang naging pagkakamali niya. Sigurado siyang sapat na ang pagiging propesyonal ni Louise kaya dadalo ito sa miting kay Stuart. Ang hindi pagpapakita ay isang kilos na naglilimita sa kanyang karera. Ngunit kakaunti lang ang sasabihin niya—kahit man lang sa una.

Nagpasya si Salt na pag-isipan pa ito kinaumagahan ngunit nadama niyang malamang na makikita na lang niya kung ano ang sasabihin nina Stuart at Louise at kung saan mapupunta ang mga kalokohan. At kailangan niyang sabihin sa kanila ang tungkol kay Alexander Hamilton at sa kanyang mga tauhan. Nanahimik siya sa naisip. Isa pa, wala na siyang ibang pagpipilian, at may bahid ng katotohanan ang sinabi ni Louise. Naku.

KABANATA 48

Pag-amin: Para sa Kaluluwa at Layunin

Marso 12, 2021

Sa pagkakataong ito, ang pagpupulong kay Stuart ay sa Kagawaran ng Estado. Pagdating ni Salt sa opisina ni Stuart alas-dos ng Biyernes ng hapon, pinapasok siya sa eleganteng silid-hintayan sa labas ng malaking suite ng mga silid-kumperensya at ng kanyang opisina. Ang eksena ay tunay na kakaiba. Maitim na kahoy, malalaking silid, maraming orihinal na oil painting, mga muwebles na gawa sa matibay na kahoy, karamihan ay mga antigo, at mga kawili-wiling bagay mula sa ibang bansa ang nakadispley. Parang isang museo ito at may malaking kahalagahan.

Naroon na si Louise sa lugar ng paghihintay. Laking gulat niya, gayundin si Gretchen. Walang narinig si Salt mula kay Louise nang umagang iyon, at ni isa man kay Louise o Gretchen ay walang sinabi pagdating niya. Nakapagsalita lamang si Salt ng magalang na "Magandang hapon." Ito ay tila isang mahirap na pagpupulong. Hindi, isang mapaminsalang pagpupulong.

Tinawagan ni Stuart sina Salt at Louise ngunit hindi si Gretchen, na maaaring naroon para sa moral na suporta ni Louise.

Si Salt ang nagkusa. "Salamat sa paglalaan ng oras para sa amin ngayon, Stuart.

Pinahahalagahan namin ito."

"Ikinagagalak ko," sabi ni Stuart. "Malaki ang utang na loob namin sa inyong dalawa sa pagharap sa ilang mga kawili-wiling sitwasyon nang walang gaanong oras ng paghahanda. Dapat ninyong malaman na nakarinig na kami mula sa mga Briton at Aleman, at parehong grupo ay lubos na pinuri kung paano ninyo hinarap ang inyong mga sarili sa kabila ng napakahirap at kakaibang mga sitwasyon. Parehong grupo ay nagdududa kung marami tayong magagawa sa pangmatagalan, ngunit sila ay lubos na handang gumawa ng mga makatwirang pagsisikap upang maisakatuparan ang inyong nabanggit.

"Ang mga Aleman, siyempre, ay nakatuon sa sitwasyon ng Iran, na kung tutuusin ay kumplikado. Wala pa silang natatanggap na tugon mula sa mga Iranian at maaaring hindi. Medyo madaldal ka sa kanila, Salt, ngunit walang nag-aalinlangan kung paano hinarap ng iyong koponan ang mga bagay-bagay. Tila perpekto naman. Posible na ang mga Aleman o tayo ay kailangang tumawag tungkol sa isang follow-up meeting sa halip na maghintay sa pagtawag muli ng mga Iranian. Kung sakaling makalampas tayo sa first base, ang mga koponan ng US at Aleman ay kailangang punan muli ng mas may karanasang mga kamay, ngunit nais naming magpatuloy ka roon at kasama ang mga Briton sa maikling panahon. Ngunit kailangan nating lahat tandaan na ang buong Europa ay may karapatang mag-alala tungkol sa kung paano nila painitin ang kanilang mga tahanan ngayong taglamig.

Ang mga implikasyon ng Ukraine ay mas malawak kaysa sa inaasahan. Alam mo ba kung ano ang reaksyon ng mga Amerikano sa mataas na presyo ng gasolina—paano kaya kung kalahati lang ng gasolina ang nabibili?" O paano natin haharapin ang taggutom sa bansang ito kung mas malala pa ang tagtuyot?"

"Salamat sa feedback, Stuart," sabi ni Salt. "Tulad ng alam mo, hindi kami ni Louise ang nagpalista sa mga ganitong uri ng gig sa simula pa lang. Hindi ko alam kung ano ang iniisip ni Gretchen tungkol sa lahat ng ito. Gayunpaman, kung sa tingin mo ay may progreso na tayo, handa akong tumulong sa pagsulong ng mga inisyatibong ito, kahit man lang lampas sa anim hanggang siyam na buwang yugto ng paglulunsad. Maaaring magkaroon ako ng pagkakataon sa isang gig sa pribado/sektor ng gobyerno na maaaring maging kapaki-pakinabang bilang pantakip. Pero hindi nito aabutin ang lahat ng oras ko. Maaari kong ipagpaliban ang isang pangwakas na desisyon nang ilang buwan. Kung ang gusto nating gawin ay gumana, ipangako ko ito nang 100%. Pero pagkatapos ng lahat, Stuart, wala akong pangako rito; wala akong ideya kung magkano ang babayaran sa akin, at maaari akong maging isang madaling gamiting scapegoat. Dapat ding protektahan si Louise—huwag mong maliitin kung gaano siya kagaling, at isang napakabilis na pag-aaral."

Namutla si Louise, at namula si Stuart. "Siguro'y tinatae mo ako, Salt, dahil kung hindi, siguradong tinatae ko rin ang sarili ko." Nag-iinit pa lang siya.

Matapos makapagsalita si Salt, sinabi niya, "Alam kong magagalit ka. Dito sa paligid, isa akong mansanas sa dagat ng mga dalandan ng State Department at US Aid at CIA. Kung ako—hindi, tayo—ay makakagawa nito, iyon ay dahil lang sa kahanga-hanga si Agent 99 dito.

Gusto kong subukang pahusayin ang dobleng pag-uusap, at kakaunti lang ang sinabi ko sa kabilang partido tungkol sa ginagawa natin, kahit na tila naiintindihan nila na ang US ang nauuna sa oras ko. Sinabi ko rin sa kanila ang parehong bagay na sinabi ko sa iyo; nirespeto ko ang istruktura ng chain of command sa pamamagitan ng hindi ko muna sinabi kay Louise. Napakahirap iyon para sa akin, at sigurado akong nasaktan siya. Kailangan mong malaman Stuart na humanga ako sa team na pinapatrabaho mo ako. Maaaring kulang tayo sa karanasan, ngunit sina Louise at Gretchen ay parehong matalino,

matalino sa kalye, at maparaan. Hindi ako nagsasalita para sa kanila, at hinihimok ko kayong kausapin sila, o kahit man lang si Louise, nang hiwalay sa akin."

"Natutuwa akong gawin iyan, at walang katulad ang panahon ngayon," sabi ni Stuart. "May dalawa pang bagay na kailangan mong malaman, Stuart," sabi ni Salt.

"Naku," angil ni Stuart. "Ngayon ay may ikatlong missile na malapit nang tumama sa akin."

Sa isang nanginginig ngunit nakakakalmang boses—napakahirap gawin, nga pala—nagpatuloy si Salt: "Una, dahil sa iba't ibang mahahalagang dahilan, kung at kapag naging posible na, gusto ko talagang makialam sa mga bagay na may kaugnayan sa pandaigdigang pangangalagang pangkalusugan at Asya. Sa mga kadahilanang ikalulugod kong talakayin pa sa inyo, ito ay personal at makatotohanan. Ang katwiran para sa interes sa pangangalagang pangkalusugan ay malinaw, tulad ng napag-usapan natin noong nakipagkita tayo kay Pangulong Evans. Tungkol naman sa Asya, sa ngayon, sapat na na sabihin ko sa inyo na ang isa sa mga bagay na kailangang ipakita ng ating diplomasya ay ang pagpapahalaga sa mga interes ng lahat ng Amerikano, kabilang ang maliliit na negosyo at mga sakahan. Hindi lahat ng ating mga isyu sa kalakalan ay nasa katangian ng usapin ng Huawei. Kailangang isipin ng ating mga tao na nag-aalala tayo tungkol sa kanila pati na rin sa ating mga multinasyonal. May koneksyon sa pagitan ng mga ugnayang panlabas at mga ordinaryong mamamayan. Alam kong alam ninyo iyan. Kailangan nating ipangaral ito nang mas malawakan, upang mas maraming tao ang makakilala sa koneksyon."

"Pangalawa, taos-puso akong humihingi ng paumanhin, ngunit noong nasa Europa kami, may ilang pagkakataon na kami ni Louise ay nasa ilalim ng stress at malapit na nagtutulungan. Hindi lamang matalino si Louise kundi kaakit-akit pa. At gusto ko siya nang husto.

Ang kalikasan ang nag-udyok sa kanya, at dahil sa aking katangahan, nangyari ang mga bagay-bagay.

Ang mga bagay na iyon ay hindi, at hindi, sa aking palagay, makakasagabal sa aming pagtutulungan o nang hiwalay sa misyong ito. Hindi malinaw sa akin kung ano ang mangyayari sa relasyon. Sa katunayan, maaaring tapos na ito. Ngunit kailangan kong maging prangka sa iyo tungkol dito: ang nangyari, nangyari na. At, siyempre, kailangang marinig si Louise tungkol dito."

"Salamat sa iyong katapatan, Salt," sabi ni Stuart, sinusubukan pa ring alisin ang iba pang balita, "pero ano ba ang iniisip mo?"

Alam ni Salt na hindi talaga inaasahan ni Stuart ang tugon doon, kaya tumayo siya, nagkibit-balikat, at tumungo sa pinto upang lumabas ng opisina ni Stuart. Umungol si Stuart nang sapat na malakas upang pigilan si Salt bago pa siya makarating sa pinto. "Gusto ko lang siguraduhing malinaw ito sa akin. Ang gusto mo lang ay (1) ang kakayahang magtrabaho sa isang napakalaking proyekto para sa amin at sa aming mga pangunahing kaalyado at sa part-time na batayan kasama ang isang tao sa pribadong sektor na maaaring may mga salungatan sa amin, (2) huwag pansinin ang katotohanan na tatawagin ka ng ilan na isang naglalakad na singil sa EEOC, at (3) madidikta ang iyong mga gawain sa hinaharap. Mayroon pa bang iba?

"Buweno," bulong ni Salt sa kanyang pinakahinahon na boses, "bayad at admin." Ngumiti siya, tumalikod, at halos tumakbo palabas ng opisina.

Pagkatapos ay nagsalita si Stuart kay Louise. "Sige, Agent 99—ano ang iyong pananaw sa lahat ng kaguluhang ito?"

Umupo si Louise at mariing sinabi, "Interesado akong manatili sa pangkat na ito at magtrabaho sa inisyatibong ito. Naniniwala ako sa misyon at sa tingin ko—kahit man lang sa mas matagal na panahon—makatuwiran na panatilihing buo ang pangkat. Sumasang-ayon ako kay

Salt tungkol sa kaguluhan at kawalan ng katiyakan kung saan patungo iyon, at kailangan mong malaman na ang lahat ay napagkasunduan at kahit papaano ay kasalanan ko rin gaya ng kay Salt. Ang part-time na trabaho at pakikitungo sa pribadong sektor ay wala akong alam. Muntik na akong mahulog sa aking upuan nang banggitin niya iyon. Pero dapat ay dumating sa kanya iyon—hindi niya ibinebenta ang kanyang sarili, walang ideya kung ano ang gusto niyang gawin, at wala siyang hinahanap. Wala pa nga siyang resume. Marahil ay makatarungan na bayaran siya ng isang bagay, kahit na malapit na iyon ngayon, at kailangan niyang magkaroon ng suporta sa administrasyon sa kung saan."

"Naku," bulong ni Stuart. "Maaari ko bang ipagpalagay na walang nakakahiyang mga teksto o email ang lilitaw sa isang pagdinig sa Kongreso balang araw?"

"Wala," sabi ni Louise. "Mas matalino tayo kaysa doon."

Tumigil sa pagsasalita si Stuart at umupo sa kanyang mesa, nag-iisip. Paminsan-minsan ay nagtanong siya. Isa na rito ay, "kaya mo bang makipagtulungan sa lalaking ito, at kaya rin ba niya kayong katrabaho? Ang daming bagahe rito."

Huminga nang malalim si Louise at sinabing, "Mas marami itong bagahe kaysa sa inaasahan ko, pero kaya ko itong pagtrabahuhan kung kaya niya."

Malinaw na hindi masaya si Stuart pero tumingala siya at sinabing, "Sige—kailangan ninyong pumunta ni Salt sa HR, ibunyag at idokumento ito, at gawin ang anumang iba pang kailangang gawin. Kung magagawa natin ito ng mga HR type, itutuloy natin ang team simula isang buwan mula ngayon. Sabihin sa HR na kailangan nating alamin ang halaga ng bayad; kalahati nito ang makukuha niya sa susunod na tatlumpung araw. Sa susunod na tatlumpung araw, ang trabaho mo ay alamin ang lahat tungkol sa kabilang partido na maaaring pumigil.

Tapos na ito kung hindi makikipagtulungan si Salt o ang kabilang partido. Nakuha mo ba? Tapos na. Patay na."

Tapos nagtanong siya, "Alam ba ito ni Gretchen, at nasaan ang ulo niya?"

"Nag-usap kami nang matagal kaninang umaga tungkol sa lahat ng alam ko noon, at sang-ayon siya rito," sabi ni Louise.

"Sige. Kausapin mo si Gretchen at ibahagi ang mga bagong bagay. Tungkol kay Salt, hawakan mo siya sa tenga, at ayusin ito sa HR. At ipadala mo rito si Gretchen." Tumingin muli si Stuart sa kanyang mesa; tapos na ang miting.

Habang palabas si Louise ng opisina ni Stuart, lumingon ito at sinabi sa kanya, "Alam mo, Stuart, hindi dapat maging krimen ang maging tao at magmalasakit sa isang tao, lalo na kung ang mga sangkot ay mga nalulungkot na matatanda, hangga't hindi kanais-nais ang pag-aalaga."

Tumingala si Stuart at idinagdag, "At hangga't hindi ito nakakasagabal sa misyon."

"Hindi na kailangang sabihin," sabi ni Louise habang lumilingon.

Pagkatapos ay nagsalita si Stuart. "Tandaan ang dalawa pang bagay. Ang lalaking ito ay halos sapat na ang edad para maging ama mo, at isa pa rin siyang punong-abala na humaharap sa pagkamatay ng kanyang asawa. Hindi pa siya handang harapin ito nang makatwiran."

Natapos na si Louise sa paglalakad palabas nang hindi sinasagot si Stuart, ngunit sinabi niya sa sarili habang palabas, "siguro hindi pa."

Sa loob ng tatlumpung segundo, lumitaw si Gretchen. Bago pa siya makaupo, nagtanong si Stuart, "Alam mo ba ang nangyayari, at interesado ka pa rin bang manatili sa koponan?" "Opo, ginoo," tugon ni Gretchen.

"Sige, mabuti," sabi ni Stuart. "Mayroon ka bang nasangkot na hindi naaangkop sa misyong ito?"

"Hindi po, ginoo," tugon ni Gretchen.

Bumuntong-hininga si Stuart at sinabing, "Mabuti, at salamat. Sige na, simulan mo na at siguraduhin mong hindi ito sisirain ng dalawa pa. Baka kailanganin nila ng saksi sa HR."

Nag-isip si Stuart nang ilang minuto at pagkatapos ay tinawag ang kanyang assistant at hiniling na mag-iskedyul ng miting kina Salt, Louise, Gretchen, at Walter sa loob ng dalawang linggo upang maisama ang sitwasyon sa Iran sa agenda ng Pangulo sa lalong madaling panahon. Hindi niya inakala na makakatulong ang mga taong ito sa Ukraine, kung saan ang ating pinakamahuhusay at pinakamatatalino ay lubos nang nakikibahagi. Gayunpaman, maraming isyu sa maraming lugar, at hiniling niya sa kanyang assistant na bigyan ang bawat miyembro ng team ng beach book bag na puno ng mga libro tungkol sa Turkey, Greece, Syria, Iran, at mga bansang satellite ng Sobyet.

Tahimik na umaasa si Stuart na ang ilan sa mga minanang krisis at disfunction ay malapit nang mawala. Magandang bagay iyon. Ngunit hanggang noon, napakaraming isyung dapat asikasuhin. At kailangan niya ng tulong, kahit na may kasamang ilang mga problema ang mga ito.

KABANATA 49

Ang mga Tagapagtaguyod ng Kalayaan at ang Kanilang Mga Kaalyado

Dahil nakatanggap siya ng malaking biyaya mula kay Stuart, tinawagan ni Salt si Hamilton at nagtakda ng miting para sa ilang araw pagkatapos. Ginamit niya ang mga araw na iyon para alisan ng laman ang ilang kahon ng paglipat (napansin niyang mas marami siyang ibinubuhos habang tumatagal). Gumugol din siya ng maraming oras sa pag-iisip kung ano ang imumungkahi niya kay Hamilton. Hindi pa siya nakabuo ng anumang "plano sa negosyo", at agad niyang napagpasyahan na magiging mali ang pag-iisip kung lalampas pa siya sa isang balangkas ng mga posibilidad. Ang maganda: wala pang kasunduan sa anumang antas, o kahit kung ano ang magiging posisyon niya, kaya hindi niya kailangang mag-alala tungkol sa pagkawala ng kita, pagkatanggal sa trabaho, o pagkasira ng reputasyon.

Ibinigay ni Hamilton sa kanya ang mga pangalan ng ilang tao na sa tingin niya ay makakatulong: isang three-star general; mga iginagalang na dating opisyal ng EPA at FEMA; isang kilalang opisyal ng Army corps of engineers; isang dating ehekutibo ng kumpanya ng enerhiya; isang taong may karanasan sa paglilinis ng nukleyar; at isang maliit na pangkat na may kadalubhasaan sa imprastraktura, pagpapanibago ng lungsod, at pananalapi sa pabahay para sa mga mababang kita. Medyo ikinagulat ni Salt nang lahat ng mga taong ito ay nagsikap na makipag-usap kay Salt. Naging malinaw na si Hamilton ay may malawak na koneksyon sa iba't ibang disiplina. Alam din ni Salt na ang pagpili ni Hamilton sa grupong ito ay sumasalamin sa kung saan niya gustong dalhin ang proyekto.

Sa pag-iisip, kasama si Louise, tungkol sa tinatawag ni Salt na Capital Area Sons of Liberty, na kalaunan ay binago ni Louise sa "Daughters and Sons of Liberty," agad na napagtanto ni Salt na kailangan niyang hatiin ang mga pagsisikap sa ilang magkakaugnay na kategorya kung saan ang heograpiya at kadalubhasaan ang mga unang gabay sa organisasyon.

Mula sa pananaw ng heograpiya, bilang panimula, magkakaroon ng US at Central/Silangang Europa. Magkakaiba ang mga disiplinang itataguyod sa mga heograpikal na lugar, na nakatuon sa kung saan kailangan ng pampublikong sektor ng tulong mula sa pribadong sektor.

Sa US, halimbawa, ang mga lugar na dapat pagtuunan ng pansin ay maaaring kabilang ang pagpapanibago ng lungsod (hindi kasama ang mga bagay tulad ng mga tulay, na responsibilidad ng sektor ng gobyerno), mga bagay tulad ng pabahay para sa maraming pamilya at isang pamilya, ilang aspeto ng paghahatid ng kurikulum, kung naaangkop, mas malakas na virtual na pagsasanay sa bokasyonal, at iba pa. Ang mga pagsisikap na ito ay mangangailangan, sa maraming pagkakataon, ng kombinasyon ng pampubliko at pribadong sektor na pagpopondo, kung saan ang pribadong sektor ay nagpopondo sa iba't ibang anyo, kabilang ang donasyong equity o malalim na sakop na utang, ang equity ay ibibigay bilang katugma sa mga pampublikong pondo (hal., $1 ng pribadong pera para sa bawat $3 ng pampublikong pondo, at ang pagpopondo sa konstruksyon ay ibibigay bilang tulay sa kumbensyonal na permanenteng pagpopondo. Ang DSOL Hamilton Funds, LLC ay gaganap ng mga pangunahing papel sa mga unang yugto ng ilan sa mga pagsisikap na ito. Si Reverend Sherman ay magiging nasa mga lupon ng mga entidad na nakatuon sa US (hindi pa siya tinatanong), gayundin ang iba na makakaintindi sa misyon at magbibigay ng parehong kasanayan at pagkakaiba-iba.

Ang mga aktibidad sa Gitnang at Silangang Europa ay unang tututuon sa pagbuo at pagpapatupad ng isang "Marshall Plan" para sa rehiyon pagkatapos ng digmaan. Siyempre, ang isang pangunahing elemento ng plano ay ipinapalagay na ang Ukraine ang mananalo sa digmaan. Una sa lahat. Dapat ay masaya ang mga Ruso na alisin ang muling pagtatayo mula sa kanilang balance sheet. Ang mga uri ng proyekto ay kailangang maingat na unahin upang ang kita (malawak na tinukoy) ay magbigay ng kinakailangang bentahe. Ang karanasan pagkatapos ng Sobyet sa Gitnang Europa ay magbibigay ng gabay. Ang programa ay kailangang magsama ng malaking dosis ng pribatisasyon.

Sa pagtatasa kung paano maaaring maging angkop ang mga potensyal na interesadong partido para maisama at mabigyan ng insentibo, gumugol si Salt ng ilang oras sa pag-iisip tungkol sa mga natutunan at napag-usapan nila ni Louise sa Europa ilang linggo na ang nakalilipas. Maraming magkakaugnay na pambansang solusyon at oportunidad—kung maaaring balewalain ang kasaysayan at ang politika ng mga bagay-bagay. Gaya ng ipinapakita sa magaspang na diagram sa pahina 220, kailangang muling itayo ang Ukraine, maipadala ang mga pagkain nito sa mga pamilihan at malutas ang mga pangunahing isyu sa kaligtasan sa mga pasilidad ng nukleyar. Kung ang mga planta ay ligtas na mapapatakbo sa ilalim ng isang internasyonal na komisyon, maaaring magbigay sila ng enerhiyang hindi nagpoprodyus ng carbon.

Diagram

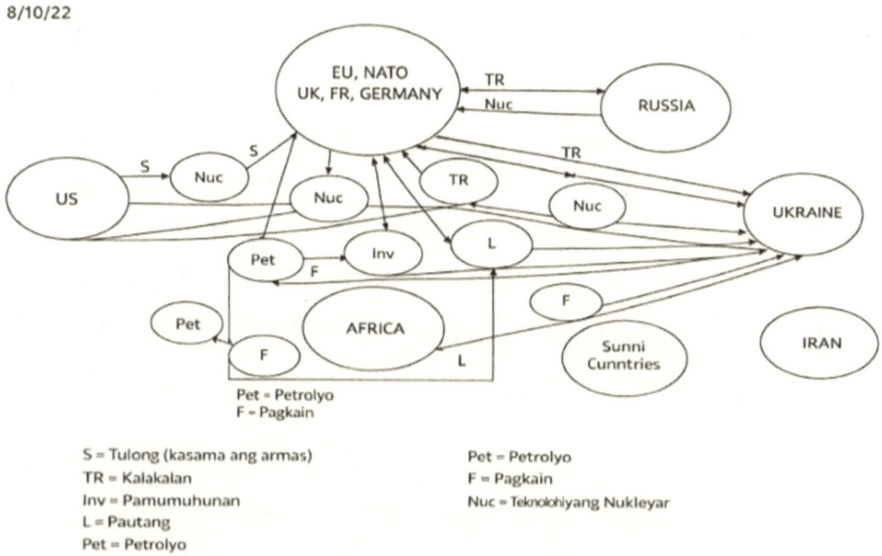

Isa pang pangunahing pangangailangan ay ang isang ligtas na pinagkukunan ng enerhiya upang palitan ang supply chain ng Russia sa Europa. Sa lahat ng kanilang pag-iisip, inakala nina Salt at Louise na hindi gugustuhin, o papayagang, lumahok ang Russia. Ang pangunahing agarang pangangailangan ng mga kaalyado ng Ukraine ay ang pag-access sa isang ligtas na suplay ng enerhiya. Maaaring tumugon ang Ukraine sa ilan sa pangangailangang iyon, ngunit hindi ito sapat. Maaaring tumulong ang Iran kung gugustuhin nito, at maaari itong gumamit ng tulong pinansyal, kabilang ang mula sa mga tulad ng ECB at World Bank. Mapanganib at matapang ngunit hindi kasing-baliw ng unang tingin. Malamang na magiging masigasig ang mga mamamayang Iranian. Ngunit ang Iran at iba pang partido ay kailangang bumalik sa usapan. Marahil ay magiging matalino para sa Iran na maging bahagi ng isang mas malaking hanay ng solusyon kaysa mag-isa sa labas ng mga pangunahing pandaigdigang pag-unlad na makakaapekto sa Iran nakikipaglaro man sila o hindi sa mga pangunahing demokrasya sa mga kritikal na isyu.

Ang isyu ay kung paano ilalagay ang mga kinakailangang kasunduan. Ngunit maaaring ito ay isang tulay na masyadong mahaba para tawirin. Marahil bilang isang pansamantalang hakbang, ang pansamantalang pag-unlad ay maaaring makamit sa pamamagitan ng "mga utos ng ehekutibo" na ipinapatupad ng US, NATO, at EU. Tatawanan ng mga sopistikadong manlalaro ang ideya ng paggawa ng isang bagay na kasinglawak nito nang walang pormal na kasunduan. Ngunit bakit gugugol ng dalawang taon sa isang kasunduan na itinuturo sa atin ng kasaysayan na sa maraming pagkakataon ay maaaring iwanan nang walang gaanong kahihinatnan. Maaaring dumating ang araw na ang mga bansang Sunni ay maaaring lumahok, dahil malinaw na bahagi sila ng solusyon sa rehiyon, ngunit, muli, sa puntong ito, ang Iraq at Saudi Arabia ay mananatiling may kaalaman at hindi aasahang aktibo sa unahan.

Nagtanong si Hamilton ng ilang mga katanungan habang naglalakbay, tumahimik sa pagtatapos ng presentasyon ni Salt, at pagkatapos ay nagbigay ng kanyang mga unang komento; "Buweno, humingi ako ng isang bagay na ambisyoso, at tinupad mo. Maaaring mas sumasalamin ito sa imahinasyon kaysa sa realismo, ngunit wala sa mga ito ang maganda, at kung minsan ay napapadaan ka sa isang sangandaan.

"Siya nga pala," diin ni Hamilton, "Ipinapalagay ko na si Louise ay kasangkot dito at sumusuporta."

"Oo. Sa tingin niya ay maaaring napakabaliw nito na maaaring gumana ang mga elemento nito." "Sige," sabi ni Hamilton, "Kailangan kong ipaliwanag ito sa ilan sa mga uri ng taong sinabi nating kakailanganin natin. Aabutin iyon ng halos isang linggo. Kayo (1) gawin itong isang uri ng presentasyon na nagmumungkahi na mayroon tayong ideya, (2) kausapin ang iyong kaibigan sa Germany (sa palagay ko ay Martin ang pangalan niya), at gawin ito batay sa kung gaano kalayo ang kailangan niyang puntahan, wala pa tayong hinihiling na gawin ang Germany, at (3) talakayin kay Martin kung ikaw o siya ang dapat unang tumawag sa Iran tungkol dito kung makarating tayo sa puntong iyon. Mas gusto ko, Salt.

Sinabi ni Hamilton na kakausapin niya si Doctor Sherman at hahayaan siyang makipag-usap ni "Samuel" sa lokal na DSOL." Kailangan nating maunawaan kung ano ang matutuklasan ng sinumang magsasagawa ng masusing pagsusuri kay Dr. Sherman. Ang pangunahing lokal na pangkat ay mangangailangan ng ilang pagsasanay. Ang lahat ng iba pang lokal ay kailangang hindi makilahok sa loob ng ilang buwan para sa mga karagdagang pag-unlad hanggang sa makita natin kung may epekto ito. Talagang kailangan nating pamahalaan ang mga inaasahan."

"Kumusta naman ang ating gobyerno?" tanong ni Salt, "Kailangan silang laging ma-update. Kakailanganin din nila ng mga katiyakan na kung pupunta tayo o gagawa ng mga pangako sa Iran, at pagkatapos ay maging hindi tiyak ang mga bagay-bagay, hindi tayo lalayo sa ating mga naunawaan sa istilo ng Afghanistan."

Sa wakas, ipinaalala ni Hamilton kay Salt na kailangan niyang makita ang kanyang na-update na file. At sumagot si Salt nang may katuturan, "Tama, at kailangan ko ring makita ang sa iyo."

Nagtapos si Hamilton sa isang mahigpit na paalala kay Salt na wala sa mga ito ang nakakabawas sa kanyang mga pangako kay Stuart at sa US. Nalalapat din ito kay Louise dahil kailangan niyang akuin ang bahagi ng pasanin.

Nagkomento si Salt na siya ay nabighani at nasasabik sa posibilidad na makagawa ng pagbabago sa ganitong uri ng proyekto at sinabi sa kanyang sarili na takot na takot siya na kung masipa, maaari itong mabigo.

Gayunpaman, siya ay nagretiro na... at pinakamasaya sa gitna ng mga bagay-bagay.

Epilogo

Kahit mainit ang ulo, iminungkahi ni Stuart na mawala sina Salt at Louise nang isang linggo o higit pa, at pagkatapos ay maghanap ng magandang lumang espasyo at mga kagamitan sa GSA (Government Services Administration) para sa pansamantalang opisina.

Kaya sinamantala nila ang maikling pahinga sa labanan para sa ilang oras sa ilalim ng araw sa ilang magagandang dive site sa Dagat na Pula. Hindi sila naglakbay bilang mag-asawa, ngunit nauwi sa paggugol ng maraming oras na magkasama.

Sa panahon ng biyahe, paminsan-minsan ay iniisip ni Salt kung paano ito mangyayari kay Margie. Ngunit iyon ay isang negosasyon na kailangang maghintay pa ng ibang araw.

Sina Salt at Louise ay parehong bihasang maninisid, ngunit maingat sila sa paglapit at kumuha ng isang "refresher" course kasama ang dalawang blonde at kayumanggging Canadian divemaster na magdadala sa kanila sa mga dive site sakay ng bangka, at siyempre ay binansagang Barbie at Ken. Nang papalapit na sila sa unang dive site, isang lumang maliit na freighter vessel sa lalim na halos 60 talampakan ng tubig, sinimulan nilang hilahin ang kanilang mga gamit. Sumigaw ang lalaking divemaster na si Ken, "Tumigil ka diyan. Halos 90 degrees Fahrenheit na ang temperatura ng tubig, kaya maliban na lang kung gusto mong maging kasing pula ng lutong ulang, magsuot ka lang ng T-shirt at bumaba sa lalim na 50 talampakan at umasa na makakahanap ka ng mas malamig na bahagi ng tubig. Mapapansin mo rin na mas kaunti ang mga isda kumpara limang taon na ang nakalilipas; mas malalim na ang kanilang nilusong para maghanap ng mas katamtamang temperatura."

"Kumusta naman ang mga coral sa lugar na ito?" tanong ni Salt. "Parehong kwento," sabi ni Ken. "Nakikita namin ito araw-araw, kaya hindi ito gaanong halata sa amin. Pero kung ilang taon ka nang hindi nakapunta rito, mapapansin mo na mas maputi na ito." "Nakakahiya naman," komento ni Salt. "Pero walang makakapantay sa pinsala sa Maui dahil sa mga sunog na naranasan nila kamakailan. Nagawa nilang sumisid ng tatlong beses bago kinailangang ihatid ito sa paliparan.

Pareho silang tahimik sa pag-iisip habang lumilipad ang eroplano patungong Washington. Sa wakas ay tinanong ni Louise kung may ideya na si Salt kung ano ang susunod na mangyayari sa kanila.

Sumagot si Salt, "Nakakatawa naman ang tanong mo. Ayokong masira ang huling araw mo ng pagsisid, pero binigyan ako ni Stuart ng ilang pahiwatig noong tumawag siya kaninang umaga. Baka gusto mong umorder ng isa pang gin and tonic para dito."

"Magaling," sabi ni Louise, "10 to 1, walang maganda."

Umiling lang si Salt at nagsimulang magpaliwanag, "Alam mo ang mga paparating na paglilitis kay Pangulong Pope at sa iba pa sa New York, DC, Georgia at Florida. Tanging Diyos lang ang nakakaalam kung alin ang mauuna. Malayong maging perpekto para sa alinman sa mga iyon na magkasabay sa mga primarya sa 2024 (malamang) o sa mga kombensiyon ng mga pangunahing partido. Isipin ang isang mundo kung saan si Pope ang mananalo sa mga primarya at may pinakamaraming boto na nakahilig sa kanya bago ang mga kombensiyon, ngunit pagkatapos ay nahatulan ng isang seryosong bagay at nanalo sa boto ng publiko nang kaunti. Doon talaga magsisimula ang pista ng litigasyon.

Gagamitin ni Pope ang lahat ng paraan sa libro para malampasan ang mga primarya at paglilitis—kahit man lang sa kanya—kaya susundan nila ang halalan sa Nobyembre 2024. Para lang sa mga ngiti, maglagay ng isang hindi magkatugmang kumbensyon sa gitna at mga bagay na hindi maganda ang takbo sa Ukraine. Ito ay magiging isang imbitasyon para sa pag-uulit ng Enero 6 na inisponsoran ng inyong palakaibigang di-demokratikong awtoritaryan na pamahalaan.

Ang tanging komento ni Louise: "Hindi, salamat na lang. At saka, ano nga ba ang kinalaman nito sa atin at sa dapat nating gawin? At paano naman ang ating mga batas sa halalan?" "Makatarungang mga tanong. Tungkol sa mga batas sa halalan, kailangan nating sumunod. Tumigil. Huwag mo akong tanungin kung saan nanggagaling ang iyong suweldo dahil hindi ko alam. Pangalawa, alalahanin na dinala kami sa ilalim ng kahilingan ni Stuart na tulungan ang gobyerno na maunawaan kung gaano kalalim ang isang diplomatikong butas na nahukay noong administrasyong Pope.

Sumama kami sa isang paglilibot na parang isang pakikinig at pagkatapos ay hinila nang maaga sa mga talakayan sa Iran, na maaaring, nga pala, ay nag-ambag sa kamakailang pagpapalaya ng ilan sa mga bihag ng U.S. na nakakulong sa Iran. Sino ang nakakaalam? Sa anumang pangyayari, ang aming hindi natapos na gawain sa misyong iyon ay may kinalaman sa pagsisikap na maunawaan kung bakit ang aming mga mamamayan at ang mga mamamayan ng ibang mga bansa ay napaka-negatibo tungkol sa Estados Unidos.

Kakatwa na maraming mga mamamayang napalayo sa U.S. na may katulad na damdamin tungkol sa kanilang bansa. Nakakagulat na pagkatapos ng dalawang impeachment, mas maraming akusasyon na hindi mo mabilang sa iyong mga daliri, tila nangunguna pa rin si Pope sa mga botohan at maaaring muling mahalal.

Kaya ang aming huling layunin ay kinabibilangan ng pagsisikap na maunawaan ang parehong saloobin ng mga Amerikano at hindi Amerikano tungkol sa ating bansa. Ang tungkulin na ito ay halos kapareho ng aming unang pakikipagsapalaran, ngunit nakatuon sa pagsisikap na makamit ang isang pag-unawa bago ang kombensiyon kung paano maaaring maging negatibo ang sinuman tungkol sa ating bansa na kahit na maisip nilang bumoto para sa Santo Papa.

Kaya iimpake ang iyong mga gamit at magmukhang buhay. Mas mataas ang nakataya kaysa sa iniisip ng marami. "Napanood ko na ang pelikulang iyon," sabi ni Louise, "Sapat na ang minsan." Pagkatapos ay nakatanggap siya ng tawag na nagsasabing magsisimula ang mga pagpupulong ng koponan sa DC sa madaling araw.

Habang paalis siya, lumingon si Louis at nagtanong, "Sa tingin mo ba ay sapat na ang atensyon na nabigyan natin ng pansin sa Russia, kina Twiddle Dee at Twiddle Dum?" Hindi siya pinansin ni Salt.

JAMES J. MAIWURM
1429 Harvest Crossing Drive, McLean, VA 22101
Telepono: (202) 256-6669
E-mail: james.maiwurm@gmail.com

PILING PARANGAL AT KILALANG TAGAPAGPURI:

- Distinguished Alumni Award – College of Wooster, 2024
- Chair Emeritus (Retirado), Squire Patton Boggs (US) LLP
- Direktor: Sandy Spring Bancorp, Inc. (NASDAQ: SASR) [hanggang 2021]; dating naglingkod bilang tagapayo sa iba pang public at private company boards
- Mga Foundation Boards: Lewinsville Presbyterian Church (Chair) at Squire Patton Boggs Foundations

Mga Non-Profit Boards; dating naglingkod sa iba pang non-profit boards tulad ng College of Wooster

PANGKALAHATANG KARANASAN:

Si Maiwurm ay may natatanging kombinasyon ng karanasan sa batas, pamamahala, board leadership, at pandaigdigang operasyon:

- Chair at Global CEO ng isa sa nangungunang 25 global law firm na may 1,500 abogado sa 44 opisina sa 21 bansa; pinangunahan ang mga transformational mergers at iba pang pagpapalawak sa buong mundo, kabilang ang Asia, Middle East, at Europe.
- Kinilala ng Law 360 bilang isa sa sampung pinaka-innovative na managing partners ng law firm noong 2012.
- Mahabang karanasan sa pamumuno at pagpapalago ng international service businesses.

- Chair at CEO ng isang publicly-held na international professional services (engineering) firm; pinamunuan ang restructuring ng kumpanya.
- Tagapayo sa senior management at boards tungkol sa corporate governance, disclosure, acquisition strategies, at financing.
- Mahigit 40 taon bilang transactional lawyer, kumakatawan sa malawak na hanay ng negosyo mula start-ups hanggang Fortune 50 sa private equity, public offerings, acquisitions, disposals, financing, at joint ventures.

MGA PILING AKDA AT ARTIKULO:

- *Beachlead Acquisitions: Creating Waves in the Marketplace*, 38 Business Lawyer 419 (1983) (co-author kasama si James M. Tobin)
- *Annual Disclosure in a Declining Economy – Some Year–End Reminders*, 5 Insights 1 (1991)
- *The ABC's of ESG*, National Law Review (January 2023)
- *Inheritance of Crises and Dysfunction*, 1st Ed. 2002 at 2024

MGA PILING PAGKILALA/PRIZES:

- Award para sa pinakamahusay na senior undergraduate history student
- Phi Beta Kappa
- East Ohio Gas Scholarship Award
- George F. Baker Scholar
- Best Brief Award sa Michigan Law School Moot Court Competition
- Who's Who Lifetime Achievement Award

AKLAT NA ISINULAT:

- *Inheritance of Crises and Dysfunction* (2024, nobela)

MGA PILING PAGSALITA/CONFERENCES:

Naglingkod bilang panelist sa maraming pandaigdigang conference at forum tungkol sa legal profession, mergers, at international governance, kabilang ang:

- 23rd Annual Marketing Partner Forum, Thomson Reuters, Orlando, Florida (2016)
- Latin America Legal Executive Briefing, Buenos Aires, Argentina (2014–2015)
- Canadian Managing Partner Roundtable, Sonoma, California (2015)
- Global Law Firm Leaders Conference, London, England (2014)
- Asia Pacific Legal Executive Briefing, Shanghai, China (2013)

MGA KARANASAN SA PAMUMUNO:

- Chair at Global CEO, Squire Patton Boggs LLP (2011–2014)
- Chair, Firm and Management Committee, Squire Sanders (2009–2010)
- Firmwide Managing Partner (COO), Squire, Sanders & Dempsey LLP (2003–2009)
- Chairman, President at CEO, Kaiser Group International, Inc. (1999–2000)

BOARD SERVICE:

Naglingkod sa iba't ibang corporate at non-profit boards kabilang ang:

- Kaiser Group Holdings, Inc. / Kaiser Group International, Inc.
- Workflow Management, Inc.
- TRAX International Corporation
- Sandy Spring Bancorp, Inc.
- Lewinsville Presbyterian Church Foundation (Chair)
- College of Wooster (Board of Trustees at Alumni Board)
- American Red Cross, National Capital Region

EDUKASYON AT BAR ADMISSIONS:

- B.A., College of Wooster, Ohio (1971), Phi Beta Kappa, George F. Baker Scholar
- J.D., University of Michigan Law School, cum laude (1974), National Institute for Trial Advocacy
- Licensed sa District of Columbia at Virginia

PERSONAL:

Kasado sa loob ng 50 taon kay Wendy S. Maiwurm (retired medical social worker at grief counselor). Mga anak: James G. at Michelle K. Ipinanganak noong Disyembre 5, 1948.

MGA PILING TAGUMPAY SA NEGOSYO:

Squire Patton Boggs (kasama ang mga predecessor gaya ng Squire, Sanders & Dempsey L.L.P.)

- Sa unang taon bilang Chairman, pinamunuan niya ang pagsasama ng 475 abogado mula sa UK-based firm na may mga opisina sa Western Europe. Sa ikalawang taon, pinangunahan ang pagsasama ng 80 abogado mula sa firm sa Western Australia at iba pang pagpapalawak sa Asia Pacific; sa ikaapat na taon, pinangunahan ang pagsasama ng 300 abogado mula sa US firm na may mga opisina sa Middle East.

- Nagsilbing unang firmwide Managing Partner (COO) para sa global law firm na may higit 800 abogado.
- Inayos at pinahusay ang performance ng administrative group.
- Tumulong sa mga inisyatibo upang mapataas ang kita at profitability.
- Inilunsad ang konsepto ng industry/sector focus at client service teams.
- Malawak ang pakikipag-ugnayan sa mga opisina at gawain sa loob at labas ng US.

Kaiser Group International, Inc.

- Nagbigay ng matatag na pamumuno sa Kaiser Group International, Inc., nagbigay kumpiyansa sa mga kliyente, joint venture partners, at mga professional employees.
- Nagpatupad ng action-oriented turnaround, pinalinis ang management structure, muling itinakda at na-market nang maayos ang mga linya ng negosyo, at pinangunahan ang pag-abot sa kinakailangang $20 milyon na cost reduction.
- Nakuha at pinanatili ang bagong at kasalukuyang negosyo at naresolba ang mga isyu ng kliyente sa Australia, Pilipinas, Czech Republic, at buong US.
- Pinamunuan ang negosasyon at pamamahala sa malalaking asset dispositions at resolusyon ng third-party claims; pinamahalaan ang restructuring ng $140 milyon na utang.

- Pinangunahan ang joint venture upang makamit ang bagong $4 bilyong government contract.
- Bumuo ng epektibong relasyon sa mga direktor, noteholders, stockholders, empleyado, joint venture partners, kliyente, at iba pang tagapayo.

PRAKTIS SA BATAS:

Litigation: 1974–1986
Corporate: 1986–2023

Mga Larangan ng Espesyalisadong Praktis:

- Pagbuo ng kapital at securities transactions, kasama ang private equity transactions, public offerings, at private placements ng equity at debt securities.
- Merger, acquisition, at divestiture transactions sa North, Central, at South America, Europe, at Pacific Rim, kasama ang private equity investments, leveraged buyouts, at tender offers.
- Domestic at international joint ventures at strategic alliances.
- Financial workouts, kabilang ang debt restructurings at recapitalizations.
- Pangkalahatang corporate governance at securities counseling, review ng disclosure issues, proxy contests, development ng acquisition strategies, pakikitungo sa financing sources, at pagbibigay payo sa boards of directors.

www.ingramcontent.com/pod-product-compliance
Lightning Source LLC
LaVergne TN
LVHW040603061026
849523LV00001B/45
* 9 7 8 1 9 6 9 9 1 9 7 2 5 *